पक्षी जाय दिगंतरा

'दिलीपराज प्रकाशन प्रा. लि.'च्या नवीन पुस्तकांची यादी व माहिती हवी असल्यास आपला पत्ता, दूरध्वनी क्रमांक किंवा Email आमच्या *diliprajprakashan@yahoo.in* या Email address वर पाठवावा किंवा आमच्याशी दूरध्वनी क्रमांक फॅक्ससहित : ०२०-२४४८३९९५/२४४९५३१४ / २४४७१७२३ यावर संपर्क साधावा.

आमच्या वेबसाईटला एकदा अवश्य भेट द्या.

Website: *www.diliprajprakashan.com*

पक्षी जाय दिगंतरा

रेखा बैजल

दिलीपराज प्रकाशन प्रा. लि.
२५१ क, शनिवार पेठ, पुणे - ४११ ०३०

प्रकाशक
श्री. राजीव दत्तात्रय बर्वे,
मॅनेजिंग डायरेक्टर,
दिलीपराज प्रकाशन प्रा. लि.,
२५१ क, शनिवार पेठ,
पुणे - ४११ ०३०

© रेखा बैजल
'शब्द',
आयकर कॉलनी,
जालना - ४३१ २०३

प्रकाशन दिनांक
१५ जुलै २०११

प्रकाशन क्रमांक
१८३९

ISBN
978 - 81 - 7294 - 845 - 0

मुद्रक
Repro India Ltd,
Mumbai.

टाइपसेटिंग
पितृछाया मुद्रणालय,
९०९, रविवार पेठ, पुणे - ४११ ००२

मुखपृष्ठ
कैवल्य राम मशीदकर

पक्षी जाय दिगंतरा / Pakshi Jay Digantara

अनुक्रम

॥ १ ॥

पक्षी जाय दिगंतरा

सूर्य आता पश्चिम क्षितिजाला पाऊल टेकवून उभा होता. हळूहळू ते पाऊलही क्षितिजाआड होऊ लागलं होतं. संध्याकाळी पंचवीस अंशांवर असणारा सूर्य भराभर पुढची वाटचाल करतो. दिवसभराच्या वाटचालीनंतर घरी पोचायची घाई व्हावी, तसा तो शेवटच्या काही घटका लगबग करतो.

त्याचं सोनेरी ऊन समोरच्या तळ्यात डुबक्या मारत होतं. लखलखत होतं. तळ्याच्या पाण्यात मध्येच एक सोनेरी पट्टा लाटांवर उसळत होता. सूर्य आणि सूर्याचं प्रतिबिंब असे दोन सूर्य असावेत की काय, वाटत होतं.

ते सगळे आता परतत होते. दिवसभर सर्वजण कुठं कुठं भराऱ्या घेत फिरत होते. दाणापाणी टिपत होते. पण सूर्य उतरणीला लागला, की त्यांना आपल्या घरट्यांकडे जायची ओढ वाटायची. तळ्याच्या बाजूच्या निलगिरीच्या बनात त्यांची वस्ती होती. त्यांचे थवेच्या थवे मग परत निघायचे. एकजण दिशा दाखवायला, नेतृत्व करायला पुढं असायचा. मागं दोघं, त्यांच्या मागं तिघं, अशी ती माळच तयार व्हायची. त्या मांडणीतील शिस्त कमी न करता ते उडत रहायचे. संध्याकाळचं ऊन आपल्या शुभ्र पंखांवर घेऊन रुबाबदारपणे वळणं घ्यायचे. वळण घेताना वळले, की त्यांचे पंख झगमगून जायचे. ते पंख सोन्याचेच घडलेत की काय, असं वाटून जायचं.

त्यांच्या नेहमीच्या शिरस्त्याप्रमाणे ते तळ्याच्या काठाशी उतरले. सगळे काहीतरी बोलत होते. त्यांच्या पक्षिणी घरट्यांकडे लवकर चलण्यासाठी कलरव करत होत्या. घरट्यांत त्यांची पिल्लं वाट पाहत होती. अखेर न राहवून एखादी पक्षिणी उडून निघून जात होती. दिवसभर दिशादिशांना भराऱ्या मारल्यानं त्यांना भूक लागली होती. पायाजवळून एखादा मासा सुळकन जाऊ पाहायचा, की तो ते टिपत होते. एखादा मासा त्यांच्या तावडीतून निसटूनही जायचा. मग पुन्हा स्तब्ध

होत. दबा धरून माशांची वाट पाहणं सुरू व्हायचं. काही काळ हे चाललं. सूर्य क्षितिजापार गेला. सावळ्या क्षितिजाच्या पार्श्वभूमीवर पांढरी कमळं उमलावीत तसे ते सर्व बगळे दिसत होते.

त्यातला एक बगळा क्षितिजाकडे पाहत होता आणि क्षितिजाकडे पाहता पाहता त्यानं उसासा सोडला.

''कितीदा त्या क्षितिजाच्या सांदीत जावंसं वाटलं. वाटलं- त्या सांदीत, जिथं सूर्य निघून जातो आणि दार बंद करून घेतो तिथं- आपलं घरटं असावं. पण अनेक वर्षं प्रयत्न करूनही ते मला जमलंच नाही; पण कधीतरी मी पोचेन तिथं.''

''ओऽऽसूर्य आणि पाणी आपली दैवतं आणि वायू आपला प्राण. सूर्यानं दिशा दिल्या. पाण्यानं आपल्याला खाद्य दिलं आणि वायूनं पंखात चैतन्य दिलं.''

''तू गप्प बैस. तू खूपच आव आणून बोलत असतोस.'' दुसरा त्याच्यावर डाफरला.

''आव आणून काय त्यात?'' त्यानंही चिडून म्हटलं.

''मग काय? जे साधं साधं आहे त्यालाच वेगळ्या शब्दांत सांगतोस आणि तत्त्वज्ञाचा आव आणतोस. दैवतं काय आणि काय काय बोलतोस. शेवटी मेल्यावर ही दैवतं वगैरे काही कामाला येत नाहीत.''

आता तो पहिला बगळा गंभीर होऊन त्या दोघांच्या भांडणात पडला.

''भांडू नका. जे आपल्या ज्ञानेंद्रियांपलीकडचं आहे, त्या बाबतीत भांडून उपयोग नाही. आपण ते आकलन करायला तोकडे पडतो एवढंच. मला मात्र निश्चित वाटतं, की आपल्या मृत्यूनंतर आपले प्राण हा वायू घेऊन जातो. त्या क्षितिजाच्या दारापलीकडे आणि तिथून पुन्हा वळसा घालून जेव्हा नवीन सूर्य येतो, तेव्हा पुन्हा आपल्याला नवीन शरीर मिळतं. मला त्या क्षितिजापलीकडे काय आहे ते जाणून घ्यायचंय. हा तेजस्वी सूर्य तिथं जाऊन आकाश आणि पृथ्वीचं मिळून असलेलं दार बंद करून पुढे काय करतो, हे जाणून घ्यायचंय.''

त्याचं बोलणं दोघांनाही पटलं.

''आपल्या सूर्याला जे सामावून घेतं, अशा घरट्याला माझा प्रणाम.'' काहीतरी गूढ आहे हे मानणाऱ्या बगळ्यानं आपले पंख जुळवले. त्याच्याशी भांडणारा दुसरा मात्र क्षणभर त्याच्याकडे रागानं पाहत राहिला.

''हे बघ, प्रत्येक वेळी प्रणाम वगैरे करत राहू नकोस. मला आपल्या या अनुभवी व्यक्तीचं बोलणं कळू शकतं. पण तुझं हे सारखं शक्तींना प्रणाम करणं पटत नाही. तो म्हणतो त्यात तथ्य आहे. एकदा या सूर्याचं आणि त्या क्षितिजाचं सत्य काय आहे, हे जाणून घ्यायलाच हवं. तरच आपल्याला सूर्याचं रहस्यही

कळेल. कुणी म्हणतं, त्या क्षितिजापलीकडे अनेक सूर्य आहेत. एक अस्तंगत झाला की दुसरा बाहेर पडतो; तर कुणी म्हणतं; की एकच सूर्य आहे आणि तोच रात्री विश्रांती घेतो आणि सकाळी परत उगवतो. पण विश्रांती घेतो म्हणावं तर इकडे तळ्याच्या पाण्याच्या दिशेनं मावळलेला सूर्य पुन्हा उलट दिशेनं कसा उगवतो? म्हणजे अंधारात तो आपली किरणं आवरून घेऊन आपण सगळे झोपलो असताना गुपचूप पुन्हा दुसऱ्या दिशेला जातो की काय कुणास ठाऊक? तुला काय वाटतं? तुझे विचार निसर्गशक्तीला स्वीकारणारे असतात, म्हणून तुला विचारावं वाटतं.'' त्यानं पहिल्या बगळ्याला म्हटलं.

''हे निसर्गशक्तीचं गूढ कसं उकलणार? ते गूढ उकलायला त्या सूर्याच्या उगवण्याच्या किंवा मावळण्याच्या स्थानापर्यंत तरी जावं लागेल. आजकाल माझ्याही मनात ते विचार येतात. आपलं घरटं सोडावं आणि या पंखांच्या शक्तीनिशी तिथवर पोचावं. उडत राहणं हा पंखांचा स्वभावधर्म आहे.''

''पंखांना माझा प्रणाम'' तो सश्रद्ध बगळा बोलून गेला आणि त्यानं चपापून तिसऱ्या बगळ्याकडे पाहिलं. आता आपल्या प्रणामाला उद्देशून हा काही बोलणार, असं त्याला वाटलं.

पण तो आणि पहिला बगळा सूर्य गेला त्या दिशेकडे पाहतच हरवून गेले होते. त्यानं सुटकेचा नि:श्वास सोडला.

तिसरा भानावर आला.

''मलाही तुमच्यासारखं वाटतं. एकदा हे रहस्य उकलायलाच हवं. आपणही जावं का त्या प्रवासाला?''

''त्या प्रवासाला?'' पहिला बगळा त्याच्याकडे पाहत म्हणाला.

''तो प्रवास कसा असतो, याच्या वदंता तू आपल्या पूर्वजांकडून ऐकल्या आहेस ना? आपले अनेक पूर्वज त्या शोधासाठी गेले; पण परत आले नाहीत.''

आता न राहवून दुसरा सश्रद्ध बगळा बोलून गेला, ''हो. ते शोध घेता घेता त्या सूर्याच्या घरट्यात गेले आणि खूपदा सूर्य थकल्यावर तेच ढगाचं आवरण घेऊन सूर्यासारखे उगवत येतात. म्हणून तेव्हा उजेड कमी असतो. त्यांच्या पंखांत सामावलेलं पाणी तेव्हाच पृथ्वीवर पडतं. लहानपणी माझी आई सांगायची.''

आता तो दुसरा बगळा त्याच्यावर चिडला.

''तू काहीएक बोलू नकोस. एकदा प्राण सोडल्यावर ते पंख, पाणी पिणारी चोच सगळं काही इथंच नष्ट होतं, हे आपण पाहिलं आहे ना? मग कुठले पंख आणि कुठलं पाणी? काहीतरी बोलत असतोस.''

''काही का असेना, पण एकदा तो प्रवास केलाच पाहिजे. सत्य काय ते

उकललं पाहिजे.'' पहिला बगळा शांतपणे म्हणाला.

''आपल्या पूर्वजांपैकी अनेक जणांनी तिथपर्यंत जायचा प्रयत्न केला आहे; पण त्यातून परत कुणी आलं नाही. कदाचित गेलो तर आपणही परत येणार नाही.''

''कदाचित खूप दूरवर गेल्यानं त्यांनी नवीन घरटी, नवीन झाडं, नवीन तलाव शोधले असतील.'' अश्रद्ध बगळा बोलून गेला,

''हो. ती एक शक्यता आहे.''

आता न राहवून दुसरा बगळा बोलून गेला.

''दुसरं घरटं, दुसरं तळं? छे, कसं काय शक्य आहे? मी तरी बुवा दुसऱ्या घरट्याबिरट्याची कल्पनाही करू शकत नाही. म्हणून मला आई म्हणायची तेच खरं वाटतंय. ते सर्व बगळे सूर्य झाले. म्हणूनच वर्षातले काही महिने सूर्य निस्तेज असतो. आणि त्यांच्या पंखांतून...''

तो अश्रद्ध बगळा त्याच्यावर आता मात्र चिडला.

''पुरे कर तुझ्या त्या भाकडकथा.''

''अरे, पण असं कुणी काय आपली घरटी विसरू शकेल का? घरट्यातली आपली पिल्लं, आपलं हे सुंदर तळं विसरू शकेल?''

''तू जीवनाकडे फार सश्रद्धपणे पाहतोस, म्हणून तुला असं वाटतं. कितीतरी बगळ्यांना मी तळ्याशी, घरट्याशी व्यभिचार करताना पाहिलं आहे.''

''ते बगळे आणि आपले पूर्वज ह्यांच्यात काही फरक आहे की नाही? कुठं आपले पूर्वज!''

''हो, ते आपल्या आधी जन्मले होते एवढंच. बाकी बगळ्या बगळ्यांत काही फरक नसतो. त्यांचीही अशीच घरटी होती. त्यांच्याही अशाच माद्या होत्या. तेही आपल्यासारखेच आपल्या मादीशी...''

''तुला बोलवतं तरी कसं हे?''

''पूर्वज म्हणजे कुणी आपल्यापेक्षा वेगळे नव्हते, हे सांगायचंय मला. त्यांचा अपमान करत नाहीये मी.''

''मला तुझं बोलणं आवडत नाही. फार कोरडं बोलतोस तू आपल्या पूर्वजांबद्दल.''

आता मात्र पहिला बगळा मध्ये पडला.

''तुम्ही भांडू नका बरं. जीवनाकडे बघण्याचे आपले आपले दृष्टिकोन असतात. आपल्या समजुती असतात आणि त्या सर्वच खऱ्या असतात. एक मात्र खरं, सर्व समजुती, श्रद्धांपलीकडे जीवन उभं असतं. आपली अंतिम श्रद्धा असते

जीवन जगण्याची श्रद्धा व ते मात्र आपल्या लक्षात येत नाही. त्या श्रद्धेपुढं इतर श्रद्धा प्रसंगी तोकड्या पडू शकतात. वेळ आली तर बगळा दुसरं घरटंही करू शकतो. तळ्याशी व्यभिचार करू शकतो.''

पहिल्याचं बोलणं ऐकून दुसरा बगळा विचारात पडला. आत्मगुंजन केल्यासारखा बोलू लागला.

''तू असं म्हणतोस खरं; पण या श्रद्धांसाठी मी माझा जीव द्यायलाही तयार आहे.''

''कारण, तू श्रद्धांना जीवनाची परिभाषा समजू लागला आहेस. जीवन आणि श्रद्धा वेगवेगळ्या असतात.''

आता तो दुसरा बगळा अट्टहासी झाला.

''तुमच्यासाठी असेल कदाचित; पण माझ्यासाठी नाही आणि आपण जो प्रवास करणार आहोत, त्यातून हे सिद्ध होणार आहे.'' तिसरा अश्रद्ध बगळा ताडकन उठला.

''काही नाही. आपल्या प्रवासातून या सर्व भाकडकथा आहेत हे सिद्ध होणार आहे.''

''पहिला बगळा शांतपणे म्हणाला, ''हा प्रवास आपण काही सिद्ध करायला किंवा खोटे ठरवायला करत नाहीये. आपल्याला नैसर्गिक सत्य जाणून घ्यायचं आहे.'' आणि त्याला किंचित हसू आलं.

''आपल्या अभिनिवेशातून प्रवास करणार हे निश्चित झालं; पण मला आश्चर्य वाटतंय, प्रवास एकच आहे, एकाच दिशेनं जाणारा आहे; पण प्रवासाचं तिघांचंही प्रयोजन फार वेगवेगळं आहे. असो, आपल्या कल्पनेलाही बुद्धीच्या, क्षमतेच्या मर्यादा असतात. तेव्हा एक लक्षात ठेवायचं, आपण प्रवास करायचा; पण एकमेकांच्या प्रयोजनांचा अनादर करायचा नाही. कारण कोणाचंही प्रयोजन सिद्ध होण्याचा संभव आहे आणि भांडणात आपली शक्ती व्यय करायची नाही. मान्य आहे?''

त्याचं बोलणं दुसऱ्या आणि तिसऱ्या बगळ्याला पटलं. दोघांनीही मान्य केलं.

तिघं प्रवासाला निघणार ही बातमी सगळ्या घरट्या घरट्यांत पसरली. सगळी घरटी थरारून उठली. रोमांचित झाली.

या तिघांची घरटी मात्र उदासली. त्यांच्या माद्या खिन्न झाल्या.

''आजपर्यंत कुणीही प्रवासातून परत आलं नाहीये. हे कसलं वेड उगाचच तुम्ही घेतलंच. त्या दोघांना जाऊ द्या. तुम्ही नका जाऊ. फारतर हव्या तेवढ्या

भराऱ्या मारा.'' प्रत्येकाची मादी त्याला समजावत होती.

पण तिघांनीही थंडपणे, निश्चयानं त्यांना सांगितलं. ''आमचं प्रयाण ठरलं आहे. आम्ही जाणारच.''

''पण आता पुढचा प्रजननाचा ऋतू येईल, तेव्हा आम्ही काय करायचं? आम्ही तर निसर्गाशी बांधल्या गेल्या आहोत.'' पहिल्या बगळ्यानं या प्रश्नावर आपल्या मादीकडे शांतपणे पाहिलं.

''हे बघ, निसर्गापलीकडे कुणीही जाऊ शकणार नाही. त्याला तू तरी अपवाद कशी ठरशील? तू तुझा प्रजननाचा हक्क सोडू नकोस. इथला एखादा बगळा तुला मदत करेल त्या बाबतीत.'' तो म्हणाला.

दुसरा सश्रद्ध बगळा आपल्या मादीच्या या प्रश्नामुळे अस्वस्थ झाला.

''खरंच, तुझाही तो निसर्गधर्म आहे. प्रजनन होणं आवश्यक आहे; पण मी तरी काय करू? बघ. तुला वाटलं तर तू प्रजननाचा अट्टहास सोडून माझ्या आठवणीत जगू शकतेस आणि मला विश्वास आहे, तू तशी जगशील. आपल्या पूर्वजांपैकी अनेक माद्या अशा जगल्या आहेत.''

''मी काही आपल्या पूर्वजांपैकी श्रेष्ठबिष्ठ नाहीय.'' मादी फणकारून बोलली.

''पण आपण आदर्श घालायला हवेच ना? फक्त पूर्वजांनीच आदर्शांचा मक्ता घेतला होता, असं थोडंच आहे? आणि आपणही भविष्यात कुणाचे तरी पूर्वजच असू ना? तेव्हा ते आदर्श तू स्थापन कर.''

तिसरा अश्रद्ध बगळा मात्र मादीच्या या प्रश्नावर चिडून उतरला, ''तू मला भलतेसलते प्रश्न विचारून खोडा घालू नको. आजपर्यंत तू कुणा इतर बगळ्यांशी संग केलाच नाहीस का?''

''प्रजननाच्या काळात कधी चुकून घडलंही असेल तसं; पण या घरट्यात मी तुमच्याशी प्रामाणिक आहे.''

''सर्व प्रामाणिकपणांना अखेर मर्यादा असतात. त्या मर्यादा ओलांडल्या, की कुणीही प्रामाणिक नसतं. तू माझा विचार सोडून दे. मी परत आलो की वाटल्यास पुन्हा आपण एकत्र राहू. तू स्वतःला माझ्याशी बांधू पाहतेस; पण त्यामुळे मीही बांधला जातो. मला ते नकोय. तू माझ्याशी बांधून राहू नकोस.'' आपल्या मादीच्या आर्त डोळ्यांकडे पाहणं टाळून तो बोलून गेला.

काही बगळे त्यांचं आता परत येणं अशक्य आहे, असं बोलत होते.

काही बगळे त्यांच्या प्रस्थानाच्या कल्पनेनं भारून गेले.

आणि काहींच्या मनातली ठिणगी पेटली. सर्व बगळे त्यांच्याजवळ गेले. आपापल्या प्रतिक्रिया त्यांनी नोंदवल्या. कुणी परावृत्त करायचा प्रयत्न केला. कुणी

आदरानं पंख फडफडवत त्यांना प्रणाम केला.

काही मात्र त्यांच्याशी खालच्या आवाजात बोलू लागले.

"आम्हालाही तुमच्याबरोबर यावंसं वाटतंय. आम्ही येणार."

त्यांचे पंख स्फुरत होते.

"ठीक आहे. तुम्ही चला. पण जेव्हा अशक्य वाटेल, तेव्हा परतायची तयारी मात्र आपण ठेवायची."

"ठीक आहे."

त्या बरोबर चलणाऱ्यांच्या गर्दीत एक मादीही होती.

त्या मादीकडे पाहत पहिल्या बगळ्यानं विचारलं,

"तू पण येणार?"

"हो. मीही प्रयत्न करणार आहे."

"पण तुझी पिलं? तुझं प्रजनन?"

"मी ते विसरण्याचा प्रयत्न करेन."

"ठीक आहे. 'प्रयत्न करेन' या शब्दातच अनिश्चितता असते; पण ज्या क्षणी तुला तुझं प्रजनन महत्त्वाचं वाटेल, त्या क्षणी तू परतायचंय. उगाच अट्टहास करायचा नाहीस."

"हो. तुमचे शब्द मी लक्षात ठेवीन." ती निग्रहानं म्हणाली.

अखेर त्यांच्या प्रस्थानाचा दिवस उजाडला.

ते सर्वजण घरट्यांकडे पाहत होते. तलावाकडे पाहत होते. उगवत्या सूर्याकडे पाहत होते. आजूबाजूचा परिसर, त्या परिसराचा गंध स्मरणात ठेवत होते. सर्वांनी आपापल्या घरट्यांचा डोळा भरून निरोप घेतला.

आणि एका क्षणी तो थवाच्या थवा आभाळात झेपावला.

खालून पाहणाऱ्या बगळ्यांच्या डोळ्यांना त्यांचे दूर जाणारे पंख दिसत होते.

हळूहळू आकाश निर्पंख झालं.

अनेक घरटी उसासली.

तो थवाच्या थवा उडत होता. संथ, नियमित गतीनं. दूरवर प्रवास करताना संथ गती पंखांना हवी असते, हे ते जाणत होते. रात्री झाली की कुठंतरी एखाद्या झाडावर तो थवाच्या थवा उतरत होता. कुठंतरी जलाशयाजवळ थांबून आपलं जेवण आटोपणं आणि पुन्हा पूर्वदिशेला उडत राहणं, ही त्यांच्या सात-आठ दिवसांची दिनचर्या झाली होती.

एका संध्याकाळी मात्र पक्षिणीचा चेहरा झाकोळून आला. कितीतरी आठवणी आपले पंख पसरून तिच्या डोळ्यांत विसावू लागल्या. ती जड नि:श्वास सोडू लागली. तिची बेचैनी त्या पहिल्या बगळ्याच्या लक्षात आली.

"काय झालं?"

"खरं सांगू?"

"खरंच हवंय. कारण खऱ्याच्या शोधात आपण निघालो असताना मनातही कुठलं खोटं नको."

"ठीक आहे." तिनं आपले गोल गोल डोळे बंद केले. श्वास खोलवर घेतला. तिच्या मानेखालची पिसं त्यामुळे चांगलीच पिसारून आली. तिनं डोळे उघडले आणि सगळ्यांची दृष्टी टाळून ती आत्मगुंजन केल्यासारखी बोलू लागली.

"आपण आठ-दहा दिवस उडतो आहोत; पण केवळ उडत राहणं हे मला माझं सार्थक वाटत नाही. काहीतरी असलेलं किंवा नसलेलं मिळवण्यासाठी जवळचं आहे तो सोडून देणं, मला अनावश्यक वाटतं. चुकीचं, निदान माझ्या दृष्टीनं तरी वाटतं. या उडत राहण्यापेक्षा मला तळ्याकाठी जाऊन, मासे गळ्यात जमवून, नंतर ते भुकेलेल्या पिल्लांना भरवणं अधिक योग्य वाटतं. आनंददायी वाटतं. त्या वेळचा पिलांच्या डोळ्यांतला आनंद मला या प्रवासाहून अधिक खरा वाटतो."

कुणी काही तिला बोलू पाहणार, तोच पहिल्या बगळ्यानं त्याला डोळ्यानं दापलं.

"तिला बोलू दे. आयुष्यापासून दूर गेलं की, आयुष्याचे अर्थ लक्षात येऊ लागतात. तिला तिच्या आयुष्याचा अर्थ कळला आहे."

"हो, खरंय तुमचं. मला जाणवलं की निसर्गानं आपल्याला जे काही सोपवलं आहे, तेच काम अधिक आनंददायी असतं. म्हणून मी ठरवलंय की हा प्रवास इथंच थांबवावा आणि परतावं." तिनं आपला निर्णय स्पष्ट शब्दांत सांगितला. "मी उद्या सकाळी इथून परतेन. मला एवढ्या दुरूनही आपल्या प्रदेशाचा गंध जाणवतो आहे. तिकडून येणारे उष्ण वारे जाणवताहेत. माझ्या पिलांच्या कलकलाटाचे भासही मला होताहेत. मी परत गेलेलंच बरं!"

पहिला बगळा शांतसा हसला. त्यानं हलकेच आपला पंख तिच्या अंगावरून फिरवला.

"स्पष्ट बोललीस. बरं केलंस." एवढंच तो म्हणाला.

दुसऱ्या दिवशीची सकाळ. सर्वजण आपले पंख मोकळे करत होते.

ती पक्षिणी त्यांच्याकडे पाहत होती. डोळे भरून पहिला बगळा तिच्याजवळ आला.

''निघतो आम्ही, तू परत जा. जपून जा.''

''हो, परतीची वाट सोपी असते. कारण ती निश्चित असते. मला भीती वाटणार नाही. पण तुम्ही... तुम्ही सर्व जपून जा. तुम्हाला ज्याचा शोध हवा आहे, ते मिळो. मी शोधाला निघाले खरी; पण जे शोधायचं आहे ते माझ्या आसपासच आहे, हे मला कळालं आणि माझा शोध संपला. मी मध्येच प्रवास सोडला याची लज्जा मला वाटते खरी; पण उगाचच जिद्द काही कामाची नसते. त्या जिद्दीमागे काही प्रयोजन लागतं. माझं प्रयोजन माझं घरटंच आहे.''

सगळ्यांनी तिचा निरोप घेतला. ते आकाशात भरारत निघून गेले. मग तिनंही त्या दिशेनं पाठ फिरवली आणि आकाशात आपल्या घरट्याच्या दिशेनं झेप घेतली.

आणखी दहा दिवस गेले.

आणि इतर बगळ्यांची अस्वस्थता पहिल्या बगळ्याच्या लक्षात आली. हवेच्या प्रवाहावर आपले पंख संथ ठेवायचे असतात, हे ते विसरले. ते हवेच्या प्रवाहातही जोरानं पंख फडफडवू लागले. ती त्यांची मानसिक अस्वस्थताच होती. पण बोलायचं कुणी, हे मात्र त्यांना कळेना.

अखेर पहिल्या बगळ्यानं एका संध्याकाळी त्यांना विचारलं,

''मी तुम्हाला काही विचारतो आहे. मला खरं उत्तर हवंय.''

सगळे बगळे त्याच्याकडे पाहू लागले.

''ती पक्षिणी निघून गेली. तिचं वात्सल्य प्रबळ ठरलं. वात्सल्य तिची शक्ती आहे आणि ते तिनं स्वीकारलं. मला आता तुमचं मन जाणून घ्यायचंय. तुम्ही अस्वस्थ झाला आहात. मी ते ओळखलं आहे. या प्रवासाची व्यर्थता तुम्हाला जाणवत असेल, तर तुम्ही परतू शकता.''

काहीजणांनी माना खाली घातल्या. ''यात लाज वाटण्यासारखं काही नाहीये. हा प्रवास आपण आपल्या मर्जीनं सुरू केला आहे आणि तो मर्जीनंच संपवायचा आहे. तुम्ही निर्णय घ्या.''

मग काहीजण धीटपणे विचारविनिमय करू लागले.

एकजण आपली पिसं झटकून बोलू लागला. ''आमच्या बोलण्यातून एक लक्षात आलं, ते म्हणजे आम्हाला कसलाही शोध वगैरे घ्यायचा नव्हता. केवळ एक रोमांचक अनुभव, म्हणून आम्ही या प्रवासाला निघालो होतो. आपण जेव्हा जमिनीवर असतो, तेव्हा उडणं हा आपला धर्म आहे, हे जाणवतं. पण एकदा

उडायला लागलं, की तेही कंटाळवाणंच होतं. त्यातही आम्हाला केवळ उडण्यासाठीच उडायचं होतं. त्यामुळे या प्रवासातलं व्यर्थत्व आम्हाला जाणवतंय. उडायचं, रात्री वस्तीला थांबायचं. पुन्हा सकाळी उडायचं, हे आमचं आयुष्य नसावं. आम्हाला आमच्या माद्यांची, घरट्यांची आठवण येते. ते तळंही केवढं सुंदर आहे आणि त्यात बुडत जाणारा सूर्य! असं दृश्य तर आम्हाला पाहायलाच मिळालं नाही. आता हा प्रवास आम्ही थांबवू इच्छितो. आम्ही एवढे दिवस उडत राहिलो. तेवढं उडण्याची आमची क्षमता आहे, हे एक समाधान आम्हाला मिळेल.''

''ठीक आहे. पण तुम्ही या प्रवासाला आलातच का?'' तिसऱ्या बगळ्यानं काहीसं चिडून विचारलं.

''काही गोष्टी अनुभूतीच्या असतात. प्रवास केल्यावरच त्यातलं व्यर्थत्व आमच्या लक्षात आलं ना! तुमची गोष्ट मात्र वेगळी आहे. तुम्ही काही शोधणार आहात. आम्हाला मात्र असा शोध घ्यायचा नाहीये. सूर्य एक आहे की अनेक, क्षितिजाच्या दारापलीकडे काय आहे, हे जाणून घेण्यानं आमच्या जगण्यात काय फरक पडणार आहे? या प्रवासामुळे आम्हाला घरट्याच्या उबेची, जमिनीवरच्या आपल्या बांधीलकीची मात्र जाणीव झाली. कितीही आकाशात उडालो, तरी पृथ्वीची कूस आम्हाला जवळ घेते, तेव्हा केवढं सुख मिळतं. आधी आम्हाला आकाश हे आमचं ध्येय वाटायचं; पण आता मात्र पृथ्वीच्या आकर्षणानं बांधील केलं आहे. आम्ही सर्वच परत जाऊ इच्छितो.''

त्यांचं बोलणं तिथंच थांबलं. रात्री सर्वच बगळे निद्रिस्त झाले. अनेकांच्या डोळ्यांपुढे त्यांची घरटी, झाडं, तलाव येत होता. सर्वांनाच कधी एकदा रात्र संपते आणि परत जाऊ, असं झालं होतं.

सकाळी सर्व ताजेतवाने झाले. ते बाकीचे सर्वच परत जायचं म्हणून उत्साहात होते. ते तो परिसर पाहत होते. त्या परिसराचं वर्णन त्यांना आपल्या माद्यांना, पिलांना रंगवून सांगायचं होतं.

तिघांचा निरोप घेऊन तेही विरुद्ध दिशेनं झेपावले.

आता या तिघांचा प्रवास सुरू झाला.

तिसरा बगळा काहीसा तिरस्कारानं बोलत होता, ''मूर्ख आहेत ते सर्व! कुवत नव्हती तर यायचं कशाला? असं सहल केल्यासारखं येण्यानं विश्वाची रहस्यं थोडीच माहिती होतात?''

''या अनाकलनीय विश्वाला मी प्रणाम करतो.''

''चूप रे! लागला का तू पुन्हा प्रणाम करायला? उठसूट प्रणाम! हं! जे अनाकलनीय आहे ते आकलनीय करणार आहोत आपण. ते रहस्य सुटणार आहे.

कसा असेल तो प्रदेश, जिथं सर्व रहस्यं आपल्याला कळतील?''

आता पहिला बगळा त्याला शांतपणे म्हणाला, ''आपल्याला अजून खूप प्रवास करायचा आहे. मध्ये एक समुद्र पार करायचा आहे. त्या समुद्रातल्या बेटावर ते रहस्य कळेल.''

तिघं उडत होते. थकत होते, तरी झेपावत होते. आता ते समुद्रावरून जात होते. थकले तर पाण्याच्या लाटांवर स्वत:ला झोकून देत होते. पुन्हा पाण्यातून बाहेर पडत होते.

इथं खाण्याची मात्र रेलचेल होती. जिकडं पाहावं तिकडं पाणीच पाणी!

''मला तर हे पाणीच सत्य वाटू लागलं आहे.'' तिसरा बगळा म्हणाला.

''आपण जो क्षण जगतो तो सत्य मानला, की सर्व सत्य वाटू लागतं. जमिनीवरचा क्षणही सत्य आणि पाण्यावरचा क्षणही!''पहिला बगळा म्हणाला.

''मला तुझ्या संतुलित वृत्तीचं आश्चर्य वाटतं.''

''खरंय, मलाही.'' दुसरा बगळा म्हणाला.

''चला, कुठंतरी आपलं एकमत झालं म्हणायचं!''

आता दूरवर पाण्यात एक काळसर ठिपका दिसू लागला. त्या काळसर ठिपक्याच्या कडेनं एखादी झालर असावी तसं पांढरं फेसाळ पाणी उठून दिसत होतं. उघडच होतं, की तो ठिपका म्हणजे एक बेट होतं. आजूबाजूला समुद्राच्या लाटा त्या बेटावर येऊन धडकत होत्या. परतत होत्या. समोर बेट दिसलं आणि त्यांची उडण्याची गती वाढली. तिघंही आतूर झाले होते आणि त्याच वेळी त्यांच्या लक्षात आलं, की आपण खूप थकलो आहोत. आपल्या पंखांचे स्नायू आता अगदी ताठरले आहेत. छातीचा भाता जोरानं चालतो आहे. एवढं उड्डाण आपण कधीच केलं नव्हतं आणि आयुष्यात पुन्हा करूही शकणार नाही.

''मी थकलोय.'' दुसरा बगळा दोघांना उद्देशून म्हणाला.

''मीही थकलोय. काही सिद्ध करण्यासाठी जिवाचा किती आटापिटा करावा लागतो नाही?''

पहिला बगळाही आता लांब लांब श्वास घेऊ पाहत होता. हृदयगती नियंत्रणात आणण्याचा प्रयत्न करत होता.

''निवास समोर दिसला, की प्रवासी थकतोच. आपल्याला बेट दिसलं नसतं, तर आपण आणखीन दोन दिवस उडत राहिलो असतो; पण आता मात्र दोन पंख मारायला नको वाटताहेत. मला वाटतं, खरी शक्ती पंखांऐवजी मनामध्येच असते.'' पहिला म्हणाला.

आता ते बेट अगदी जवळ दिसू लागलं. तिघंही जीव तोडून उडत होते.

अखेर एकदाचे ते बेटावर पोचले. नेहमीप्रमाणे आकाशभर एक गिरकी घेऊन मग जमिनीवर उतरायचं भानही त्यांना राहिलं नाही. ते सरळ आले आणि पाण्याच्या काठाशी वाळूवर विसावले. इतका वेळ सतत फडफडणारे पंख एकदाचे श्रांतसे स्थिरावले. आपल्याला खूप भूक लागली आहे; पण आता एका पायावर पाण्यात उभं राहण्याचं त्राणही आपल्यात नाही, हे ते जाणत होते.

एवढ्यात लाटांमध्येच त्यांना हालचाल जाणवली. अगदी किनाऱ्यापर्यंत निर्भय मासे येत होते.

"बघ, परमेश्वर दयाळू आहे. त्यानं आपल्यासाठी माशांना किनाऱ्यालगत पाठवलं." सश्रद्ध बगळा म्हणाला.

"त्यात परमेश्वराचा दयाळूपणा काय आहे? जो परमेश्वर आपल्यासाठी दयाळू आहे, तो माशांसाठी निष्ठूर आहे, असं म्हणायला हवं. कारण ते आता मरण्यासाठीच या किनाऱ्याजवळ येत आहेत.

त्राण नसतानाही ते भांडायचा प्रयत्न करत होते.

"माशांचा परमेश्वर वेगळा, आपला परमेश्वर वेगळा!"

"परमेश्वर असा वेगवेगळा असतो, हे सिद्ध व्हायचंय. आधी परमेश्वर तरी दिसू दे." अश्रद्ध बगळा तडकून बोलला.

"तुम्ही दोघंही शांत व्हा. हे मासे असे किनाऱ्याशी येतात, याचा अर्थ आजवर त्यांच्यासाठी धोकादायक असं कुणीही इथं नव्हतं, हेच सिद्ध होतं. आता आपण आलोत. एकदा त्यांच्या लक्षात आलं, किनाऱ्याजवळ जीवनाला धोका असू शकतो, की ते किनाऱ्याजवळ त्या क्षणापासून येणार नाहीत आणि ज्या वेळी खूप भूक लागलेली असते, त्या वेळी भांडण न करता, वादविवादात आपली शक्ती खर्च न करता, भूक भागवण्याचा प्रयत्न करायचा असतो." पहिला बगळा हळूहळू पाण्याच्या दिशेनं जात म्हणाला. त्याच्या चोचीत सोनेरी शरीराची क्षणमात्र तडफड झाली. दुसऱ्या क्षणी तो मासा त्याच्या पोटात गेला.

त्या दोघांनाही किंचित हसू आलं. आपण वेड्यासारखे भांडत बसलो, हे त्यांना त्या हसण्यातून व्यक्त करायचं असावं. त्यांनीही मग पहिल्याचं अनुकरण केलं.

"जे बगळे पाप करतात, न उडता घरट्यात बसून राहतात, ज्या माद्या प्रजनन करत नाहीत, ते सर्व पुढच्या जन्मी मासे होतात." तो सश्रद्ध बगळा म्हणाला.

"काहीतरी बडबडू नकोस. आपली संख्या माशांच्या संख्येच्या मानाने कितीतरी कमी आहे. एवढ्या मोठ्या समुद्रात किती लक्षावधी मासे आहेत, ते तू

पाहिलंस ना?''

"हो. म्हणूनच मला ते पटतंय. आपली संख्या पापं केल्यानं कमी झाली आणि माशांच्या रूपानं वाढली. फार पूर्वी हे सर्व विश्व निव्वळ बगळ्यांनीच व्यापलेलं होतं.''

"हो का? मग ते खायचे काय? कारण त्या वेळी मासे कमी होते हा तुझा म्हणण्याचा दुसरा अर्थ होतो.''

"तू प्रत्येक वेळी माझ्या श्रद्धांना चोची मारू नकोस.''

"चला, भरल्या पोटी तुम्ही भांडायला मोकळे झालात तर! मग असं वाटतं, की निसर्गात प्रत्येकाचं अस्तित्व आधीपासूनच होतं. कुणी कुणाला खायचं, हे निसर्गानंच ठरवलं आहे. आपण मासे खातो. पण या तीक्ष्ण चोचीनं इतर प्राण्यांवर हल्ला करून त्यांना खात नाही. प्रत्येक प्राण्याचं भक्ष्य ठरलेलं आहे. जगण्याची पद्धत ठरलेली आहे.'' पहिला बगळा म्हणाला.

थकवा आणि भूक यांतून आता ते बाहेर येत होते. हळूहळू आजूबाजूला पाहत होते. अजून आपल्याला कुठल्या दिशेनं जायचं? किती जायचं? याचा विचार करता करता आणि अदमास घेता घेता पहिला बगळा उत्तेजित झाला. तो एक एक खूण निरखत होता. दूरवर दिसणारी डोंगरांची शिखरं आणि त्यांतल्या एका डोंगराचा आकार अगदी पंख पसरल्यासारखा, आजूबाजूची नारळाची उंच उंच झाडं...

त्याला त्याच्या पूर्वजांकडून त्याच्या पिढीपर्यंत चालत आलेल्या सर्व पारंपरिक कथा आठवल्या. त्यांतली वर्णनं आठवली आणि त्याच्या लक्षात आलं, जे वर्णन आपल्या पूर्वजांनी मुक्तिस्थानाचं केलं होतं, अंतिम गंतव्याचं केलं होतं, तिथंच आपण येऊन पोचलो आहोत. तो पंख पसरलेल्या पक्ष्यासारखा प्रचंड डोंगर त्यांचं स्वागत करत होता. त्याच्या चोचीतून आनंदानं शीळ निघाली.

तो एवढा स्थितप्रज्ञ होता, की त्याला एवढं उत्तेजित झालेलं कुणीच पाहिलं नव्हतं. त्यामुळे उरलेले दोघंही चमकले.

"काय झालं? आज तू चक्क शीळ वाजवलीस!''

"अरे, या सर्व खुणा पाहा आणि आपल्या पूर्वजांच्या गोष्टी आठवा. त्या मुक्तिस्थानापर्यंत आपण येऊन पोचलो आहोत. बघ, तो पक्षिप्राय पाषाण, ती झाडं. ती शिखरं. आठवा.'' किती बोलू किती नको, असं तो बोलत होता.

"खरंच की!'' तो दुसरा सश्रद्धपणे म्हणाला. त्याचे डोळे एकदम फिरल्यासारखे अर्धोन्मीलित झाले.

"परमेश्वरा, तू धन्य आहेस. अखेर आमच्या मुक्तिस्थानी तू आम्हाला

पोचवलंस.'' तो अत्यंत श्रद्धेनं म्हणाला.

"अरे, पण इथं आलो म्हणजे आपल्याला काय मिळालं आहे? नुसतं इथं आल्यानं आपल्याला कसली जाण येणार आहे आणि कसली मुक्ती मिळणार आहे? तुझ्या आणि माझ्या मनाच्या संवेदनात, मनाच्या स्वीकारार्हतेत आणि प्रतिक्रियेत असा कोणता फरक पडला आहे? आपण तर जसेच्या तसेच आहोत. मला अजूनही माझं घरटं आठवतंय. संध्याकाळची कलकल आठवते आहे. ही मुक्ती नसते.'' तिसऱ्या बगळ्यानं चिडून म्हटलं.

"आपल्याला शोध घ्यावा लागेल. मुक्ती अशी भौतिकात थोडीच दिसते? कुणीतरी इथं चराचराचं सत्य सांगणारं असणारच. चला, आपण शोध घेऊ या.'' त्यांनी आता पुन्हा उंच भरारी घेतली आणि उंचावर गेल्यावर त्या पक्षिप्राय पाषाणावर एक इवलासा ठिपका त्यांना दिसला. तो पांढरा ठिपका मध्ये हलला. त्यांनी ओळखलं, या निर्पक्ष बेटावर कुणीतरी बगळाच त्या उंच डोंगरावर बसलेला आहे.

ते त्या दिशेनं झेपावले.

ते त्या बगळ्याजवळ आले. त्याच्या चर्येवरून त्याचं वय बरंच वाटत होतं. त्याच्या पांढऱ्या पंखांवरची चमक अगदी कमी झाली होती. त्याच्या काळ्याभोर बुबुळांभोवती एक भुरकट पांढरी कड तयार झाली होती.

सर्वांनी आपले पंख उंचावून त्या बगळ्याला प्रणाम केला.

त्यानं त्या प्रणामाला प्रतिसाद द्यायला आपले पंख उचलू पाहिले; पण ते अशक्य ठरलं. मग आपल्या चोचीतूनच कंठोद्गार काढल्यासारखा तो बोलला,

"स्वागत! तुम्ही ज्या उत्साहानं, जोषानं आणि उत्सुकतेनं इथं आलात, त्या सर्वांचं स्वागत!''

आता या तिघांचीही उत्सुकता ओसंडून वाहू लागली.

"तुम्ही इथं कधी आलात?'' पहिल्या बगळ्यानं विचारलं.

"या एकाकी बेटावर मी ते वर्षांचे, दिवसांचे हिशेब विसरलो आहे.''

"या पलीकडेही दूरवर आणखी काही आहे?''

"आपल्या क्षमतेच्या पुढं कितीही काही असलं, तरी त्याचा उपयोग नसतो.'' तो बगळा ना क्षितिजाकडे पाहत होता ना आकाशाकडे. या तिघांही बगळ्यांच्या उल्हसित डोळ्यांकडेही त्याला बघवत नव्हतं. कुठलाही उन्मेष, कुठलाही प्रकाश सहन न झाल्यासारखा तो वारंवार डोळे मिटत होता.

आता पहिला बगळा थोडा शांत झाला.

"या बेटावर तुम्ही एकाकी कसे आहात? तुमच्यासोबत कुणी नाही?''

त्यानं विचारलं.

वृद्ध बगळ्याची दृष्टी खूप आत आत खोलवरच्या भूतकाळात गेली.

"इथं आम्ही काहीजण आलो होतो. तुमच्याचसारखे. कदाचित तुमच्याच प्रदेशातून. अखेर मीच उरलो."

"मग आम्हाला काही सत्यं जाणून घ्यायची आहेत. सांगाल तुम्ही?"

"सांगायचा प्रयत्न करेन. विचार तरी!"

"हा सूर्य एकच आहे, की रोज वेगवेगळे सूर्य उगवतात?"

"हा सूर्य क्षितिजाच्या बंद दाराआड जातो?"

"आपले पूर्वज पावसाळ्यात सूर्य होऊन उगवतात? आणि पंखांतून पाणी टाकतात?"

एकेकजण आतुरतेनं विचारत होता.

सगळे शांत झाल्यावर उत्सुकतेनं बगळ्याकडे पाहू लागले.

"उडणं हा जीवनाचा उद्देश आहे की जमिनीशी स्थिरावणं?" पहिल्या बगळ्यानं विचारलं.

वृद्ध बगळ्यानं उसासा सोडला.

"का पुन्हा तेच प्रश्न प्रत्येक जिवाला छळत राहतात? आणि का या जिज्ञासेपोटी असला निष्फळ प्रवास घडतो? काय उत्तर देऊ तुमच्या प्रश्नांचं मी? हेच प्रश्न घेऊन मी आणि माझे सहकारी इथं आलो होतो. जिवापाड श्रम करून हे अंतर पार केलं. आज अनेक वर्षं मी इथं एकाकी राहिलो. पण मला माझ्याही प्रश्नांची उत्तरं मिळाली नाहीत. सूर्य एक असतो की अनेक आणि क्षितिजाचं बंद दार? हंऽऽ !हा निसर्ग आपल्याला जन्माला घालतो आणि कोडीही घालतो. समजा, मी सूर्य एक आहे असं तुम्हाला सांगितलं किंवा सूर्य अनेक आहेत असं सांगितलं, तर त्यामुळे आपल्यात काय फरक पडणार आहे? आपलं अस्तित्व एवढं नगण्य असतं, की ही असली मोठमोठी रहस्यं आपल्या बुद्धीपलीकडची असतात आणि उत्तरं मिळाली, तरी आपण त्यावर काहीही करू शकणार नसतो. सतत पुढं पुढं जाणारं क्षितिज शोधता शोधता एक स्तर जीवनाचा आणि दुसरा मरणाचा, अशा त्या क्षणाच्या पलीकडे मात्र आपण निघून जातो. घोटभर पाण्यानं आपलं पोट भरून जातं. ते आपण मेल्यानंतर पंखात पाणी घेऊन कसे वर्षाव करणार? निसर्ग अमर्याद आहे, अनाकलनीय आहे, हे मात्र आपल्या लक्षात येत नाही. आपण भराऱ्या घेतो आणि आपल्याला वाटतं, की आपण सर्व दिशा त्या भराऱ्यांनी बांधू शकतो; पण अनेक पक्षी, आपल्यापेक्षा मोठे, भराऱ्या घेता घेता उरी फुटून मेलेले मी या बेटावर पाहिले आहेत. जगण्याचे उद्देश! जगण्याचे उद्देश

काय, हे निसर्गानं जन्माला घातल्याक्षणी प्रत्येक जीवितमात्राला सांगितलेलं असतं. जीविताच्या वेगवेगळ्या क्षमता, मर्यादा असतात. आपल्यापेक्षा मोठ्या पक्षाच्या मोठ्या क्षमता. भूचरांच्या वेगळ्या क्षमता, जलचरांच्या वेगळ्या क्षमता. आपण दिवसा उडायचं, दाणे शोधायचे. वटवृक्षांची फळं खायची, संध्याकाळी एखाद्या नदीचा किनारा गाठायचा, मासे खायचे, मग घरट्यात जायचं. उद्याच्या प्रकाशाची वाट पाहत झोपायचं. ही निसर्गानं घालून दिलेली क्षमता आहे. मादीचं प्रेम, पिलांचं वात्सल्य ही आपली मिळकत आहे; पण ती क्षमता विसरून आपण काहीतरी वेगळी क्षमता शोधू पाहतो, जी आपल्यात नसतेच. ती शोधणं अशक्य असतं. व्यर्थ असतं. निसर्गानं दिलेले उद्देश आपण स्वीकारायचे असतात. तो आपला धर्म असतो. उद्या कुणी सांगितलं, की ते सुंदर सोनेरी मासे खाणं सोडून द्या, तर ते आपण सोडून देऊ शकू? धर्म, उद्देश हे अखेर आपल्या प्रकृतीशीच बांधलेले असतात; पण आपण ती प्रकृती विसरतो आणि नवा धर्म शोधायला निघतो आणि मिळतं काय? आपला प्राकृतिक धर्म आपण विसरतो.''

''म्हणजे?'' त्या तिघाही बगळ्यांनी एकदम विचारलं.

वृद्ध बगळा अगदी खिन्न झाला. त्यानं असहायपणे मान वर केली.

''हे बेट, केवढं मोकळं वाटतं! भोवताली समुद्रावर आकाश! पण हे बेट एक तुरुंगच आहे. कारण इथं आल्यावर अडकून पडतो आपण. हा अनुल्लंघनीय समुद्रच तुरुंगाची भिंत ठरतो. मग हळूहळू उडण्यातलं निरर्थकपण लक्षात येतं. हळूहळू आपण उडणं विसरतो. निसर्गानं दिलेली क्षमता निसर्ग परत घेतो.''

''काय म्हणता तुम्ही?'' एकानं धक्का बसून विचारलं. त्या वृद्ध बगळ्यानं मग मोठ्या कष्टानं आपला पंख हलवण्याचा विफल प्रयत्न केला.

''पाहिलंत? मी माझी पंखांची उडण्याची शक्तीच या तुरुंगात हरवून बसलो. ना मी चालू शकतो ना उडू शकतो. लाटांमुळे क्वचित एखादा मासा वर फेकला जातो. तेवढंच माझं अन्न. मी काय मिळवलं इथं येऊन? हा प्रश्न विचारला की मी अनेक नकार बाजूला सारत एक खोटं समाधान मनाशी बाळगतो, की मी माझ्या उडण्याच्या क्षमतेवर विजय मिळवला. त्या क्षमतेचं मी दमन केलं. क्षमतेला ठेचून टाकणं म्हणजे मानसिक विजय असतो, हे एक विकृत उत्तर स्वत:जवळ बाळगून मी त्यात समाधान मानतो. उडणं विसरणं हा उद्देश जीवनाचा निश्चितच नसतो; पण तो उद्देश मी ओढूनताणून स्वीकारला. शेवटच्या श्वासापर्यंत ते समाधान मी जवळ बाळगणार. नाहीतर मनाच्या उलघालीला मी सहन करू शकणार नाही. बस्. हे एवढंच आहे माझ्याजवळ सांगण्यासारखं. यापलीकडे काहीही नाही.''

तिघंही अवाक् झाले. त्यांचे पंख जड झाले. अंगातलं त्राण गेलं.

त्या सश्रद्ध बगळ्याला ते काहीच सहन झाले नाही. तिरीमिरीनं तो उठला.

"जीवनाजवळ काही उत्तर नसेल, तर मृत्यूजवळ काही उत्तर निश्चित असेल. आमची श्रद्धा एवढी पोकळ नसेल. मी मृत्यू स्वीकारतो आहे. उत्तर देणाऱ्या मृत्यूला प्रणाम." म्हणत कशाचाही विचार न करता, कुणाचाही निरोप न घेता त्यानं समोरच्या पाण्यात सूर मारला. पाण्यात आत लपलेल्या खडकावर तो आपटला असावा. रक्ताचं कारंजं वर पाण्यात उसळलं. पांढरी पिसं लाटांवर आली. त्याचं इवलंसं शरीर एका क्षणात होत्याचं नव्हतं झालं. अनेक मासे त्या जागी धावून आले.

सगळेच श्वास रोखून पाहत राहिले. एका क्षणात मृत्यूवर श्रद्धा ठेवून त्यानं मृत्यू स्वीकारला होता. तो अश्रद्ध बगळा अस्वस्थ झाला.

"मला या क्षणी मात्र त्याचा हेवा वाटतो आहे. त्याच्या श्रद्धेनं त्याला मृत्यूपर्यंत जाण्याचं बळ दिलं. किती श्रद्धेनं त्यानं स्वत:ला पाण्यात झोकून दिलं. मला अशी श्रद्धा ठेवता आली असती तर!" तो उसासून म्हणाला.

"प्रत्येक वेळी मी वाद घालायचो आणि मी जिंकायचो; पण या क्षणी त्यानं मला हरवलं आहे. मृत्यू श्रद्धेनं स्वीकारणाऱ्या त्याला माझा प्रणाम असो!" त्यानं आपले पंख फडफडवले.

"आता आपण काय करायचं?" अश्रद्ध बगळ्यानं पहिल्या बगळ्याला विचारलं.

"मी अजून ठरवू शकलो नाही."

"पण मी मात्र ठरवलं आहे." उतावीळपणे तो बगळा म्हणाला. "या क्षणी परतणार आहे आणि हे सर्व बगळ्यांना सांगणार आहे. त्या धूसर मोहमयी काल्पनिक असत्यामागं उगाचच सर्वांनी धावत जावं, हे मला थांबवायचं आहे. मी निघतो. तू विचार कर."

त्यानं आपल्या जड झालेल्या पंखांनी आकाशात घिरट्या मारल्या. तो परत निघाला.

तो वृद्ध बगळा पुन्हा उसासला.

"तो पोचणं अवघड आहे. काहीतरी शोधायचं ही उमेदच आपल्याला प्रवासाचं बळ देते. एवढा प्रवास करून तो थकला आहे आणि 'काही नाही' हे उत्तर घेऊन निराशेनंच तो जाणार. म्हणजे कदाचित समुद्रातच तो शक्तिहीन होऊन कोसळेल."

"कदाचित ती अश्रद्धा त्याला तिथपर्यंत पोचण्याचं बळ देईलही!"

"ती शक्यता फार कमी आहे. तसं पाहिलं तर अश्रद्धा नसतेच. कारण अश्रद्ध म्हणवणाऱ्यांचे जे विचार असतात, त्या विचारांवर त्यांची श्रद्धाच असते; पण हे त्यांच्या लक्षात येत नाही. त्यामुळे त्यांची अवस्था नेहमीच संभ्रमित असते. पण आता मीही ठरवतोय, की आता हे जीवन संपवायचं."

"काय?" धक्का बसून पहिल्या बगळ्यानं म्हटलं.

"उडण्याची क्षमता घालवणं म्हणजे मुक्ती, हे उत्तर मला आता पेलत नाहीये." तो जड पावलांनी हळूहळू त्या कड्याच्या टोकाशी जात म्हणाला, "मी आता माझं हे शरीर माशांना अर्पण करतो. त्यांचे माझ्यावर फार उपकार आहेत. आपलं बलिदान देऊन त्यांनी मला पोसलं आहे." आणि मध्येच तो बगळा थबकला.

"तू काय करणार?"

पहिला बगळा आता दृढपणे म्हणाला.

"मी इथंच थांबणार. कारण पुन्हा कुणीतरी प्रवासासाठी निघेल. कुणीतरी इथवर येईल. त्या त्यांच्या शोधाला उत्तरं द्यायला मी इथं थांबणं आवश्यक आहे. शोधाची जिद्द आणि भावना किती खरी असते, केवढी बळ देणारी असते, सर्वस्व सोडून द्यायलाही प्रवृत्त करणारी असते, हे मी जाणलंय. म्हणूनच हे नकारात्मक उत्तर का होईना, पण ते द्यायला मी इथं राहणं आवश्यक आहे, हे मला जाणवतंय."

वृद्ध बगळा मंदसा हसला. "तुला जीवन बरंच कळलंय. तुझ्या या एकाकीपणाला माझ्या शुभेच्छा! मी जातो." म्हणत त्यानं स्वत:ला समुद्रार्पण केलं.

दिगंताच्या अदृश्य भिंती सावरत तो बगळा तिथं बसून राहिला.

■

|| 2 ||

संध्याकाळचे क्षण

भार्गवनं आपली कार त्या हॉटेलच्या समोर थांबवली. स्मिता खाली उतरली. हॉटेल गावाबाहेर मोकळ्या ठिकाणी असल्याने वारा भन्नाट सुटला होता. ती आपले केस सावरत होती. भार्गवनं गाडी लॉक केली. मोकळ्या हवेत एक खोलवर श्वास घेतला. हवेसोबत हॉटेलमधला खाण्याचा गंधही त्याला जाणवला.

"वा! मस्त वास आला. आता ही मंडळी कधी येतात? आपण पाच मिनिटं आधीच आलो म्हणा!"

स्मिताचं त्याच्या बोलण्याकडे लक्ष नव्हतं. ती हॉटेलचं निरीक्षण करत होती. सुंदर बांधणी, किंचित काळपट काचा, त्यांतून दिसणारे मंद दिवे.

"किती छान हॉटेल आहे, भार्गव! आपण कधी इथे आलोच नाही."

"पंधरा दिवसांपूर्वी बिझनेस पार्टीसाठी मीही पहिल्यांदाच आलो होतो. जेवणही चांगलं आहे. तेव्हा म्हटलं, आजची पार्टी आपण इथे द्यावी."

"आज पार्टी कशाकरता देतोयस?"

"सहज. खूप दिवसांत आपला ग्रुप बाहेर गेलेला नाही. म्हणून पार्टीचं कारण शोधलं. बाकी आपल्याकडे पार्टीचं कारण काय निघणार? ना मुलांचे वाढदिवस, ना पास होणं..."

"भार्गव, इनफ! माझ्यापेक्षा तूच अधिक जाणतोस." स्मिता तिखट स्वरात म्हणाली. दोघंही एकमेकांकडे पाहत होते. दृष्टीतून ठिणग्या पडत नव्हत्या एवढंच. स्मिता मग एका झाडाकडे वळाली. त्या झाडाचं पान तोडून मोडू लागली. झाडाजवळ जाण्यापेक्षा तिला भार्गवपासून दूर जायचं होतं. भार्गवनं सिगरेट काढली आणि तो भसाभसा धूर काढू लागला. आपल्या मनातली अस्वस्थता त्या धुरातून त्याला बाहेर काढायची होती.

स्मिता काय करावं न कळून पुन: त्याच्याजवळ आली.

"अजून हे लोक कसे नाही आले कुणास ठाऊक? तो बॅरल तरी लवकर यायला हवा होता.'' तो स्वतःशीच मोठ्यानं बोलत होता.

"बॅरल?''

"उपाध्ये गं! एवढा पितोय तो सध्या!

"बॅरलच झालाय त्या पिण्यानं... ही इज लूझिंग सो मेनी थिंग्ज.''

"म्हणजे?''

त्यानं नुसतंच सहेतुक तिच्याकडे पाहिलं.

"हंऽऽ!'' तिनं समजल्याचा हुंकार काढला, "पण एवढं पिण्याची गरज काय त्याला? मुलं आहेत. चांगली शिकूनसवरून मार्गी लागली आहेत.''

"कुणास ठाऊक? पिणाऱ्याला काय, सवय लागली की पिण्यासाठी प्यायचं असतं. पण रेवतीचा काही विचार त्यानं करायला हवा.''

"रेवती?'' स्मिता फणकारून म्हणाली.

"का गं?''

"आय थिंक शी इज लूज इन कॅरेक्टर आणि किती ते मेंटेन करायचं कौतुक! नवरा सुटत चाललाय आणि ही पार्लर्स पालथी घालते. बॉडी मसाज काय न्...''

"तुला कसं माहिती?''

"भार्गव, तीच सांगत असते वर्णन करकरून, की मापं कशी मेंटेन केलीत तिनं ते!''

भार्गवच्या डोळ्यांपुढे रेवतीची आकृती आली. आपल्या बायकोचा मत्सर सार्थ आहे, हे त्याला जाणवलं. एकदा तिला जवळ घ्यावं, अशी ऊर्मी त्याला वाटून गेली. त्यानं रस्त्याकडे पाहिलं.

"अरे, उपाध्ये आलेला दिसतोय.'' उपाध्येची पांढरी गाडी एक झोकदार वळण घेऊन हॉटेलच्या बाजूला थांबली.

उपाध्ये आणि रेवती खाली उतरली.

"अरे, वाटच पाहत होतो आम्ही तुमची आणि ही बाकीची मंडळी कधी येताहेत कुणास ठाऊक?''

"येऊ दे रे त्यांना सावकाश. आपण आपलं सुरू करू.'' उपाध्ये काहीसा डुलतच म्हणाला.

स्मिता मात्र रेवतीचं निरीक्षण करत होती. अगदी भान विसरूनच. जांभळट रंगाकडे जाणाऱ्या निळ्या रंगाची साडी रेवतीनं नेसली होती. त्यावर स्लीव्हलेस. साडी सिफॉनची असल्याने अंगाला अगदी चिकटून बसली होती.

भार्गवही डोळे भरून तिच्याकडे पाहत होता. आपल्याकडे सगळे बघत असतात,

हे रेवतीला ठाऊक होतं. तिच्या चेहऱ्यावर अशा वेळी आत्मगौरवी हास्य असायचं.

"का गं स्मिता,... काय पाहतेस?"

"तुझी साडी गं... छान आहे!.."

"नुकतीच घेतली. सिफॉन आवडतं मला. छान अंगालगत बसतं."

"मी तर सिफॉनचा विचारच करू शकत नाही. फारच रोडच दिसेन."

"हं. काही काही ग्रोथ आफ्टरडिलिव्हरी होत असतात." स्मिता गप्प बसली. ह्यावर काय बोलावं तिला कळेना.

"अं, पण उपाध्ये मात्र फार सुटताहेत हं..." स्मितानं रेवतीवरचा राग उपाध्येवर काढला.

"हो. ते सर्वार्थानेच सुटलेले आहेत. त्यांच्या बाबतीत मी काही बोलत नाही." रेवतीनं हात उडवीत म्हटलं.

उपाध्ये आणि भार्गव पुढे चालले होते. संवाद असह्य होऊन स्मितानं घाईनं त्यांना गाठलं.

"कुठे बसू या?" भार्गवनं प्रश्न विचारला.

"मला वाटतं, आपण बाहेरच गार्डनमध्ये बसू या. छान वारं येतंय. बाजूला टेकडी..." उपाध्येनं सुचवलं.

"बसायचं बाहेरच?" भार्गवनं रेवतीकडे पाहत विचारलं.

"आय डोन्ट माइंड."

त्यांनी बागेतलं एका कॉर्नरचं टेबल निवडलं. तिथल्या वेटरला बोलावून आणखी एक टेबल त्याला जोडायला लावलं.

स्मिताचा चेहरा पार उतरला होता. आल्याआल्याच रेवतीनं तिला टोमणा मारला होता. नवऱ्यानंही कुठं बसायचं हे तिला सोडून रेवतीला विचारलं होतं. रेवती खुर्चीवर बसली. बाजूनं तिचं गोरं पोट, पाठ स्मिता पाहत होती.

"हिच्यात सेक्सअपील आहे, डेफिनेटली!" ती मनाशीच म्हणाली.

"सध्या काय खरेदी वगैरे?" रेवतीनं तिला विचारलं. आपण काही कटू बोललो, हे रेवतीच्या ध्यानीमनीही नव्हतं किंवा ती ते सफाईनं लपवत तरी असावी.

"ह्या वेळी मी भरपूर पुस्तकं खरेदी केली. पुस्तकांचं प्रदर्शन होतं. एवढी पुस्तकं! कोणती घ्यावी असं होऊन गेली अगदी." स्मिता आपलं वेगळेपण ठसवू पाहत होती.

"बरं आहे बाई, तुला वेळ मिळतो वाचायला." रेवतीचा मख्खपणा.

"तुला तरी काय काम असतं गं? मुलं तर बाहेरच असतात. तुम्ही दोघं तर आहात आता."

"अगं, मुलं बाहेर गेली तरी काही ना काही चालूच असतं. नारळाच्या वड्या पाठव, कुठे लाडू पाठव. फास्ट फूड सगळीकडे मिळतं. हे मात्र मिळत नाही. मग काय... आणायचे नारळ आणि खवायचे. अरे हो, परवा कशात तरी वाचलं गं स्मिता, खोबरं खवणं, पाट्यावर वाटणं हे असे व्यायाम हातांसाठी फार चांगले असतात. तू एक्झरसाइझ सुरू कर. छान दिसशील. फीचर्स किती छान आहेत तुझे!"

स्मिताला रेवतीवर रागवावं की काय ते कळेना. ती आपल्याला मूल नसल्याचे उल्लेखही चुकून, नकळत करते की मुद्दाम करते? रेवतीच्या मनाचा थांग लागत नाही हे खरं!

बट शी ऑलवेज वॉट्स हरसेल्फ ऑन टॉप.

"भार्गव, अजून शहा आणि पिल्ले आले नाहीत रे?" उपाध्येनं विचारलं.

"येतील. शहाचं तर तुला माहिती आहे. नवीन दुकान टाकलंय. तो आणि त्याची बायको त्या दुकानात आकंठ बुडालेले असतात आणि पिल्लेचं घर शहाच्या घराजवळ. दोघं मिळून येतील. पेट्रोलची बचत. हे बघ, शंभर वर्षं आयुष्य त्यांना!"

शहा, वर्षा, पिल्ले आणि कृष्णा चौघंही हॉटेलमध्ये आले. ते शोधतच होते, तोच भार्गवनं उठून हात हलवला.

वर्षाच्या पाठोपाठ तिचा आठ वर्षांचा मुलगाही आला होता.

"अशा पार्टीला मुलांना आणायचं म्हणजेऽऽ..." रेवती पुटपुटली. पण स्मिताचं आता रेवतीवरचं लक्ष उडालं. ती शहाच्या गोड गोबऱ्या मुलाकडे पाहत होती.

"हाय रोहन..." तो जवळ आला तशी ती जवळजवळ ओरडलीच.

रोहनही तिच्याकडे पाहून निरागस आनंदानं हसला.

"आँऽऽटीऽऽ!" तो धावत तिच्याजवळ आला. तिनं पटकन त्याचा पापा घेतला.

"तुझ्यासाठी काय आणलंय रोहन...बघ..." तिनं पर्समधून कॅडबरी काढून रोहनच्या हातात दिली. रोहनशी गप्पा मारण्यात ती इतरांना विसरूनही गेली.

भार्गवनं सगळ्यांचं स्वागत केलं.

"मस्त जागा शोधलीस यार..."

"ए मोटू... अब तू कंट्रोल कर... कितनी चरबी बढायेगा?" पिल्लेनं उपाध्येला म्हटलं.

उपाध्ये खांदे हलवत हसला. रेवतीनं रागानं त्याच्याकडे पाहिलं. ही त्याने नवीन लावून घेतलेली सवय. लठ्ठ माणसानं केल्यानं तो हास्यास्पद दिसू शकतो

ते ते उपाध्ये करत होता.

"पिल्ले... तू तेरा अल्सर सम्हाल, मैं मेरी चरबी."

"कसली आठवण दिलीस रे! हॉटेलमधला वास बेचैन करतोय आणि-"

"ए राघवन. ते काही नाही हं! कंट्रोलमध्येच खायचं. त्रास झाला की रात्रंदिवस निस्तरायचं मी. नो ड्रिंक्स!"

आता उपाध्ये उसळला.

"अरे, भार्गव अजून ड्रिंक्स नाही मागवले? ये गुस्ताखी कैसे?"

"उपाध्या, तू काय घरून पिऊन नाही आलास?"

"हो, आलोय खरा; पण ह्या सुंदर वातावरणात अंगूर की बेटी पास हो तो."

भार्गवनं नुसतंच रेवतीकडे पाहिलं रोखून. त्याला डोळ्यांनीच बोलायचं होतं- 'रेवतीसारखी बायको जवळ असल्यावर 'अंगूर की बेटी' कशाला हवीय?' रेवतीही भार्गवचे डोळे वाचू शकत होती.

"काय मागवायचं सांग... रम... विस्की?"

उपाध्येनं आपलं ड्रिंक सांगितलं.

"सगळ्यांसाठी तेच मागवू या..."

"ए भार्गव, माझ्यासाठी काही वेगळं मागव यार! एवढं स्ट्राँग ड्रिंक मला त्रासदायक होईल. जिन किंवा बियर." पिल्ले बोलतच होता, तोच कृष्णानं त्याला आपला हात पुढे करत थांबवलं.

"नाही. राघवन तू ड्रिंक घ्यायचं नाही. अल्सरचा अ‍ॅटॅक आला, की केवढा त्रास होतो तुला!"

"कृष्णा, एखाद्या वेळी ड्रिंक घेतलं तर काही..."

"नो! नॉट अ‍ॅट ऑल! भार्गव प्लीज, तू समजाव ह्याला. आतड्याची चाळणी करायचा विचार आहे ह्याचा. एवढंसं तिखट खाल्लं की ह्याला पेन सुरू होतं. घरी मी ह्याची केवढी पथ्यं सांभाळते." कृष्णाचं भाषण सुरू झालं. सगळेजण थोडा वेळ गप्पच झाले. मग भार्गवच हळूच म्हणाला,

"पिल्ले, जाऊ दे. नको घेऊस ड्रिंक्स. मी ह्या सगळ्यांसाठी सॉफ्ट ड्रिंक मागवतो. तूही ते घे..." भार्गवनं बायकांकडे निर्देश करत म्हटलं.

"अरे यार, क्या औरतों जैसा सॉफ्ट ड्रिंक पीना?"

"राऽघऽऽव!" कृष्णाचा दम.

"ओ. के. बाबा! चल, सॉफ्ट ड्रिंक तर सॉफ्ट ड्रिंक..." भार्गवनं वेटरला ऑर्डर दिली.

तेवढ्यात वर्षा स्मिताच्या कानाशी लागली.

"मला नं हे ड्रिंक्स घेणं आवडतच नाही ह्या लोकांचं. मुलांवर काय संस्कार होतात गं ह्याचे."

ते शब्द रेवतीनं ऐकले.

"वर्षा, खरंतर अशा पार्टीज्ना मुलांना आणूच नाही. ड्रिंक वगैरे तर इथे घेतलंच जातं ना?"

वर्षाचा चेहरा पडला.

"माझ्या घरी कुणी सांभाळणारं नाही म्हणून आणावं लागतं मला त्याला."

"अगं, असू दे वर्षा! रोहन आलेला मलाही आवडतो. त्याची कंपनी मला होते ना...! हो किनई रोहन?"

"हो आँटीऽ... " रोहननं आपली मान हलवत म्हटलं.

"ही इज अ स्मार्ट बॉय..." रेवती म्हणाली.

स्मितानं रेवतीकडे कटाक्ष टाकला. दुखवायचं आणि पुनः चुचकारायचं ही पद्धत दिसतेय ह्या बाईची. स्वतःच्या दिसण्याची एवढी गुर्मी का असावी माणसाला?

"भार्गव, बरं झालं तू आज पार्टी दिलीस. अरे, जाम टेन्शन आलंय मला.." शहा सांगत होता.

"कसलं टेन्शन रे? दुकान घातलंस की नवीन!"

"दुकान घालून काय होतंय? मी दुकान घातलं आणि माझ्या दुकानासमोर एकानं स्टेशनरीचंच दुकान घातलं. सगळा दिल्लीमेड माल आणतो. मला तर कॉंपिटिशन सुरू झाली ना? कॉंपीटिशन सुरू झाली की प्रॉफिट बोंबलला!"

उपाध्ये त्याचं बोलणं मान डोलवतच ऐकत होता.

"शहा, अरे तो दिल्लीमेड माल आणतो. तू उल्हासनगरचा माल मागव. कॉंपिटिशन फेस कर." –उपाध्ये.

"ती काय क्वालिटी असते?"

"दिल्लीचीही क्वालिटी कंडम असते ना? क्वालिटीला क्वालिटीनं कॉंपीट करायचं. टाकावूला टाकावूनं. तू बिझनेसमन आहेस. मी तुला काय सांगू?"

शहा विचारात पडला. उपाध्येचं बोलणं त्याला पटलं.

"शहा, आजकाल लोकांना तरी कुठे क्वालिटी हवी आहे? आमच्या लहानपणी पहिलीतलं दप्तर मी दहावीपर्यंत वापरलं. बाबांची कॉलेजमधली सायकल..."

"मी कॉलेजला वापरली. शरद, झालं बाबा तुझं ते पुराण सुरू..." रेवतीनं त्याला चिडवत म्हटलं.

"लेट मी टॉक रेवती!" त्यानं रेवतीला फटकारत म्हटलं.

"शहा, आज परिस्थिती अशी आहे, की दरवर्षी मुलांना नवीन दप्तर लागतं. दोन वर्षांनी सायकलचं नवं मॉडेल... अंहं... टू व्हीलरचं नवं मॉडेल लागतं. आतल्या वस्तूपेक्षा रॅपर पाहणारे लोक झालेत आता. चकचकाट हवा... बास! क्वालिटीला कोण विचारतो? 'यूज अँड थ्रो' वाल्यांना वर्षानुवर्षे टिकणारी वस्तू नको असते. प्रॉडक्शनवाल्यांनीही हे हेरलंय."

भार्गवनं उपाध्येच्या पाठीवर थाप मारली.

"उपाध्ये... एम. बी. ए. बोलतोय यार..." उपाध्येचे डोळे अंतराळात गेले.

"एम. बी. ए. कसलं? ही डॉली फक्त बिझनेसपुरती सीमित राहिली नाहीये. ही जीवनशैली होतेय. प्रत्येक नातं, माणूस... मूल्यं... यूज अँड थ्रो."

"तू मॅनेजमेंट करायच्याऐवजी फिलॉसॉफीत एम.ए. करायचं असतंस शरद! बरं आपलं... चढवायची अन् डुलत डुलत लेक्चर्स द्यायची. भक्तमंडळींनी डुलत डुलत ती ऐकायची." रेवती विषारी आवाजात म्हणाली.

'रेवती, फिलॉसॉफी शिकायला एम. ए. करावं लागत नाही. जाणीवपूर्वक जगावं लागतं. फिलॉसॉफी ही जीवनाकडे पाहायची आणि जीवन समजून घ्यायची एक दृष्टी आहे. ते तुला नाही कळणार."

"मला नकोच आहे कळायला. ज्यांच्या अंगात दम नसतो ना, त्यांच्या जिभेत फिलॉसॉफी येत असते."

सगळ्यांचे चेहरे आता खूपच ताणले गेले. विषय कुठून सुरू झाला आणि कुठे पोचला होता! रेवतीनं काहीच शब्दांत उपाध्येला उघडं करून टाकलं होतं.

स्मितानं उपाध्येकडे पाहिलं. उपाध्ये रेवतीकडे फक्त पाहत होता आणि रेवती फणकारून पाहत होती.

उपाध्ये जे बोलत होता, ते स्मिताला आवडत होतं. काहीतरी वेगळं... मूल्यं असलेलं. उपाध्येचा स्वभाव तसाच होता. पटकन मदतीचा हात पुढे करणारा. एखाद्याच्या विचाराला दिशा दाखवणारा हा माणूस. इतका चांगला माणूस, एवढं रेवतीसारख्या विषारी स्त्रीला ह्यानं स्वत:चं दारू पिणंही एक हत्यार म्हणून दिलं आहे. उपाध्येनं मात्र रेवतीचं बोलणं शांतपणे झेललं.

"शहा, तुला गरज असेल तर उल्हासनगरमध्ये माझ्या ओळखीचे बरेच जण आहेत. अनेकांना मी प्रॉजेक्ट करून दिले आहेत. मी तुझी अन् त्यांची भेट घडवून आणेन." शहाचा चेहरा उजळला. वर्षाचा चेहराही आनंदी झाला.

"हां भाईसाहेब...! आम्हाला थोडी मदत करा. खरंतर आमच्या मदतीला कुणी नाही. हे एकटेच आहेत. कुणीतरी मार्गदर्शन करणारं असलं, तरी किती बरं वाटतं! ह्याचं स्वप्न आहे भाईसाहेब. जोरदार धंदा सुरू करायचा, वाढवत जायचा.

रोहन मोठा झाला की त्याला प्रॉब्लेम नको.''

''शहा... बेट्या ह्या पैसा कमावयाच्या नादात जगायला विसरू नको. तू तर वर्षालाही तुझ्या धंद्यात कामाला लावलंय.''

''उपाध्ये, आमच्या कम्युनिटीत बायकाही बरोबरीनं धंदा सांभाळतात यार!''

''चांगलंय-चांगलंय... नुसतं स्वत:लाच सांभाळत बसण्यापेक्षा धंदा सांभाळणं बरं.''

''स्वत:ला सांभाळणं 'वाईट', धंदा सांभाळणं बरं; मग काय सांभाळणं 'चांगलं' मिस्टर उपाध्ये?'' रेवतीनं खवचटपणे विचारलं.

''स्वत:ची जीभ सांभाळणं...!''

''शरद!''

''अगं, मी ह्या पिल्लेला उद्देशून म्हणतोय. त्याला अल्सर आहे. जिभेचे चोचले फार न केलेले बरे. जिभेचे दोन उपयोग आहेत हे तू विसरलीस. हे एकमेव ज्ञानेंद्रिय असं आहे, की ज्याला निसर्गानं दोन कामं दिली आहेत. बोलणं आणि चव पाहणं... कडू... गोड...'' उपाध्ये अगदी ढिम्म राहून बोलत होता.

''उपाध्ये, तुमचं बोलणं मला आवडतं. एकदा खूप गप्पा मारायच्यात तुमच्याशी. बऱ्यारेचदा मन उदासतं. वाटतं, खूप काही मिळवून आपण काहीच मिळवलं नाही...''

स्मिता बोलता बोलता भानावर आली. आपण फार सेंटिमेंटल झालो, हे तिच्या लक्षात आलं.

''ओ! सॉरी, मी विसरलेच की...''

ती स्वत:ला सावरू पाहत होती. पण तिला स्वत:ला सावरता येईना. कुठला तरी आवेग डोळ्यांशी, छातीशी दाटलाय असं तिला वाटून गेलं.

''ये रोहन.'' तिनं रोहनला बोलावून जवळ घेतलं. छातीशी घट्ट धरलं.

'आपल्याला मूल होऊ शकत नाही हे खोटं आहे,' हे तिला प्रकर्षानं जाणवलं.

तिनं रोहनच्या गालांचा पापा घेतला. स्वत:ला सावरता-सावरता त्या सर्वांसमोर ती खूपच 'पर्सनल' होत गेली. भार्गव तिच्याकडे रागाने पाहत होता. आपल्याकडे कुणीतरी पाहतंय हे भार्गवला जाणवलं. त्यानं वळून पाहिलं. रेवती गालात जीभ घोळवत भार्गवकडे पाहत होती. त्याच्या डोळ्यांतले स्मितावरच्या रागाचे भाव आपोआपच पुसले गेले. रेवतीच्या डोळ्यांतल्या आव्हानांना त्याची दृष्टी पेलत होती.

ड्रिंक्स आली.

'चिअर्स' म्हणत सर्वांनी ड्रिंक्स घ्यायला सुरुवात केली. सॉफ्ट ड्रिंक्सही ग्लासमधून बायकांच्या आणि पिल्लेच्या हाती आलं.

संध्याकाळ उलटून गेली होती. पौर्णिमा जवळ आल्यानं चांदणं पडलं होतं. जवळपासचा परिसर, माळरान त्या चांदण्यात वेगळ्याच सौंदर्यानं खुलत होतं.

वाऱ्याच्या झुळका येत होत्या.

पेयाचा एक एक घोट घेत उपाध्ये ह्या साऱ्याची अनुभूती घेत होता.

"हा:" त्यानं स्वत:ला सैल सोडत खुर्चीवर मान टेकवली. त्याच्या दृष्टीला आता वरचं आकाश दिसत होतं. 'आपण ह्या अफाट विश्वाचा एक भाग आहोत', ही भावना त्याला प्रकर्षानं जाणवून गेली. आणखीनच प्रसन्न करून गेली.

"रोहनला तू काय काय शिकवतेस?" स्मितानं वर्षाला विचारलं.

"स्मिता, दुकानातच मी एवढी बिझी असते की, त्याला काही शिकवायला वेळच उरत नाही. आठ वाजले की मी आपली दुकान सोडून घरी जाते, स्वयंपाक करते. हे दुकान बंद करून नऊला येतात."

"वर्षा, संध्याकाळी रोहनला माझ्याकडे पाठवत जा ना! मी त्याला काही चांगलं शिकवत जाईन. त्याचा अभ्यासही घेईन." स्मितानं हळूच वर्षाला म्हटलं.

"खरंच? घेशील तू त्याचा अभ्यास?" वर्षानं आनंदानं तिचा हात धरत म्हटलं.

"हो. फक्त विश्वासानं पाठव."

"विश्वास काय गं. तू तर आपलीच आहेस." शाळेतून आल्यावर रोहनला दोन तास कुठे ठेवायचं, हा वर्षापुढचा प्रश्नही सुटला होता.

तेवढ्यात स्मिताचं लक्ष गेलं. उपाध्येच्या ग्लासमधलं पेय रेवतीनं आपल्या पेप्सीच्या ग्लासमध्ये थोडंसं ओतून घेतलं होतं.

"अरेच्या! भार्गव, तू एवढ्या कसल्या अंगठ्या घातल्यास रे?" पिल्लेचं लक्ष पेयाचा प्याला धरलेल्या भार्गवच्या हाताकडे गेलं. भार्गवच्या हातात एक अंगठा सोडून प्रत्येक बोटात अंगठी होती. प्रत्येक अंगठीतला खडा आपला मौल्यवान रंग आणि चमक बाहेर फेकत होता.

भार्गवनं खुषीत हसत आपल्या अंगठ्यांकडे पाहिलं. "अरे यार, सुरुवातीला करियरमध्ये खूप प्रॉब्लेम्स आले. मग एका ज्योतिषानं हे घ्यालायला दिलं. यश मिळत गेलं. पैशाचा नुसता ओघ येत होता. हे बघ आणखी."

त्यानं शर्टच्या आतून एक लॉकेट बाहेर काढून दाखवलं. त्यात सर्व ग्रहांचे खडे लावले होते.

"वा... मस्त आहे!" रेवतीनं लॉकेटकडे पाहत म्हटलं, की त्याच्या शर्टमधून दिसणाऱ्या बलदंड छातीकडे, हे क्षणभर भार्गवलाच कळालं नाही.

"येऽऽस्... मस्त आहे." त्यानं आपली मूठ मिटत म्हटलं. "सगळे ग्रह आपल्या मुठीत असल्यासारखे वाटतात."

"तुझ्या यशाचं रहस्य ह्या अंगठ्या आहेत की काय?" उपाध्येनं विचारलं.

"ते मला माहिती नाही; पण! यशस्वी आहे हे खरं!" त्याचं बोलणं ऐकता ऐकता स्मिताचा चेहरा अगदी निर्विकार झाला. 'सगळे ग्रह, सगळं यश मुठीत असलेल्या माणसाला मूल मात्र नाही.' ती मनात वैतागत होती.

"मी माणसांना टॅकल करू शकतो. माणसं खरीदली आणि विकली जाऊ शकतात. ऑफिसरपासून प्यूनपर्यंत माझा संबंध येतो. बांधकामाच्या क्षेत्रात कुणाची गरज लागत नाही? प्रत्येकाचं पर्सेंटेज वेगळं. प्यून पाच रुपये घेतो तर साहेब पाचशे. बस्... पैसा असल्यावर माणसं खरेदी करणं सोपं जातं."

"मागे पेपरमध्ये तू बांधलेल्या बिल्डिंगला तडा गेल्याचं आलं होतं..."

"गेलाय बारीकसा तडा. अजून दहा वर्षे ती बिल्डिंग काही पडत नाही. त्यात ही सगळी पेपरबाजी. त्यांनाही पैसा हवा असतो. दिला पैसा. झाले गप्प. नंतर आली का न्यूज?"

"पण दहा वर्षांनी काय?" शहानं विचारलं.

"नंतरचं नंतर. दहा वर्षांनी आपण तरी कुठे असू? कदाचित फॉरेनला... इथे कोण रहातंय? पैसा कमवायचा आणि तिकडे जाऊन राहायचं."

"अरे, पण त्या घरात राहणाऱ्या लोकांचे जीव?"

"लोकांचे जीव तर कुठेही जातात रे! रस्त्यात, बसमध्ये. आणि एवढं काही निकृष्ट बांधकाम नाहीये ते!"

"म्हणजेच एवढं काही चांगलंही नाहीये..." उपाध्येनं एक घोट घेत शांतपणे म्हटलं.

"आता तू म्हण तसं... पण मी आहे बिझिनेसमन. मला पैसा जोडायचाय. तो मी माझ्या पद्धतीनं जोडतो. मला तुझ्यासारखी मुलं कुठे आहेत, उपाध्ये? तू तुझं म्हातारपण त्यांच्या भरवशावर काढशील. मी कुणाच्या भरवशावर..." भार्गवनं ग्लासमधलं पेय एका घोटात पिऊन टाकलं. त्याच्या पोटातली दारू बोलू पाहत होती. स्मिताचा चेहरा उतरला होता. उपाध्ये तिच्या चेहऱ्याकडे पाहत होता. 'हिचा चेहरा नवऱ्याच्या धंद्याच्या पद्धतीबद्दल ऐकून उतरलाय, की मूल नसण्याच्या उल्लेखानं?...' उपाध्ये विचार करत होता.

"पिल्ले, तुझं बरं आहे. बापजाद्यांची इस्टेट आहे. काही काळजी नाही." भार्गव आता पिल्लेवर घसरला.

"बापजाद्यांची इस्टेट! अरे यार, सगळं रडगाणं तिथंच आहे ना! इस्टेट

सांभाळायची म्हणून करियरकडे दुर्लक्ष झालं. नंतर झाल्या इस्टेटीच्या वाटण्या. त्यात भांडणं, कोर्टकचेऱ्या, हेवेदावे... परिणाम म्हणजे हायपर ॲसिडिटी आणि नंतर हा अल्सर. इससे तो यार प्रॉपर्टी नहीं रहती तो अच्छा होता. अपना करियर तो बन पाता.'' पिल्ले करवादून बोलत होता. बघणाऱ्यांना त्याची इस्टेट दिसायची, पण त्यामागचा मनस्ताप दिसायचा नाही. पिल्ले सगळ्या भाऊबंदकीला त्रासला होता. त्याहूनही आपल्या सर्व क्षमता ह्या प्रॉपर्टीनं आणि एकत्र कुटुंबपद्धतीनं अजगरासारख्या गिळून टाकल्या, ह्याचं दुःख त्याला होत असायचं आणि वर लोकांचे हे टोमणे! वारसाहक्कानं त्याला प्रॉपर्टी मिळाली, हा जणू त्याचा गुन्हाच होता. हिणवण्याचा विषय होता. इथे हे मित्रसुद्धा?... 'ब्रुटस यू टू' च्या चालीवर त्याच्या मनात येत होतं.

''राघवन, तू बरा आहेस ना? तुझा चेहरा असा का झालाय...?''

त्यानं आपल्या त्रासलेल्या चेहऱ्यावरचा आठ्या कमी केल्या.

''आय ॲम ऑल राइट... कृष्णा.'' कृष्णा राघवनचं मन जाणू शकत होती. तो कशानं, कधी अपसेट होतो, हे तिला ठाऊक होतं. तिनं त्याच्या हातावर थोपटलं.

''पार्टी एंजॉय कर. इथेतरी ते विचार बाजूला ठेव.'' ती त्याला समजावत म्हणाली.

''एंजॉय म्हणजे काय करायचं? ड्रिंक्स घ्यायची नाहीत, मसाल्याचं न खाता दालफ्राय खायची...'' राघवन तडकून म्हणाला,

'ए पिल्ले, कमॉन... अरे, गप्पा एंजॉय कर. हा वारा, हे चांदणं... हा मोकळा परिसर, हे सगळं एंजॉय कर. तुझ्या एंजॉयमेंटला खाण्यापिण्याच्या मर्यादा घालू नकोस.'' उपाध्ये एक घोट घेत म्हणाला.

''तू पी... अन् मला उपदेश कर!''

''ओ. के... चल... आता मीही पीत नाही. तुझ्या न पिण्याला माझी कंपनी. आता तरी खूष?''

राघवनला आता मात्र हसू आलं.

''नाही. घे यार. तू माझ्यासाठी तुझी मजा किरकिरी करू नकोस.'' पिल्लेनं उपाध्येला अगदी मनापासून म्हटलं.

पण उपाध्येनं ग्लास खाली ठेवला. तो राघवनशी गप्पा करू लागला.

वर्षा आणि स्मिता रोहनबद्दल बोलत होत्या. कृष्णा उपाध्येचं बोलणं मन लावून ऐकत होती. भार्गवनं सहेतुक रेवतीकडे पाहिलं.

रेवती उठली. बागेत लावलेली झाडं पाहत ती हॉटेलच्या बाजूच्या दरवाजाजवळ

गेली.

"एस्क्यूज मी. मी मॅनेजरला जरा स्पेशल ऑर्डर देऊन येतो..." म्हणत भार्गव उठला.

सर्व गप्पांध्ये मग्न होते.

भार्गव मॅनेजरशी काही बोलला. तेवढ्यात बाजूच्या दारानं रेवती आत आली.

भार्गवनं तिच्याजवळ जाऊन काही बोलल्यासारखं केलं. तो घाईनं मॅनेजरकडे आला.

"येस सर?"

"शी इज माय वाइफ. तिला काहीसा प्रॉब्लेम आहे. पाच मिनिटांसाठी एखादी रूम द्या."

"शुअर सर."

मॅनेजरनं हॉटेलबॉयला रूम सांगितली.

ते दोघं रूममध्ये आले.

"त्याला मी तू माझी बायको आहे असं सांगितलं..."

"शहाणाच आहेस..."

"आहेच... कम ऑन... फक्त पाच-दहा मिनिटं आहेत आपल्याजवळ. उगीच कुणाला संशय नको यायला."

नंतर त्या पाच मिनिटांत एक प्रपात निव्वळ कोसळत राहिला.

"मी आधी जातो. तू ठीकठाक करून मागून ये." तो घाईनं बाहेर पडत म्हणाला.

रेवती मात्र तशीच पलंगावर बसली होती. 'हा शृंगार होता की नुसतं जनावरासारखं जवळ येणं? पाच मिनिटांत दोन सिग्रेट ओढून होत असतील. ह्यानं पाच मिनिटांत आपला उपभोग घेतला! हो, केवळ उपभोगच, आपल्याला काय दिलं त्यानं?' ती विचार करत होती.

'आपल्याला हे नको होतं. मग काय हवंय आपल्याला? आपल्याला भार्गव नको... शरद नको... मग काय हवंय आपल्याला? आपण त्या प्रपातातही कोरड्याच राहिलो...' ती आपलं प्रमाणबद्ध शरीर आरशात पाहत होती.

'हे शरीर आहे खरं आकर्षक; पण ते आपली भाषा विसरू लागलंय? नक्कीच. आपण खूप काही हरवतोय. स्वत:पासून दूर जातोय. आपण म्हणजे कोण... हे शरीर की... मी...? शरदसारखा विचार आज आपण करतो की काय?'

शरदच्या आठवणीनं ती आणखीनच विषण्ण झाली. योग्य-अयोग्याच्या भोवऱ्यात अडकली.

'ओ... नो...' ती उशीत डोकं खुपसून रडू लागली आणि लगेच भानावरही आली.

'आपल्याला लवकर खाली जायला हवं... ओ: डॅम इट पाच मिनिटं शृंगाराला... दोन मिनिटं रडण्याला... एक मिनिट सावरण्याला. काय मिळवलं आपण? ही आठ मिनिटं.'

स्वत:वरच चिडत तिनं पर्समधून पावडर काढली. चेहऱ्यावरून पफ फिरवला. धाडकन दार लावून ती खोलीबाहेर पडली.

वर्षा रोहनच्या मागे गेली तशी उपाध्ये स्मिताच्या जवळ जाऊन बाजूच्या खुर्चीवर बसला.

''रागावू नकोस, स्मिता! पण भार्गव फारच बोलतोय म्हणून विचारतो- काय प्रॉब्लेम आहे? डॉक्टरांकडे जाऊन जरा कन्सल्ट कर...''

''उपाध्ये, मी चार डॉक्टर्सकडून माझं चेकअप करून घेतलंय. आणि सर्वांच्या मते माझ्यात काहीही दोष नाहीये.''

''मग भार्गव...''

''तो कुठे जातोय डॉक्टरकडे! मी त्याला कितीदा म्हटलंय की, एकदा तू चेकअप कर, पण नाव नाही! दोष त्याच्यातच असणार... माझी खात्री झालीय आणि वर मलाच तो हिणवतो.''

''माय गॉड...!'' उपाध्ये उद्गारला आणि स्मिताच्या मागे पाहता पाहता त्याचे डोळे आकुंचित झाले. त्यानं सिगारेट पेटवली आणि नंतर विषण्णपणे खुर्चीवर मान टेकवली.

''उपाध्ये, जाऊ द्या. तुम्ही मनस्ताप करून घेऊ नका.'' त्यानं नुसतीचं मान हलवली.

'सर्व अघटित आहे...' तो पुटपुटला... भार्गव आला.

''मी ऑर्डर देऊन आलो. मटण रोस्ट, चिकन करी आणि पिल्ल्या, तुझ्यासाठी दालफ्राय रे!... स्मिता, तुला प्रॉन्स आवडतात ना... तेही... डियर.'' त्यानं स्मिताच्या मागून जात तिच्या दंडांना हलवत म्हटलं.

''थँक्स.'' स्मिता कोरडेपणानं म्हणाली.

रेवतीनं रोखून भार्गवकडे पाहिलं आणि ती कटू हसली.

भार्गव चपापला!

''आपण स्मिताला लाडीगोडी का लावतोय?...'' रडल्यानं रेवतीच्या डोळ्यांच्या

कडा तांबूस झाल्या होत्या.

"रेवती, तुझे डोळे असे का दिसतात?" कृष्णानं विचारलं.

रेवतीला पुन: डोळे भरून येतील, असं वाटलं.

"असे डोळे दोन वेळीच दिसतात, कृष्णा... एकतर रडलं तर किंवा दुसरं म्हणजे सेक्स उपभोगलं तर... किंवा..."

"किंवा?"

"ही दोन्ही कारणं एकत्र आली तर..." सिगारेटची राख झटकत उपाध्ये शांतपणे बोलत होता.

"उपाध्ये, काय हे?" स्मिता नाराजीनं उद्गारली. उपाध्येनं मधेच हे 'सेक्स' बद्दल बोलावं! हे तिला आवडलं नाही.

"ओ: सॉरी, स्मिता! क्षणभर तुम्ही बायका समोर आहात हे मी विसरलोच. रियली सॉरी. पण रेवती, मी सांगितलेली कारणं बरोबर आहेत ना?"

कधी नाही ते रेवती अंधाराकडे पाहत गप्प बसली. वेटरनं जेवण आणून ठेवलं.

"भार्गव, आम्ही दोघं व्हेजच खाऊ." शहा म्हणाला.

"हो. हो... आणि रोहनही..." वर्षाही पटकन म्हणाली.

"अरे का रे?... तुम्हाला तर चालतं नॉनव्हेज."

"...हो, पण रोहन लहान आहे. त्याच्यावर संस्कार..."

उपाध्ये अजूनही सिगारेट ओढत होता.

"वर्षाऽऽ' नॉनव्हेज खाणं हा चांगला संस्कार नसेल, तर मोठ्यांनीही खायला नको. आणि मुलांना फसवून... खोटं वागून संस्कार होत नसतात. खरं वागणं हा सर्वांत मोठा संस्कार आहे. तुम्ही नॉनव्हेज खाता तर मुलांसमोर खा... आपले आईवडील म्हणजे देवबीव आहेत असा मुलांचा गैरसमज अजिबात करून देऊ नका. कारण, आज नाही तर उद्या तुमचं खरं रूप त्यांना कळणारच आणि ते कळाल्यावर त्यांचा फार मोठा अपेक्षाभंग होईल. यू जस्ट एक्स्प्लेन हिम व्हॉट इज नॉनव्हेज."

"म्हणजे?..."

"रोहन, इकडे ये..." उपाध्येनं रोहनला बोलावलं. रोहन उपाध्येजवळ गेला.

"हे बघ रोहन, इथे दोन प्रकारचं जेवण आहे. एक नुसतं वरण, भाजी... आणि दुसरं म्हणजे प्राणी..."

"प्राणी म्हणजे, काका?..." रोहननं न समजून विचारलं.

"प्राणी म्हणजे कोंबडी... बकरी... तुला माहिती आहेत ना हे प्राणी..."

"हो... हेन अँड शिप..."

"येस, माय डियर..."

"तर ह्या कोंबडी आणि बकरीला मारून त्यांना शिजवतात आणि ते खातात. तुला ते खायचंय?..."

पण ऐकता-ऐकता रोहनचा चेहरा कसानुसा झाला.

"काय, त्यांना मारून... छी! नाही, मी नाही खाणार नॉनव्हेज. मला वरण आणि भाजीच हवी..." तो आवेगानं म्हणाला.

"ओ. के. बेटा! तुझ्यासाठी वरण-भाजीच मागवू हं..." उपाध्येनं पुन: एक झुरका घेतला.

"अजून बच्चा आहे. हळूहळू प्राणी खाण्याइतकं कठोर मन त्याचं होईल. नंतर माणसाचं मन मारण्याएवढाही तो कठोर होईल. हो ना, रेवती?"

रेवती चपापली!

रेवतीच्या अचानक गप्प राहण्यानं स्मिता मनात सुखावली. रेवतीचा विस्कटलेला चेहरा पाहून तिला बरं वाटलं.

'दुसऱ्याला सतत दुखावणारी रेवती कशानं तरी दुखावली आहे. ती दुखावली जायला हवी. ते दु:ख तिला कळायला हवं.' ती मनात विचार करत होती.

"वेटर, एक आलू मटर लाना आणि उपाध्ये, तुझ्यासाठी रे?"

"काही नाही. माझं तोंड आज कडू झालंय. मी काही जेवणार नाही."

"काका, तोंड कडू झालं तर साखर मागवा ना!" रोहन निरागसपणे म्हणाला.

"रोहन बेटा, प्रत्येक कडूपणा साखरेनं जात नाही."

"म्हणजे?"

"वाघाचे पंजे..." उपाध्ये जोरानं हसला. तो एवढा जोरानं हसला, की त्याचं हसू खोटं आहे, हे रोहनखेरीज सर्वांनाच कळलं.

जेवणं झाली. एकमेकांना बोचकारे घेणाऱ्या आणि बोचकाऱ्यांना मलमपट्टी करणाऱ्या गप्पाही झाल्या. पेय, जेवण ह्या दोन्हींनं डोळे जड झाले होते. सगळ्यांनी निरोप घेतले. पुढची भेटही ठरली.

पिल्ले आपल्या अल्सर आणि मनातल्या खंतीसह आला होता. त्यांच्यासह तो परत फिरला.

भार्गव आपला अहंकार आणि उणिवेसह आला होता. स्मिता आपल्याला मूल नाही ह्या नेहमीच्या अधुरेपणानं आली होती. रेवतीबद्दलचा सुप्त हेवाही मनात होता. ते दोघंही हे सर्व मनात बाळगत गेले.

शहा दिवसभर पैशाला पैसा कसा जोडायचा हा विचार करत होता. नंतर

उपाध्येनं सांगिलेल्या त्या वरच्याच मार्गाचा विचार करत निघून गेला.

कुणीही आपल्या काळजीचं, ताणाचं गाठोडं तिथे विसरून गेलं नव्हतं.

शरद कार घराकडे नेत होता. त्याचा चेहरा खूपच गंभीर झाला होता.

"शरद, किती फास्ट ड्राइव्ह करतोस!" रेवती म्हणाली.

"येस, माय डियर...!" तो नाटकीपणानं म्हणाला,

"हा जमानाच स्पीडचा जमाना आहे. फास्ट फूड, फास्ट लाइफ... फास्ट सेक्स."

रेवतीनं चमकून पाहिलं!

अंधाराचा वेध घ्यावा तसे शरदनं आपले डोळे रस्त्यावर रोखले होते.

रेवती शहारली.

लॅच उघडून दोघं घरात आले.

रेवती साडी बदलू लागली.

शरद समोर आला. तो तिच्याकडे पाहत होता. किती दिवसांनी शरद 'असा' पाहतोय.

"...काढ.... सगळंच..." आणि शरद तिच्याकडे झेपावला.

"शरद..."

पण शरद आता वादळ झाला होता.

"आकर्षक बाहुली... माझी बायको. सेक्सी..." तो तिला कुस्करत होता.

"शरद!"

"तुला मी षंढ वाटतो ना! सर्वांपुढे तू मला तसं म्हटलंस. तुझी नेहमी वागणूक तशीच असते. आज दाखवतो. मी षंढ नाही. आय ॲम नॉट ॲन इंपोटंट..."

बोलता बोलता शरद ते सिद्धही करत होता. थोड्या वेळाने शरद बाजूला झाला.

"कळालं ना तुला? माझ्यात काही कमी नाही ते." रेवती अवाक् झाली होती. शरद असं कधीच वागला नव्हता. तिचे ओठ कापत होते. हॉटेलमध्ये घडलेलं... आता हे घडलेलं... अज्ञानी मुलाकडे करुणेनं पहावं तसं शरद तिच्याकडे पाहत होता. शरदचं वागणं रेवतीच्या लक्षात येत नव्हतं.

"त्या भार्गवबरोबर तू आज गेलीस. पाच मिनिटांत जनावराहून जनावर झालीस!"

"शरद, तुला कसं कळलं?" ती स्वत:ला सावरू शकली नाही.

"मी पाहिलं होतं तुम्हाला दोघांना जाताना. त्या वेळी मी स्मिताशी बोलत

होतो.''

रेवतीनं मान खाली घातली.

''रेवती, मान का खाली घालतेस? ह्या सुंदर शरीराच्या गुर्मीत तू टेचात चालतेस. त्या शरीरानं आज तुला असं बोटावर फिरवलं. व्यभिचार केलास तू...! त्या पाच मिनिटांवर अख्खं आयुष्य उधळून लावलंस?... व्यभिचार... विश्वासघात... हे सगळे माणसांनी निर्माण केलेले शब्द आहेत. ते जनावरांच्या दुनियेत नसतात. तिथे असतात फक्त नर, मादी. तेच एक सत्य आणि शेवटी माणसांच्या बाबतीतही तेच घडतं. त्या नर-मादीच्या संबंधांच्या पायावर हा सगळा कुटुंबाचा, विश्वासाचा डोलारा उभा राहतो; पण कितीतरी वेळा माणसातले हे नर-मादी जागे होतात. व्यभिचार घडतो. अगं, पण त्या व्यभिचाराशी तरी प्रामाणिक असावं माणसानं.''

''क... काय?''

''जे मिळवायला तू स्वत:ला हरवलंस, ते मिळालं का तुला? का तुला नंतर रडायला आलं? विचार कर, रेवती! थोडा विचार कर. तुला काय वाटतं, मी हेवी ड्रिंकर आहे? नाही, अजिबात नाही. एक पेगच्या वर मी कधीही ड्रिंक घेतलं नाही.''

''काय?...'' रेवतीला आणखी एक धक्का.

''हो. त्या एक पेगमध्येच नंतर सोडा घालत-घालत मी पीत राहतो. इन फॅक्ट... सगळ्यांना ऑब्जर्व्ह करत असतो. आज आलेल्या सर्वांना काहीतरी हवं आहे. पैसा, धंदा, मान, सन्मान. त्या हव्यासाच्या जाळ्यात गुंतलेले हे कीटक मोकळ्या हवेत आल्यावरही वाऱ्याला उपभोगू शकत नाहीत. सूर्याला अनुभवू शकत नाहीत. संध्याकाळचं सौंदर्य जाणू शकत नाहीत. ह्या भौतिकाच्या हव्यासातून वाट्याला आलेली दु:खं विसरायला पुन: भौतिकाच्या विळख्यात अडकतात. आणखी दु:खी होतात. तू त्या भार्गवबरोबर रमलीस... तो भार्गव... तो मूल देऊ शकत नाही स्मिताला. स्मिताचा काही दोष नाही; पण हा स्वत:ची तपासणी करून घेत नाही आणि स्मिताला टोचत राहतो. अगं, तू शृंगार केलास तोही अशा वांझ पुरुषाशी.''

''शरद! प्लीज... प्लीज... थांबव हे!''

''का थांबवू मी माझं बोलणं? तू तरी काय आहेस गं? स्वत:ला कधी शरीराच्या बाहेर काढू शकलीस? तुझ्या ह्या 'मापांच्या' पलीकडे स्वत्व असू शकतं, ह्याची जाणीव तरी आहे तुला? ह्या देहाच्या उन्मत्त जाणिवेत तू स्मिताला मूल नसण्याबद्दल हिणवून बोलत होतीस. अगं, स्त्री आहेस तू! आई आहेस. मूल नसल्याचं दु:ख काय असेल, ह्याचा विचारही शिवत नाही तुझ्या मनाला? सतत

ह्या देहाचे चोचले. तेवढीच एक जाणीव. मी वाट पाहत होतो रेवती, कधीतरी ह्या देहात रमलेली 'तू' भानावर येशील. जागी होशील, पण नाही. एखाद्या अळीसारखी तू तुझ्या देहातच वळवळत राहिलीस. तुझी मानसिक वाढ झालीच नाही कधी. मी तर ह्या सगळ्यांच्या पलीकडे गेलो होतो. शेवटी मी कंटाळलो. मला तुला जवळ घ्यावंसं वाटेना. शृंगार म्हणजे केवळ उपभोग नसतो. उपभोगासोबत समर्पणही असतं. तुला कधी समर्पण जमलंच नाही. एका उन्मत्त देहावर मी प्रेम तरी किती दिवस करणार? मी तुझ्यापासून दूर होत गेलो. तुला टाळत गेलो. तुला वाटलं, मी इंपोटंट होतोय... तुझी दृष्टी, तुझे ओठ ते बोलत होते; पण मी तेही सहन केलं. कारण, ह्या सगळ्या सगळ्या चिखलाबाहेर मला पडायचं होतं. आपलं काय होतं... एक पाय आपण चिखलाबाहेर काढतो आणि परत पुढच्या चिखलातच टाकतो. आपल्याला हे चिखल तुडवणंच आवडत राहतं. मग त्या चिखलात जीव घुसमटला तरी चालतो. पाय चालायचं थांबवतात तेही चालतं. जीवन अधिक सुंदर करण्यासाठी काही साधनं आहेत. त्या साधनांनाच जीवन समजलं की ही गल्लत होणारच...'' शरद आता उठला. खिडकीसमोर येऊन तो रात्रीच्या आकाशाकडे पाहत होता.

''मी बाहेर पडू पाहतोय. मला ह्या दलदलीतून बाहेर पडणं जमलंय. शरीराला मी आता नमवू शकतो; पण असा माणूस षंढ ठरतो. त्याला एवढं एकच बिरुद मिळतं. पण मला पर्वा नाही, रेवती! एकदा बाहेरच पडायचं म्हटल्यावर कुठल्याही उपाधीला घाबरायचं कशाला? कोणत्यातरी एका शक्तीनं हे सुंदर जग निर्माण केलंय. मानव हा एकमेव गलिच्छ प्राणी इथे आहे. पण हा वारा, ही नीरवता, हवेतला मोकळा श्वास, विश्वाचं अथांगपण... असंख्य तारे... ह्या सगळ्यांचा मी अनुभव घेतो आणि तो अनुभव घेत असताना मला कळतं की, एक तीन साडेतीन हात उंचीचा क्षुद्रसा मानव असलो, तरी माझ्यात तीच शक्ती जागते आहे. माझं समाधान, माझा आनंद आणि माझं ध्येय फक्त एवढंच आहे. मग मी तुला माफ करून टाकतो. भार्गवला माफ करतो. तुम्ही दलदलीतून बाहेर पडू शकत नाही, ही तुमची करुण अवस्था आहे...'' शरद बोलता-बोलता थांबला. आयुष्यात प्रथमच रेवतीला बाहेर पाहणाऱ्या पाठमोऱ्या शरदला घट्ट मिठी मारावीशी वाटलं. 'इतक्या अलिप्तपणे मला स्वत:पासून विलग करू नकोस,' असं सांगावंसं वाटलं.

पण ह्या क्षणी ते धैर्य तिच्यात नसल्याने ती नुसतीच त्याच्या पाठमोऱ्या आकृतीकडे पाहत राहिली.

■

॥ 3 ॥

ओढ

आकाशात ढग जमले होते. दिशादिशांतून वादळ जमू लागलं होतं. राणू कपाळाला हात लावून सर्व दिशांना पाहत होता. कुठलातरी भूतकाळ त्याच्याही डोळ्यांत झावळ धरू लागला. त्या दणकट गड्याची बोटं भीतीनं ताठू लागली.

"नाथा, आहेस ना इथेच?" त्यानं विचारलं. नाथा खोपटातून बाहेर आला.

"हा इथेच आहे, पण जरा नदीकाठी जावं म्हणतो. आज अंगाला पाणी नाही लागलं."

"नको नाथा, नको. आता जाऊ नको. अरे, तुफानाला माज चढायला लागलाय बघ. सारीकडून सुसाट वारं न् वर ढग..."

"काही नाही होत बाबा. वारं काय माणसाला गिळून टाकतं?"

"माझ्यासाठी जाऊ नकोस. इतर वेळी मी थांबवतो का तुला?" बापाचं हे असं रूप नाथानं फार क्वचित पाहिलं होतं. बाप एवढा हवालदिल का होतो, हे त्याला कळायचं नाही.

"बरं बापा, नाही जात. पण तोंड तं खंगाळून घेतो..."

"येसू... पोरी... नाथासाठी पाणी आण. पोराला तोंड खंगाळायचं आहे." येसूनं मोठ्या घमेल्यात पाणी आणलं. तिनं आसावून एक दृष्टी नाथाकडे टाकली. पण नाथाचं लक्षच नव्हतं. तिनं घमेलं खाली ठेवलं. दगडाने पाय घासून नाथा घमेल्यावर वाकला आणि थबकला. त्या घमेल्यातल्या पाण्यात त्याचं प्रतिबिंब पडलं होतं. तो आपल्या प्रतिबिंबाकडे पाहत राहिला. आपलं प्रतिबिंब त्याला परकं वाटलं. आपली भटकी जमात. आता इथे तर उद्या तिथे. लहानगी पालं टाकायची, त्यांत राहायचं. जे मिळेल ते खायचं. तांडा उचलायचा आणि दुसऱ्या गावी निघायचं. हे असं राहणाऱ्याचं रूप एवढं राजबिंडं असू शकतं? झोपडीत राहणारे

आपण खरे की... प्रतिबिंबातले?... छे! आपलं प्रतिबिंब खोटंच आहे. तेवढ्यात साबूचा तुकडा घेऊन येसू पुढे आली. तिनं नाथाच्या हाती साबू दिला. तिचंही प्रतिबिंब नाथाच्या बाजूला पडलं. क्षणभर तिनं दोन्ही प्रतिबिंबांकडे पाहिलं आणि ती ओशाळून बाजूला झाली. आपला जीव नाथाकडे ओढला जातोय, पण कुठे नाथा न् कुठे आपण? त्या प्रतिबिंबानंच आपण नाथाला साजेशा नाही, हे सांगितलं. आपण मनाला आवर घालायला हवा.

नाथा भानावर आला. आपले उघडे अंग, तोंड त्यानं साबू लावून खसखसून धुतलं. 'घे', असं रूक्षपणे म्हणून साबू येसूकडे दिला. गार पाण्याच्या स्पर्शानं अंगातलं रक्त जणू त्याच्या त्वचेकडे धाव घेत होतं. त्याचा गव्हाळ रंग लालबुंद झाला. केस विखुरले.

येसू पालाच्या आडून पाहत होती. ''चल नाथा, पाऊस यायला लागला बघ.''

राणूची धावपळ सुरू झाली. वारा आता सुसाट झाला होता. कुणाच्या तरी पालात चूल पेटू घातली होती. चुलीचं धुपण पालाबाहेर पडत होतं. ते धुपण पाहून राणूच्या जिवाची उलघाल सुरू झाली.

न राहवून तो धावत त्या पालापाशी गेला.

''कोणी पेटवली गं चूल?''

''मी... रखमा.''

''काय कळतं की नाही गं तुला वारा सुसाटायला लागला न् तू चूल पेटवली. अगं, पालानं आच पकडली तर?''

''आता वारा काय नवा पाहुणा आहे होय?''

''पण आगीची परीक्षा का घ्यायची? जरा मागं ओढ लाकडं.''

राणू जोरानं सांगत होता खरा; पण त्याच्या स्वरात काळजी होती.

रखमानं लाकडं मागे खेचली. धुपणं कमी झालं. जाळ कमी झाला.

राणू लटपटत्या पायानं आपल्या पालाकडे वळाला. रखमाला हसू आलं.

''काय म्हणावं या माणसाला? कधी वेड लागल्यागतच वागतो.'' ती पुटपुटली.

तिच्या चेहऱ्यावरून तिच्या मनातले भाव नाथानं ओळखले. बाप घरात आला, तसा तो रागावूनच बोलू लागला.

''बापा, काय वागणं हे? ह्या पालांतली बायापोरं वादळाला, पावसाला भीत नाहीत. अन् तुम्ही मात्र बायांना लाजवेल असं घाबरता!''

''हो बापा, घाबरतो. अरं हे वादळ... पाल उडवून लावतं... कधी कधी तर माणूस बी उडवून नेतं.''

तिथल्या बोचक्यावर डोकं ठेवून राणू गदगदून रडू लागला. घाबरलेल्या अवस्थेमुळे त्याच्या भावना पूर आल्यागत बाहेर उफाळून येत होत्या.

नाथानं राणूच्या खांद्यावर आपला बलशाली हात ठेवला.

"बापा, रडू नको. मला बघायला नको वाटतं... पण वादळ माणसाला उडवून नेतं म्हणालास. कोणाला नेलं, सांगशील? लोक तुला वेडा म्हणून हसतात. म्हणून तरी सांग, ह्या वादळात कोण गेलं?"

रडता रडता राणू गप्प झाला.

"ह्या वादळानं तुझ्या आईला नेलं नाथा, तुझ्या आईला!"

इतके दिवस लपवलेलं सत्य प्रथम नाथाच्या कानी पडलं.

"काय? वादळानं आईला नेलं?"

"होय नाथा, असाच सुसाट वारा आला होता. वरून पाऊस पडत होता. अंधाऱ्या रात्री काही म्हणता काही दिसत नव्हतं आणि आसं वारं आलं. सर्व पालं उघडी पडली. भांडी वाऱ्याबरोबर टणटणत गेली. तुझी झोळी माझ्या हातालगत होती ती मी पकडली. पण तुझी आई त्या वाऱ्यानं, पावसानं भेलकांडत गेली. ती मात्र नंतर दिसली नाही. कितीतरी माणसं गमावली त्या रात्री! तीन-चार दिवसांनी एकेकाचं प्रेत सापडलं. पण तुझ्या आईचं प्रेतही...! कुठल्या दिशेनं तिला गिळलं कुणास ठाऊक? सोन्याचा तुकडा होती तुझी आई. साऱ्या जणीत लखलखून उठायची. माझं काळीज घेऊन गेली ती!"

राणूला रडणं अनिवार झालं. नाथाही गहिवरून आला. आपल्याला आई नाही, हे सत्य त्यानं लहानपणापासून स्वीकारलं होतं. पण ते सत्य आपल्या बापासाठी एवढं दाहक, एवढं असह्य असेल, असं मात्र त्याला वाटलं नव्हतं. बापासारख्या तगड्या माणसाला चटका लावून गेलेली आपली आई तशीच असली पाहिजे, हे त्यानं ओळखलं.

"पोरा, तुला सांगतो, लगीन कर. अरे, आपल्या सोबतीला सोबतीण असणं हे किती भाग्याचं असतं, हे माझ्यासारख्या सड्या माणसालाच कळतं. मोठा झालास. अरे, तुझ्या भुजा आता बंडीत मावत नाहीत. ती येसू..."

नाथानं तटकन राणूकडे पाहिलं. त्याच्या नजरेत नाराजी होती. त्याला आपलं पाण्यातलं प्रतिबिंब आठवलं.

"बापा, मी लगीन लावायला नाही म्हणत नाही; पण मला हवी मला साजेशी, मला आवडेल अशी पोरगी."

"आता अशी पोरगी कुठं मिळणार?"

"मी शोधून आणेन तिला. गावागावांत पालं असतात आपली. कुठे ना

कुठं मिळेलच की ती!''

"बरं बापा, होऊ दे तुझ्या मनासारखं. घे शोध. माझं घोडं घेऊन जा. मी आपला कसाही दरमजल करेन. वर्ष लागलं तरी हरकत नाही; पण परत यायचं ते पोरीला घेऊन ये! मला सून यावी वाटते. पालात काकणांचा आवाज यावा वाटतो... जोडव्यांचा...'' राणू आपल्या भूतकाळातल्या आवाजात हरवत गेला.

***

आपल्या सोबत जोडीदार असावी, असं नाथालाही वाटत होतं. त्याच्या बलदंड भुजा कोमल स्पर्शासाठी आसुसल्या होत्या. बोटांना गालाचा मऊ स्पर्श कसा असतो, हे जाणून घ्यावंसं वाटत होतं. निसर्ग हळूहळू जागा होत होता. शरीरातील पेशी न् पेशीला साहचर्य हवे होते.

अखेर न राहवून नाथानं आपल्या प्रयाणाची तयारी केली. एक बोचकं बांधलं. त्यात काही कपडे, लाह्यांचं पीठ ठेवलं. न विसरता एक आरसा ठेवला. आपलं राजबिंडं रूप पाहत राहण्याचा त्याला छंदच लागला होता. घोड्याला ह्या काही दिवसांत त्यानं भरपूर हिरवा चारा खाऊ घातला होता. घोडाही बऱ्यापैकी पुष्ट दिसू लागला होता.

"कशाची तयारी रे नाथा?''

"तुमच्यासाठी सून शोधायला निघालोय...''

राणूच्या डोळ्यांत आनंदानं पाणी आलं.

"जा बाबा, जा. शोध तुला हवी तशी पोरगी. इतक्या गावी पालं असतात; मिळेलच कुठेतरी.''

नाथा आपल्या सशक्त बापाकडे पाहत होता. बाप राकट होता. कणखर होता. पण त्याचा स्वभाव मात्र त्याच्या शरीराला शोभेसा नव्हता. मध्येच तो भूतकाळात हरवायचा, मध्येच व्याकूळ व्हायचा.

सून आणली तर बापाचं व्याकूळ होणं कदाचित थांबेल. बाप असेल फार तर चाळीस-पंचेचाळीस पावसाळे पाहिलेला; पण मनानं तो म्हातारा झालाय. त्याला पुन: त्याच्या वयात ओढून आणावं लागेल.

विशीतला नाथा विचार करत होता.

नाथानं बापाचा निरोप घेतला. पालातून डोकावणाऱ्या येसूकडे एक दृष्टिक्षेप टाकला आणि त्यानं घोड्याला चालण्याचा इशारा केला. घोडं दुडक्या चालीन निघालं.

***

नाथा दोन-तीन गावात गेला. गावांत घातलेल्या पालांतून फेरफटका मारला. नवखा माणूस आला म्हणून माणसं जमा होत. राजबिंडा माणूस म्हणून पोरी जमा होत. आपल्या नाकातल्या गोल नथीला जीभ लावत नाथाकडे पाहत.

नाथा न्याहाळत होता. पण हवी तशी पोरगी काही दिसत नव्हती.

एका गावात नाथा पोचला.

कुठली तरी बारीकशी जत्रा तिथे लागली होती. नाथा जत्रेत फिरत होता. काडीवरून दुडक्या मारत उतरणारे माकड, झांजा वाजवणारे अस्वल हे सर्व तो पाहत होता. एका मोठ्या दुकानासमोर तो थांबला. देवांचे, काही नट्यांचे फोटो तिथे विक्रीसाठी लावून ठेवले होते. पाहता पाहता नाथाची दृष्टी अचानक एका फोटोकडे गेली. त्याची दृष्टी चमकली. तांड्यावरच्याच कुणा बाईचं ते चित्र होतं. तशीच गोल नथ, कानात घातलेले चाप. त्याचे वर केसात अडकवलेले वेल. तसाच वेगवेगळ्या ठिगळांत घडवलेला घागरा न् चोळी. डोक्यावर ओढणी आणि मंद हसणारी ती तरुणी.

नक्की ही तांड्यातलीच असणार. तिच्या हनुवटीवरचं हिरवं गोंदणही तेच सांगतंय.

आणि तिचे डोळे! डोळ्यांत हे केवढे वेगळे भाव होते. प्रेमाचे नाही... कसल्याशा तृप्तीचे...

''ओ बाबा, ते चित्र केवढ्याला आहे?''

''वीस रुपये.'' दुकानदारानं सांगितलं.

नाथाला ते लाखमोलाचं वाटत होतं.

त्यानं झटकन वीस रुपये काढले आणि दुकानदाराला दिले.

''ओ बाबा?''

''काय?''

''ह्या चित्रातली बाई कुठे असेल, हे सांगू शकाल?''

''नाही बुवा. असाच एका गावात गेला होतो. तिथे एका चित्रकाराकडे हे चित्र होतं.''

''कुठलं गाव.''

''तेही आठवत नाही पण असेल ह्याच विभागातलं.''

नाथा शोध घ्यायला तयार होता. आता त्याला मुलीचा फोटो सापडला होता. तो गावात दरमजल करत होता.

पालापालांत जात होता. पालाच्या प्रमुखाला तो फोटो दाखवत होता.

''ही बाई इथे आहे?...''

प्रमुखाचा नकार येत होता.

कितीतरी दूर नाथाचा प्रवास झाला होता. अनेक मैल दूर. आपलं पाल कुठे कुठे जाणार, कोणत्या मार्गानं प्रवास करणार हे तो जाणून होता. ही मुलगी मिळवल्याशिवाय परतायचं नाही, हे त्यानं ठरवलं होतं.

तो त्या छायाचित्राकडे पाहायचा. पाहत राहायचा. अनेक तरुणींची चेतवणारी दृष्टी त्यानं अनुभवली होती. येसूची व्याकूळता पाहिली होती. कुणाच्या दृष्टीत आव्हान, तर कुणाच्या दृष्टीत याचना. पण हे डोळे अगदी वेगळे होते. खूप काही ठेवा जवळ असल्यासारखे... विलक्षण शांत, समाधानी. शांत डोहासारखे आणि तिच्या चेहऱ्यावरचं स्मित! गहिरं, आश्वासक, आकाशाकडे पाहून हसावं असं. त्या स्मितातही उच्छृंखलता नव्हती. ना बालीशपणा, ना कृत्रिमता. कुठल्यातरी क्षितिजावरून येणारा गार वारा तिच्या अंगावरून जात असावा असा भाव. तिचं रेखीव नाक, डोळे, काहीसे गालात रुतलेले ओठ... चिमुकली जिवणी. हनुवटीवरचं गोंदण. कपाळावरली बिंदी, नाकातली गोल कड्यासारखी नथ. त्यातल्या चमकत्या खड्याच्या प्रकाशाची तिरीप तिच्या गालाच्या उंचवट्यावर पडलेली.

मुलींकडे पाहताना त्याच्या तारुण्यसुलभ भावना जाग्या होत.

पण त्या छायाचित्राकडे पाहताना मात्र तसं वाटत नव्हतं. हीच आपली सखी. जिची दृष्टी मनापर्यंत पाझरत जाते, मनाला जागवते.

अखेर तो संध्याकाळ होता होता त्याच गावी पोचला. गावाच्या बाहेरच माणूस गुडगुडी पीत होता. तोच त्या पालाचा म्होरक्या असला पाहिजे, हे त्यानं ओळखलं.

"रामराम..."

"रामराम...'

"कुठून आलास?"

"आता पालाचं गाव कुठलं सांगावं?"

"तेही खरंच... काय काम काढून आला? घोडं दमटावीत आला म्हणून विचारलं."

त्यानं आपल्या बंडीच्या खिशातून छायाचित्र काढलं.

"हिला तुम्ही पाहिलंय?"

म्हाताऱ्यानं छायाचित्र जवळ धरलं.

"अरे, ही तर चेताली... इथंच आहे."

"काय? इथेच आहे? कुठे? सांगा."

"ते बघ लिंबाखालचं पाल तिचं. पण काय काम आहे तुझं?..."

"तिच्याशी पाट लावायचा आहे..." तो झटकन उठत, वळत म्हणाला.

म्हातारा क्षणभर गुडगुडी प्यायचं विसरला. तो त्या पालापाशी आला.

"आत येऊ?..."

"हं? कोण?..."

तिनं दरवाजाकडे पाहत विचारलं.

अंधारलेली झोपडी, ज्वाळांची तिरीप तिच्या गालांवर पडली होती. डोळ्यांतही प्रकाश उजळला होता.

"मी... मी आत येऊ?"

"ये ना!" तिनं म्हटलं.

तो तिच्यासमोर आला. आता तिचा चेहरा त्याला स्पष्ट दिसत होता.

तो मोडून आल्यागत झाला.

ती जवळजवळ चाळिशीची होती. डोळ्यांतलं आकाश आता धुरामुळं धूसर झालं होतं. चित्रातले डोळे न् आत्ताचे डोळे ह्यांत फरक होता. गालांची हाडं किंचित वर आली होती. गालात रुतले वाटणारे ओठ आता मोकळे झाले होते. त्यांच्या कडा किंचित खाली उतरल्या होत्या.

"काय हवंय?..."

"तू..." त्याला तरीही ती खूप आपलीशी वाटत होती. तिची ओढ वाटत होती.

तिचं चमकून वर पाहिलं.

"मी हवी? माझ्यापेक्षा लहान आहेस तू..."

"मग काय झालं? बायका नाही मोठ्या पुरुषाशी लग्न करत? मी किती शोधत आलो तुला. पण... तुझं आणखी कुणी नाही ना?"

"नाही. मी एकटी आहे. खूप काही होतं. होत्याचं नव्हतं झालं."

"किती शोधत आलो तुला. हे बघ, जत्रेत तुझं हे चित्र मिळालं. किती गावं पालथी घातली हे चित्र घेऊन."

"चित्र? पाहू..." म्हणत तिनं भाकरीचे हात परातीतच धुतले. हात पदरानं पुसला. ते छायाचित्र हाती घेतलं.

छायाचित्र हाती घेतलं आणि ती पार हरवली. वर्तमानाचा पाचोळा बाजूला करून भूतकाळात पाहत होती. ती आपल्याच तंद्रीत बोलू लागली.

"माझंच हे चित्र. वीस वर्षांपूर्वीचं. पंधरा-सोळा वर्षांची असेन मी तेव्हा. हा चेहरा पाहतोयस ना?

"त्या चित्रकारानं चेहराच काढला... चित्र काढताना माझं इवलंसं पोर...

दोन तीन महिन्याचं, दूध पीत होतं. तो चित्र काढणारा म्हणाला, 'हरकत नाही. घे त्याला पाजायला...' रडतं पोर शांत झालं. पोर दूध पीत होतं आणि चित्रकार माझं चित्र काढत होता.''

''म्हणजे तुझं लग्न झालं आहे?''

''मग काय तं? अरे, आपल्या समाजात मुलगी तेरा वर्षांची झाली, की लग्न होतं. पंधराव्या वर्षी मूलही होतं. मी काय तुझी वाट पाहत बसेल होय?''

तिनं चिडवलं. तो ओशाळला.

''अरे, तुझी थट्टा केली मी. प्रेमाची ओढ कशी असते, ती अनुभवलीय ना मी. माझं मूल... माझा नवरा...''

''आता कुठेत ते दोघं?''

''कोण्या दिशांना गेलेत काय ठाऊक?'' पुन: सर्व पाचोळा तिच्या डोळ्यांत दाटला.

''कुठल्या दिशेनं त्या दोघांना गिळून टाकलं कुणास ठाऊक?''

''काय झालं?'' त्यानं उत्सुकतेनं विचारलं.

''अशीच संध्याकाळ होती. दिवस पावसाचे आणि पाहता पाहता वादळ आलं...'' त्याच्या कानात बापाचे शब्द घोळू लागले.

''आणि त्या वादळात सर्व पालं उखडली गेली.'' तो म्हणाला.

''हो. मी झोळणीत घातलेल्या माझ्या बाळाकडे धाव घेतली, पण सुसाट वारा आला.''

''तू बाळापर्यंत पोचू शकली नाहीस. त्या वाऱ्यानं तुला दूरवर हेलपाटत नेलं.''

''मी बेशुद्ध पडले. नंतर शुद्धीवर आले तर मी सरकारी दवाखान्यात होते. मी तशीच उठले. पालं घातली होती त्या जागी आले... एक पाल जागेवर उरलं नव्हतं. सर्व संसार मोडून पडले होते. माणसं परागंदा झाली होती.

''माझा नवरा, माझा बाळ...''

''तुझ्या नवऱ्यानं बाळाची झोळी घट्ट धरली. पण तू मात्र त्याला सापडली नाहीस. वणवण फिरून त्यानं तुला शोधलं.''

''हंऽऽ... असंच झालं असेल. असं झालं असेल तर जिवंत असतील, नाहीतर त्या वादळात... नदीच्या पुरात.'' तिच्या डोळ्यांत पूर आला.

ती रडत होती. नाथा उठला. त्यानं तिच्या खांद्यावर हात ठेवला.

तिनं स्वत:ला सावरलं. त्याचा हात दूर केला.

''सगळं सांगितलं... तरीही मी हवीय तुला?''

"हो, तरीही हवी आहेस." नाथा पुढे झाला. त्यानं तिला आपल्या कुशीत घेतलं...

"आईऽऽ" त्याच्या ओठून उद्गार बाहेर पडला.

त्याच्या जवळ येण्यानं संतापानं आक्रसलेली ती एकदम चमकली. ती त्याच्यापासून थोडी दूर झाली.

"तू... नाथा?"

"हो..."

आणि इतक्या वर्षांचं रोखलेलं तिचं रडू बाहेर पडलं.

तिनं नाथाला जवळ ओढून घेतला. त्याच्या कपाळावर, गालांवर, मानेवर, भुजांवर ती ओठ टेकवत होती. दोन-चार महिन्यांचा असलेला नाथा वीस वर्षांनी पुन: तिच्या कुशीत आला होता.

"नाथा, माझ्या बाळा! अरे, हे देवानं केवढं देणं दिलं आज मला! मी सावरू शकेन ना? आणि तुझा बाप... माझे धनी...?" तिने पुढे न बोलता नुसताच छातीवर हात ठेवला. आपल्याला काय ऐकायला मिळतं, ह्याबद्दल ती साशंक झाली होती.

"आई... बाबा पण आहेत. आम्ही दोघं त्या वेळी वाचलो. मला कुशीत घेऊन ते तुझा शोध घेत होते."

तिनं दीर्घ श्वास घेतला. त्यात समाधान होतं. चेहऱ्यावर अजूनही आनंद ओसंडून वाहत होता. ओठ कापत होते. तिला लवकर बोलताही येत नव्हतं. पण बोलल्यावाचून राहवतही नव्हतं.

"नाथा... किती वर्षं रे...!"

"वीस वर्षं- वीस वर्षं आम्ही दोघं केवळ शोधच घेत होतो."

"मीदेखील खूप शोधलं तुम्हाला. त्यांच्या सोबतीला तू तरी होता. पण मी एकटी..." आणि तिनं पुन: चमकून वर पाहिलं.

"त्यांनी पाट लावला नाही दुसरा?"

"आई, तुझ्यासारखीला विसरून ते पाट कसा लावतील?"

आता तिला हसू आलं.

"आणि तू माझ्या शोधात निघाला होतास रे?"

नाथा संकोचला. पण त्याला मनातलं बोलावंसं वाटत होतं. कितीतरी शब्द तिनं जमा केले.

"आई, बाबा माझ्या लग्नाची गडबड करू लागले. त्यांना पुन: पालात पैंजणांचा आवाज ऐकायचा होता. पुन: कांकणांचा आवाज ऐकायचा होता. पण

मला मुलगी पसंत पडत नव्हती. आई, देवानं हे रूप दिलं. त्या रूपाला साजेशी पोरगी तं हवी?''

चेतालीनं आपल्या मुलाकडे पाहिलं. मुलगा कुशीत आल्याच्या आनंदात तिला त्याचं देखणेपण जाणवलंच नव्हतं. खरंच, केवढा राजबिंडा आहे आपला मुलगा!

''तं ऽऽ मी निघालो मुलीच्या शोधाला. पालापालांत मुलगी पाहिली. आवडली नाही. एका गावी जत्रेत गेलो, तं हे चित्र पाहिलं... आई, तुझ्या चित्रानं झपाटलो बघ.''

चेताली संकोचली. तिनं आपला घागरा हातात चोळामोळा करत घट्ट धरला.

''आई, पण ते झपाटणं माझ्या लक्षात आलं नाही. मीही तरुण मुलगाच होतो. कोणतीही तरुण मुलगी पाहिली, की रक्त उसळायचं. पण हे चित्र पाहिल्यावर असं झालं नाही. माझ्या मनात खोलवर ते चित्र गेलं. कसलाही लोभ नव्हता, शरीराचं अनावरपण नव्हतं. फक्त होता ध्यास तुला गाठायचा. हे आकाशासारखे डोळे, तुझ्या गालावरचं गूढ स्मित, चेहऱ्यावरचा कृतार्थ भाव...''

''बाळा... मी तुला दूध पाजत होते रे त्या वेळी-''

''होय आई... म्हणूनच... तुझ्या चेहऱ्यावरचे ते अनोळखी भाव तेच होते. लहानपणापासून तुला मुकलो. असे भाव मी कधी पाहू शकलो नाही. पण आई दूर गेली म्हणून मातृत्व लपून थोडंच राहतं? मला अर्थ न कळताही चित्र पाहिल्याक्षणी मातृत्वाची ओढ लागली. मला तू हवी होती. ती माझी तीव्र इच्छा होती. पण आई, त्यात कुठल्याही भोगाची अपेक्षा नव्हती. मलाच आश्चर्य वाटत होतं, की ही कसली ओढ आहे... तुला भेटल्यावर कळालं... ही तुझ्या कुशीची ओढ आहे. तुझ्या हृदयाची स्पंदनं मला ऐकायची आहेत. तुझ्या छातीची मऊ ऊब मला हवी आहे.''

''नाथा... नाथा रे...'' म्हणत चेतालीनं त्याचं डोकं आपल्या छातीशी धरलं. तिचे ओठ त्याच्या माथ्यावर होते.

कितीतरी वेळ त्या माय-लेकरांची गळामिठी सुटली नाही.

''आई, आता चलायचं आपल्या घरी.''

चेतालीच्या चेहऱ्यावर सगळा बगीचा फुलून आला.

''चल... पोरा... लवकर खाऊनपिऊन निघू.''

दोघांनी भराभर जेवण केलं. चेताली मध्येच एक घास नाथाला भरवत होती

''नाही आई, भाजीचा नको... ठेच्याचा घास दे ना.'' नाथा हट्ट करत होता.

किती दिवसांनी न जेवताच चेतालीचं पोट भरलं होतं.

''नाथा, निघूया...''

"हो... ही गाडकी-मडकी?"

"जाऊ दे रे! माझी सोन्यासारखी माणसं सापडली. आता कुठे त्या खापरांचा सोस?"

चेतालीनं पालाच्या प्रमुखाला बोलावलं. म्हातारा गुडगुडी सोडून आला.

"राव, हे माझं लेकरू... वीस वर्षांनी भेटलंय. माझा नवरा तिकडं वाट पाहतोय... मी जाते."

चेताली बोलता बोलता म्हाताऱ्याच्या पाया पडली.

म्हाताऱ्यानं तोंडभरून आशीर्वाद दिला.

दोघं घोड्यावर बसले. घोडं त्याच्या गावाच्या दिशेनं पळत होतं. आपल्याला 'ती' हवी होती. 'ती' मिळाली. आपल्या आयुष्यात आईची कमी होती ती पुरी झाली. आईचा होणारा स्पर्श त्याला संजीवनी देत होता. आईला पाहिल्यावर वडिलांचा आनंदाचा चेहरा त्याच्या डोळ्यांसमोर येत होता. आईचे खोल गेलेले डोळे... काहीसं वर आलेलं नाक. आई पुन: त्या चित्रागत होईल. वयच कितीसं आईचं? पस्तीस-चाळिशीचं... तो गाणी म्हणत होता. आई हसत होती.

मध्येच त्याच्या डोळ्यांपुढे येसूचे आर्त, विनवणारे डोळे वारंवार साकारत होते.

■

॥ ४ ॥

प्रेमान्त

सर्व दिशांमधून आता अंधार आपली नखे रोवत येत होता. सर्व रस्ते चिडीचूप झाले होते. अंधार पडला की, आकाशात बॉंबची आतशबाजी सुरू व्हायची. आकाशातून अग्निवर्षाव व्हायचा, घरं उद्‌ध्वस्त व्हायची. रात्री ब्लॅक आउटचा हुकूम होता. घराघरांतले लहानसे मातीचे दिवे, कंदिल अडगळीच्या खोलीतून बाहेर निघाले होते.

"तब्बू, जा बेटा. बाहेर के कमरेमें ये कंदिल रखके आ ।"

"जी, अम्मी." आपल्या डोक्यावरची ओढणी सावरत तबस्सुमनं कंदिल हातात घेतला आणि ती बाहेरच्या खोलीत आली. बाहेरच्या खोलीत दादीमां नूरला गोष्ट सांगत होती. कंदिल आणताक्षणी दादीमाचं लक्ष तबस्सुमकडे गेलं. दादीमां पाहत राहिली.

तब्बूच्या चेहऱ्यावर कंदिलाचा प्रकाश पडला होता. त्या अंधूक प्रकाशात तिचा चेहरा तेजाळून निघाला होता. खोलीत पसरलेल्या अंधारात त्या लावण्यतेजानं प्रवेश केला होता.

"आदाब दादीमां." तब्बूनं दादीमांला संध्याकाळचा नमस्कार केला. दादीमां तब्बूच्या डोळ्यांकडे पाहत राहिली. कंदिलाचा प्रकाश तब्बूच्या काळ्याभोर डोळ्यांत पडला होता. जणू दोन वाती तिथे पेटलेल्या होत्या. तब्बूचं सरळ नाक, नाजूक जिवणी, मोठं कपाळ... तब्बू अफगाणी सौंदर्याचा एक विलक्षण नमुना होती.

आपल्याकडे पाहण्यात दादीमां आशीर्वाद द्यायचा विसरली, हे तब्बूच्या लक्षात आलं. ती संकोचली, म्हणाली,

"मैने कहा, आदाब दादीमां!"

"खुश रहो बेटा, खुदा तुमको सलामत रखे! मेरी नूर को किसी की नजर ना लगे!" दादीमांनं कानशिलावर बोटं मोडली.

"क्या सुना रही हो नूर को?"

"नूरला काय... सारख्या गोष्टी सांगाव्या लागतात.''

"वाऽऽ! गोष्टी मी पण ऐकणार.''

"आणि अम्मीला मदत कोण करणार स्वयंपाकात?''

"मदत लागली की अम्मी हाक मारल्याशिवाय राहील होय? अम्मीची हाक तर साऱ्या मोहल्ल्याला ऐकू जाते.''

"तरी रोज तिला मी बजावते, की आता तब्बू मोठी झाली आहे. एवढ्या जोरानं नाव घेऊन ओरडू नको.'' दादीमांनं मानेला झटका देत म्हटलं.

"गोष्ट सांग ना दादीमां.''

"हाँ. भूल ही गयी... कहां तक आये थे हम नूर?''

"पानी के जहाज में...''

"हाय अल्ला! पानी के जहाज में हम थे!'' तब्बू नूरला चिडवून हसू लागली.

"तब्बू आपा, तुम चुप बैठो हां... हां, बोलो दादीमां.''

"हं... तर तो राजपुत्र नावेत बसला. लाल रंगाच्या समुद्रातून ती नाव हळूहळू निळ्या रंगाच्या समुद्राकडे यायला लागली. तिथे त्याला दूर सुंदर टेकडी दिसली. त्या टेकडीवरच्या झाडांची पानं रात्रीही चमचमत होती.''

आजीच्या गोष्टीत तब्बू हरवत गेली. निळ्या डोळ्यांचा राजपुत्र... आकाश निळं. समुद्राचं पाणी निळं... तसंच त्याचे अथांग निळे डोळे, गोरा रंग... खांद्यापर्यंत रुळणारे सोनेरी केस... असा तो रुबाबदार राजपुत्र समुद्रातून येतो आहे... आणि आपल्याला साद घालतो आहे 'तबस्सुम...'

तब्बूच्या डोळ्यांतली चमक आणखी वाढली. तिच्या नितळ गोऱ्या गालांवर लाली चढली.

"क्या सोच रही बेटा?'' आजीनं तिला भानावर आणलं.

"दादीमां... क्या सही नीले आँखोंवाला शहेजादा होता है?''

आजीनं तिच्याकडे पाहिलं. नुसतंच पाहिलं नाही, तर तिच्या चेहऱ्याचा शोध घेतला.

"नीली आँखोंवाला शहेजादा अफसानोंमे होता है. जा... आईला स्वयंपाकात मदत कर. ती एकटी तिकडे मरमर मरतेय आणि तुला निळ्या डोळ्यांची स्वप्नं पडताहेत.''

तब्बू रागानं उठली. ती रसोईघरात आली. तिथे आई पाट्यावर वाटण वाटत होती.

"दे अम्मी, मी देते वाटून.''

"राहू दे. आता होत आलंय." अम्मीनं केस सावरत म्हटलं.

"ती दादीमां चिडते ना मग."

"आता काय झालं?''

"मी मोठी झाल्यापासून दादीमांच्या डोळ्यात खुपतेच आहे. तिला नुसतं विचारलं, निळ्या डोळ्यांचा शहेजादा असतो का? तर माझ्या अंगावर आली.''

अम्मीनं हात धुतले. आपल्या अनघ पोरीला जवळ घेतलं.

"बेटा... वयात आलेली पोर घरातल्या सगळ्यांच्याच डोळ्यात खुपते. आणि तब्बू... आम्हीही स्वप्नं पाहायचो गं... पण आता हे असे दिवस आलेत. आज असू तर कदाचित उद्या... अल्लाह! स्वप्नं बघण्यासाठी किती वेळ अल्लानं आपल्यासाठी ठेवला आहे ते तोच जाणे! तब्बू, ही स्वप्नं पाहायची वेळच नाही. आहे तेवढे दिवस जगून घ्यायचं, बस्! आकाशातून पडणारा अग्निवर्षाव कधी संपणार आहे, ते अल्लाच जाणे! बेटा, दादीमांला आतल्या खोलीत या म्हण. आता तुझे अब्बू येतील. त्यांच्याबरोबर त्यांचे साथीदारही असतील. आज आपल्या घरी त्यांनी मीटिंग ठेवली आहे आणि आणखी एक, हुक्का पुसून ठेव. ते लोक आले की पेटवावा लागेल.''

"जी अम्मी.''

पाठमोऱ्या जाणाऱ्या तब्बूकडे तिची अम्मी भान विसरून पाहत होती. हे एवढं लावण्य. कुणा राजाची राणी व्हावी असं लावण्य. पण आता ह्या युद्धपरिस्थितीत कोण राजा आणि कोण रंक आहे? देशाचा राजा आणि त्याचे राजपुत्रच गेलेत पळून. त्यांना शोधायला, दहशत पसरवायला रोज अमेरिका हल्ला करतेय. राजवाडा तर धुळीला मिळाला. पण सोबतीनं उभे असलेले आशियानेही उद्ध्वस्त झाले! धूळ, माती, रेतीचे लोटच्या लोट साऱ्या शहरभर पसरतात. श्वास घेणं अवघड होतं. राजाचं राजेपण संपलं. माणसाचं माणूसपण संपलं. स्वप्न पाहू नकोस; कारण तेवढं आयुष्य आपल्या हाती असेल याची खात्री नाही, असं माझ्या तब्बूला मला सांगावं लागतं, ह्याहून दुर्भाग्य काय?

दबक्या आवाजातली बोलणी ऐकू आली, तशी अम्मीनं ओढणी डोक्यावर ओढली.

अंधार झाला होता. म्हणून तब्बूनं लालटेन पेटवला आणि बाहेरच्या खोलीत आणला. तिनं माथ्यावर घेतलेली हिरवी ओढणी आणि त्या ओढणीतला तिचा गोरा चेहरा.

अब्बूकडे आलेले आठ-दहाजण क्षणभर श्वास रोखून तिच्याकडे पाहत राहिले.

तिनं लालटेन मधल्या टी-पॉयवर ठेवला.

"आदाब चाचाजी." तिनं सर्वांनाच उद्देशून म्हटलं.

"खूश रहो बेटी..." सगळ्यांनीच मनापासून आशीर्वाद दिला.

"बेटी, दिये की बाती और कम कर दो. कहीं फायटर प्लेन ना आ जाये."

"जी..." म्हणत तब्बूनं दिव्याची वात आणखी कमी केली. ती आत गेली. पाठोपाठ अब्बूही आत आले.

"बेगम, जरा पकोडे करून दे बरं. आणि हे बघ, पाठवताना नूरच्या हातांनी पाठव. तब्बूच्या नको."

अम्मीनं त्यांच्याकडे रोखून पाहिलं. अब्बाजानच्या मनात काय आहे, ते तिनं ओळखलं. तेही हसले.

"अहं, मैं बुरखेके खिलाफ ही हूँ. पण इथे जी माझी मित्रमंडळी आलीत, त्यांच्यापैकी एकालाही तब्बूच्या पासंगाला पुरेसा असा मुलगा नाही. त्यांनी तब्बूसाठी मागणी घातली, तर मला नाही म्हणणं जड जाईल..."

"इतकी काळजी आहे, तर शोधा ना मुलीसाठी चांगला मुलगा."

"तब्बू की माँ, मेरे तब्बूके लिये कोई शहजादा..." आणि बोलता बोलता अब्बू गप्प बसले.

"शहजादे तो भाग गये... चलो, बनाओ पकोडे." म्हणून अब्बू बाहेर गेले.

तब्बू अम्मीला मदत करू लागली. पण तिचे कान बाहेर लागले होते. सात-आठजणं आपापल्या मोठमोठ्या आवाजात मतं व्यक्त करत होती.

"अरे, तंग आ चुके थे हुकुमशाहीसे. कितने दिन सह लेते."

"पण आताची परिस्थिती तरी काय फार चांगली आहे का? कोण मरतंय याची फिकीर आहे का, या आक्रमणकर्त्यांना! रात्री येतात, विमानातून तुफानी हल्ला करतात. निघून जातात. कोण जगतं, कोण मरतं ह्याचा विचार तरी आहे त्यांच्याजवळ?"

"इकडे हुकुमशहा तर त्याच्या सुरक्षित जागी पळून गेला. आता हे बॉम्बिंग का करताहेत?"

"हुकुमशहानं पुन: येऊ नये म्हणून ही दहशत."

"पण आपल्यासारखे सामान्य मरतात ना!"

"एक बात कहू हजरत... हुकुमशहाला तख्तपलट करायला लावायचं हे केवळ एक निमित्त होतं. एवढं आक्रमण करण्याइतकं कोणतं कारण झालं होतं? सगळ्या जगातल्या महत्त्वाच्या राष्ट्रांकडे आण्विक अस्त्रं आहेत, जैविक अस्त्रं आहेत; त्यांच्यावर केलं नाही आक्रमण!"

“त्यांना त्यांच्या जवळच्या शस्त्रास्त्रांची, सैन्याची चाचणी करायची होती. अमेरिका काय करू शकते, हे दाखवायचं होतं म्हणून हे युद्ध कारण केलं त्यांनी...”

“पण आपण आता मधल्यामधे कैचीत सापडलो ना! हुकुमशहाला पाठिंबा द्यावा तर तो पळून गेला आहे. ह्या परदेशाला पाठिंबा द्यावा तर हे रोजचं लोकांना भाजून काढणं, जीवन उद्ध्वस्त करणं चाललंय...”

“बरखुरदार... एक आदमी को पकडने इतना सारा लष्कर आ खडा है।”

“दुसरे देश इस्लाम खतरेमें म्हणताहेत; पण पाकिस्तान अमेरिकेला युद्धात साहाय्य करतंय.”

“कोणत्या मताला मानावं, हे कळत नाही. आपली तर बुद्धी चक्रावून गेलीय. दिवसेंदिवस जगणं मात्र कठीण झालंय. रोजचे मृत्यू...! अल्लाह! तेरी दुनियाको ये क्या हो गया?”

“पण आपण काय करायचं? युद्ध कधीतरी संपेल. त्यानंतर ह्या देशाचा बागडौर...”

“बागडौर...? अरे, देश काय उरेल? विचार कर... आजच बगदाद खंडहर होऊन उरलंय. पूर्ण देशाला पुन: एकदा सावरायला लागेल. हा हुकुमशहा आधीच अमेरिकेच्या हवाली केला असता, तर देशाचं एवढं नुकसान झालं नसतं!”

“देशाच्या नुकसानाची त्याला काय काळजी? अजूनही तो लपूनच आहे.”

सर्वजण गोंधळलेले होते. आपले विचार बोलून दाखवत होते. युद्धानंतर देशाची सूत्रे पुन: हाती घेण्याचा विचार करत होते. अमेरिकेनं युद्धानंतर पुनर्वसन करून देण्याचं आश्वासन दिलं होतं; पण त्यावरही कुणाचा विश्वास नव्हता.

गरम भजी सर्वांपुढे आली. सर्वजण ती खातच होते आणि अचानक आकाशातून विमानाच्या गर्जना येऊ लागल्या. सगळ्यांचे हात थांबले. श्वास अडकला. पाठोपाठ बॉम्ब-वर्षावाचे धमाके ऐकू येऊ लागले. जमीन हादरू लागली. लोकांच्या किंकाळ्या ऐकू येऊ लागल्या.

“बिबीजान, सब औरतें पलंग के नीचे घुस जाओ...” तब्बूचे वडील ओरडले.

सर्वांनी टेबल, पलंग, खुर्ची अशा गोष्टींखाली सुरक्षित निवारा घेतला.

काही घरं उद्ध्वस्त करून बॉम्बर्सची फेरी संपली. बॉम्बर्स परत गेले.

“चलो... जल्दी चलो... जखमी लोकांना मदत करावी लागेल.”

सर्व पुरुष भरभर बाहेर पडले. ज्यांनीत्यांनी आपापली कामं वाटून घेतली होती. घरातल्या बायका आता सावरल्या.

"चला, आधी जेवून घ्या. पुढच्या फेरीत आपल्या घरावर बॉम्ब पडला तर... निदान पोट भरलेलं असावं.'' अम्मीच्या बोलण्याचा अर्थ काय निघत होता, ते तीच जाणे! तब्बूचा चेहरा पांढराफटक पडला.

"अम्मी ऽऽ'' तिनं अम्मीच्या कुशीत तोंड लपवलं. "अम्मी, काय होईल गं? आपण राहू की... नाही अम्मी, आपल्याला जगायचंय.''

"सगळ्यांनाच जगायचं असतं बेटा; पण हे जग जगू देत नाही. चल बेटा, ताट घे. तुझ्या अब्बूंच्यासाठी वाढून ठेव. ते आता येतील मध्यरात्री. जीव झोकून काम करताहेत. अल्ला त्यांना खूप आयुष्य देओ!''

सगळ्यांची जेवणं संपत आली. पुन: आभाळ गरजू लागलं. आता तर अगदी डोक्यावर...

"भागो... पलंग के नीचे...'' ताटांना लाथाडत सगळ्याजणी पलंगाच्या दिशेनं पळाल्या. पण तेवढ्यात कानठळ्या बसतील असा स्फोट झाला. घराचं छत खाली आलं. आजवर ज्या घरानं मायेनं सांभाळलं त्या घराच्या दगडविटा अंगावर भिरभिरत आल्या. जखमी करून गेल्या. मातीनं, धुळीनं काही दिसेना. श्वास घेता येईना. पाहता पाहता तब्बूची शुद्ध हरपली.

***

तब्बू शुद्धीवर आली, तेव्हा ती एका टेंटमध्ये होती. कुठे कुठे अंग ठसठसत होतं. कुणाचा तरी हात कपाळावर आला. अब्बाजानचा स्पर्श तिनं ओळखला.

"अब्बाजान...''

"बेटा तब्बू...''

"अब्बाजान... अम्मी, नूर... दादीमां कहां हैं।''

"बेटा, तुझी दादीमां... आता नाहीये.'

"आं... दादीमां...'' तब्बूला रडू यायला लागलं.

"बेटा, देवाचे उपकार मान, तुम्ही जगलात. घराचा ढिगारा पाहून तर कुणी जिवंत असेल, असं मला वाटलं नव्हतं. पण पलंगाखाली तुम्ही सर्व सापडलात. दादीमां मात्र पलंगापर्यंत पोचू शकली नव्हती.''

"अम्मी कशी आहे?''

"तिचा पाय फ्रॅक्चर झालाय. ती पलीकडच्या तंबूत आहे.''

"दवाखान्यात का नाही ठेवलं तिला?''

"नाही तब्बू... कोणत्याही इमारतीपेक्षा हे तंबूच सुरक्षित आहेत. निदान

पडझड होत नाही.''

"हंऽऽ...'' तब्बूनं सुस्कारा सोडला.

पुढची रात्र शांतपणे गेली. आकाशात नुसती गस्त घालणारी विमानं होती आणि दुसऱ्या दिवशी अमेरिकी सैन्य गावात आलं. आधी एका तुकडीनं शहरभर गस्त घातली. जवळच्या वॉकीटॉकीतून ते आपापसात सूचना देत होते.

नंतरची तुकडी आली. त्यांच्या पाठीशी मोठमोठ्या बॅग्ज बांधल्या होत्या. प्रत्येक तंबूत ते अन्न पुरवत होते.

तब्बू डोळे मिटून पडली होती.

"हॅलो मॅम... हाऊ आर यू?'' अगदी कानाजवळून शब्द आले. तब्बूनं दचकून डोळे उघडले.

तो तिच्याकडे काळजीनं पाहत होता. त्याचे निळे अथांग डोळे... क्षणभर त्या अथांग सागरात एखाद्या नावेसारख्या आपण हरवत चाललो आहोत, असं तब्बूला वाटलं...

तिनं स्वत:वर रागावून डोळे मिटले.

"मॅम, हाउ आर यू?...'' त्यानं पुन: विचारलं.

"व्हेरी फाइन... ओन्ली आय कान्ट वॉक... आय कान्ट वेक अप मायसेल्फ ओन... अँड माय ग्रॅंडमदर डाइड यस्टरडे... स्टिल... आय ॲम फाइन...''

"थॅंक्स, तुला माझी भाषा येते.''

"मी शिकलेली आहे.''

"तुला काय झालंय?''

"खूप मुका मार लागलाय... तुझ्या बॉम्बरच्या करामतीत.'' ती रागानं म्हणाली.

"आय ॲम सॉरी फॉर दॅट... आम्ही दहशतवादाला नेस्तनाबूत करायचा प्रयत्न करतोय...''

"दहशतवाद्यांना? आणि तेही निरपराध नागरिकांवर असा अत्याचार करून?''

त्याच्या निळ्या समुद्रात आता लाटा निर्माण झाल्या होत्या.

"राष्ट्राध्यक्षांच्या निर्णयापुढे आमचं काही चालत नाही. तुमचा हुकुमशहा वेळीच शरण आला असता, तर हे घडलं नसतं. आम्ही तरी काय करणार?... आम्ही फक्त ऑर्डर पाळणार... प्लीज, तू जेवण करून घेतेस?'' आपल्याला भूक लागली आहे, ह्याचं भान तिला आलं.

"हो...''

त्यानं आपल्याजवळचं जेवणाचं पाकीट पेपरप्लेटमध्ये उघडलं. ते पलंगावर

ठेवलं.

तिनं उठायचा प्रयत्न केला आणि सर्व शरीरभरातून वेदनेच्या लाटा उठल्या.

"अम्मी..." ती कळवळली.

"जस्ट अ मिनिट..." तो पुढे आला. त्यानं तिच्या मानेखाली हात घातला.

"नो नो..." ती ओरडली.

"काय झालं, मानेला लागलंय?"

"नाही. पण तू मला असा स्पर्श... प्लीज डोन्ट टच मी. आमच्या समाजात... कसं समजावू तुला... अरे पुरुषांपुढे आम्हाला माथा झाकावा लागतो."

तो काहीतरी चुकल्यासारखा वरमला. बाजूला झाला.

"हळूहळू ऊठ. बघ, जमेल कदाचित." तिनं उठायचा प्रयत्न केला. पण आधाराशिवाय आपण उठू शकणार नाही, हे तिच्या लक्षात आलं.

"प्लीज मला मदत कर." तिनं असहायपणे म्हटलं.

त्यानं तिच्या मानेखाली हात घातला, कमरेला धरून तिला बसतं केलं. तिच्या कपाळावर केस वेडेवाकडे पसरले होते.

"मी केस नीट करू?"

तिनं संकोचून मान हलवली. त्यानं तिचे केस सावरले.

"तुझं नाव?"

"तबस्सुम... आणि तुझं?..."

"रॉबर्ट. तबस्सुम, एक विनंती आहे. तू बरी होईपर्यंत स्पर्शाचा संकोच विसरून जा. आम्ही लोकं स्पर्शाचा एवढा बाऊ करत नाही."

"मला माहिती आहे. अनोळखी स्त्री-पुरुष एकमेकांच्या बाहुपाशांत डान्स करतात." ती रागानं म्हणाली.

"हं... कारण आम्ही स्पर्शाला एवढं महत्त्व देत नाही. म्हणूनच..."

"पण आम्हाला हे नाही चालत."

"पण अशा असहाय अवस्थेत?"

"चालवून घ्यावं लागतं. तुमच्यामुळेच तर ही वेळ आलीय आमच्यावर."

"हो. आय ॲग्री ॲन्ड आय ॲम सॉरी फॉर इट."

"कशाकशासाठी माफी मागणार आहेस तू?" तिनं चिडून विचारलं.

"तू म्हणशील त्यासाठी... पण आता आधी जेवून घे."

"हो, विसरलेच." तब्बूला थोडंसं हसू आलं.

"तुला एक माहिती आहे? तू हसताना खूप सुंदर दिसतेस." त्यानं म्हटलं.

आपण सुंदर आहोत हे तब्बूनं आरशात अनेकदा पाहिलं होतं. दादीमां तर

दहादा कानशिलावरून बोटं मोडायची. अम्मी-अब्बूच्या दृष्टीत त्या सौंदर्याची वाखाणणी असायची. पण तिऱ्हाइत माणसानं तिला आजवर असं कधी म्हटलं नव्हतं.

संकोचून तिनं खाली पाहिलं.

"ओऽऽ सॉरी! तुमच्याकडे ह्या अशा बोलण्याचीही सवय नसते, हे मी विसरलोच. आम्ही अगदी सामान्य मुलीलाही असं पटकन म्हणून जातो." त्याच्या निळ्या डोळ्यांत अवखळ लाटा उसळत होत्या.

त्याच्या बोलण्यानं चिडून स्वतःच्या नकळत तब्बू म्हणाली, "म्हणजे काय, मी दिसायला चांगली नाही की काय?"

"ओहो ऽऽ..." तो हसत म्हणाला, "माझ्या ग्रँडमालाही मी तिला सामान्य म्हटलेलं चालत नाही. मग तू तर एक तरुण मुलगी आणि खरोखरच फार सुंदर..." शेवटचे तीन शब्द त्यानं मनापासून म्हटले.

"चल, मला पुढच्या तंबूत जायचंय. तिथंही ही पॅकेट्स द्यायची आहेत. बाय... काळजी घे. मी चक्कर मारतच असतो. काय हवं, काय नको त्यासाठी."

हुकुमशहा हाती सापडत नाही हे लक्षात आल्यावर अमेरिकेनं बॉम्बवर्षाव थांबवला होता. स्वतःच्याच बॉम्बहल्ल्यात उद्ध्वस्त झालेल्या नागरिकांना सावरायला आता त्यांचं पायदळ सैन्य मदत करत होतं. जखमा भरत होत्या. पण ज्यांचे नातेवाईक त्या हल्ल्यात मारले गेले होते, त्यांच्या जखमा भरून न येणाऱ्या होत्या. तंबूमध्ये लोक जमत होते.

एका माणसाला पकडायला हा हल्ला करून, अनेक निरपराध लोकांना मारून अमेरिकेनं काय साधलं? अखेर हुकुमशहा सापडला नाहीच! रागवायचं कुणावर? स्वतः सुरक्षित ठिकाणी लपून देशाला विध्वंसाच्या खाईत लोटणाऱ्या हुकुमशहावर? की निरपराधांवर हल्ला करणाऱ्या अमेरिकेवर? लोक भानावर येत होते. सत्तापालट व्हावा असं वाटत होतं खरं; पण असा सत्तापालट? ह्यातून सावरायलाच किती वर्षं लागणार होती. उद्ध्वस्त घरं, इमारती, गावं पुनः वसवावी लागणार होती. सध्यातर हे घाव भरून येणं, तंबूत राहणं आणि युद्ध संपण्याची वाट पाहणं, एवढंच हाती होतं.

पुढे सरकार कुणाचं करायचं? जे कोणतंही सरकार येईल, ते अमेरिकेच्या कुबड्या घेऊन उभं राहणार आणि ही सर्व उद्ध्वस्तता नष्ट करणं, चलनाचं घसरलेलं मूल्य पुनः आंतरराष्ट्रीय स्तरावर योग्य ठिकाणी आणणं, तेलाची निर्यात पुनः सुरू करणं... ह्या सर्व विस्कटलेल्या घड्या घालण्याचं आव्हान नवीन सरकारला स्वीकारायचं होतं.

अशातच काही देशांनी 'इस्लामपर हल्ला' म्हणत अमेरिकेला विरोध केला.

तर काही राष्ट्रांनी गुडघे टेकत अमेरिकेला आपले विमानतळ वापरू दिले.

आपण नक्की कोणती भूमिका घ्यायची, हे कुणाच्याही लक्षात येत नव्हतं. हवेत रेघा ओढत चित्रं काढावी, तशी खलबतं होत होती. तब्बूचे अब्बू त्या राजकारणात ओढले जात होते.

"अम्मी..." तब्बू कळवळली. कूस बदलताना तिला त्रास होत होता. तोच 'तो' आत आला. तिला वळताना बघून घाईनं पुढे झाला.

"थांब... थांब... मी आधार देतो तुला."

"मला थोडं बसतं कर."

त्यानं बाजूचा डॉक्टरांनी लिहिलेला चार्ट वाचला.

"हं, अगदी पाच मिनिटांसाठी तुला बसता येईल." त्यानं तिला बसवत म्हटलं.

"औषधं घेतलीस?"

"नाही. औषधं द्यायला आज कुणी नर्स आली नाही."

"अरे..." त्यानं चार्टवर औषधांबद्दलची माहिती वाचली. तिथल्या स्टुलावर ठेवलेली औषधं त्यानं काढली. तिला दिली.

"तुला भूक लागलीय?" त्यानं विचारलं. त्या विचारण्यात कोरडेपणा नव्हता. आपल्या जवळच्या व्यक्तीनं विचारावं, तसं तिला वाटलं.

"तेच ते पाकिटातलं अन्न खाऊन कंटाळा आलाय."

"आय कॅन अंडरस्टँड. मी तुझ्यासाठी बघ काय आणलंय!"

"काय?"

"आम्हा सैनिकांसाठी स्पेशल फूड पॅकेट येतात. तुझ्यासाठी मी ते आणलंय. आज नॉनव्हेज आहे त्यात. खातेस?"

"पण तू?"

"आपण दोघं मिळून खाऊ या. तुझं फूडपॅकेटही आहेच तोंडी लावायला. पुरेल तेवढं."

त्यानं ते पॅकेट उघडलं. रॅपरमध्ये गरम अन्न होतं. "घे ना..."

तिनं संकोचून मान खाली घातली. तिला आजीची गोष्ट आठवली. निळ्या डोळ्यांचा राजपुत्र!

"चालेल ना? कारण तुमच्याकडे..." त्यानं काही म्हणायच्या आधी तिनं, "चालेल, आवडेल मला." अशी कबुली देऊन टाकली.

तो आपल्या निळ्या डोळ्यांनी तिच्याकडे पाहत होता. त्याचे सध्या सैनिकी पद्धतीनं बारीक कापलेले केस सोनेरी होते.

'हे केस थोडे वाढले तर किती छान सोनेरी गुच्छासारखे दिसतील.' ती त्याच्याकडे पाहत विचार करीत होती.

"कसला विचार करतेस?"

"तुझा... यू आर हँडसम."

"ओ ऽऽ थँक्स!" जेवता जेवता तो बोलत होता. काही गमतीशीर गोष्टी सांगून हसवत होता.

"माझी अम्मी कशी आहे, हे सांगशील मला? ती कोणत्या वॉर्डमध्ये आहे?"

"कालच तुझ्या अम्मीची मी माहिती काढली. तिला दोन-तीन ठिकाणी फ्रॅक्चर झालंय. फ्रॅक्चर झालेल्यांसाठी वेगळा वॉर्ड... आय मीन तंबू आहे."

"हं ऽऽ ... अब्बूंना तर फिरकायला वेळ नाही. ते पुढच्या राजकारणात गुंतलेत."

ती आपल्या घरच्यांच्या आठवणीत गुंतली. त्यानं तिच्यापुढे घास धरल्यावर ती भानावर आली. तिनं पटकन तो घास घेतला. नंतर तिनं डोळे मिटले. आपल्या धडधडत्या हृदयावर हात ठेवला. आपलं हृदय असं कधीच धडधडलं नव्हतं. पण हे योग्य आहे का? हे आक्रमण करणारे, त्यात हा परकीय... हा... हा आपल्याला आवडतोय? अल्लाह... हा मला आवडतोय. मी स्वत:ला सावरायला हवं.

"काय झालं?"

"तू... म्हणजे... नेहमी तूच कसा येतोस माझ्याकडे फूडपॅकेट्स घेऊन? इतर तुझ्या सोबतचे सैनिक, ते नाही कधी येत?" तिनं या काही दिवसांत मनात घोळणारा प्रश्न विचारला. तो जेवता जेवता गंभीर झाला.

"टॅबू," तो त्याच्या पद्धतीनं नाव उच्चारत म्हणाला, "आम्ही सैनिक कितीतरी दिवसांपासून घरून निघालेलो असतो. प्रत्येकजण स्त्रीसुखाला हपापलेला असतो. अशा वेळी स्त्रीचा नुसता स्पर्शही त्याच्यात लालसा निर्माण करतो. त्यात तू एवढी सुंदर म्हणून मी स्वत: इथे येतो. माझ्याऐवजी कुणीतरी इथे यावं, आपले वासनेने बरबटलेले हात तुझ्या अनाघ्रात देहाला इथेतिथे लावावे, शरीर चाचपडावं. नो...! मी, मी तुझी काळजी घेईन."

ती डोळे विस्फारून ऐकत होती. तिच्या वीस वर्षांच्या आयुष्यासाठी हे असलं ऐकणं नवीन होतं. तिला ह्या दोन-तीन दिवसांतलं सगळं काही आठवून गेलं. डोळ्यांसमोरून झगमगून गेलं.

त्याचं अनेकदा तिला उठवणं, बसतं करणं. तिच्या चेहऱ्यावरून फ्रेश टिश्यूपेपर्स फिरवणं, तिच्याशी गप्पा मारणं ह्या सगळ्यात त्यानं आपल्याला कोणत्याही नको त्या जागी स्पर्श केला नाही. प्रत्येक वेळी आधार देतानाही त्याचा

स्पर्श बेभान झाला नाही.

तिनं मान खाली घातली.

"तू विवाहित आहेस?" तिनं विचारलं.

"नाही."

"तरी तू...?" ती बोलता बोलता गप्प बसली. तिचा प्रश्न लक्षात येऊन तो गप्प बसला. नुसताच तिच्याकडे पाहत राहिला.

तिनं प्लेटमध्ये हात धुतला.

दोघंही गप्प होते. दोघांच्याही मनात वादळ घोंघावत होतं. स्वत:ला कसं सावरावं, हे तब्बूला कळत नव्हतं. उतारावर वेगानं धावत निघावं आणि स्वत:वर नियंत्रण राहू नये, तसं तिच्या मनाचं झालं होतं. त्यात सर्व नातेवाईक इतस्तत: झालेले. अम्मी आणि नूर एका वॉर्डमध्ये. दादीमां अल्लाच्या घरी. ओळखीचा प्रत्येकजण आपापल्या वेदनांमध्ये, विवंचनांमध्ये! आपल्याला जवळचा आहे फक्त हा.

एकाकीपणांन, हुरहुरीनं आणि प्रेमाच्या आवेगानं तिचं मन भरून आलं. त्या वादळात होलपटू द्यायचं नाही.

"हो तब्बू, आपण एकमेकांनीच सावरायचं एकमेकाला ह्या वादळात." तिला रडू फुटलं.

"का? का झालं हे युद्ध?"

"तू आणि मी भेटावं म्हणून..."

"ह्या भेटीला काय अर्थ आहे?"

"अर्थ देण्याचा प्रयत्न आपण करायचा. अगदी निकरानं करायचा." त्याच्या डोळ्यांत सच्चेपणा होता.

हळूहळू उद्ध्वस्ततेचीही सवय लोकांना होत होती. अमेरिकन आणि ब्रिटिश सैन्याच्या मदतीनं उरल्यासुरल्या कितींना थापाथापी करून घरांच्या ढिगाऱ्यांतून सामान जमा करून राहावं लागत होतं. महालांसारख्या घरात राहिलेले लोक कानाकोपऱ्यांत जीव मुठीत धरून राहत होते. पाकिटांतून मिळालेलं अन्न, खैरातीतलं अन्न मिळवून खात होते. आपल्याच झोकात आणि रुबाबात राहणारी माणसं रस्त्यावर आली होती.

***

आता तब्बूची आणि रॉबर्टची भेट कमी होत होती. तब्बूच्या घराच्या अंगणातच एक छोटीशी खोली बांधली होती. युद्धाच्या अनिश्चिततेमुळे पुन: घरं बांधण्यातही अर्थ नव्हता. अमेरिकन सैन्याची गस्त चालू होती. राजकारणी वारं

कोणकोणत्या दिशेनं वाहतंय ह्याचा अदमास घेणं चालू होतं. हुकुमशहाची सत्ता तर नेस्तनाबूत झाली होती; पण हुकुमशहा पत्रकांद्वारे, टी.व्ही. चॅनलद्वारे लोकांना संदेश पाठवत होत. धर्मयुद्धाला आव्हान देत होता. एकीकडे शांतपणे राहणारे धर्मनिरपेक्ष लोक एकत्र येत होते. एकजुटीनं नवीन राजकारण, नवीन समाजकारणाचे नियम ठरवत होते. स्त्रियांनी बुरखा हटवण्याचा निर्णय घेतला होता.

अमेरिकन सैनिकांची गस्त चालू होती. रॉबर्टनं तब्बूचं घर ठीकठाक करण्यात सहभाग घेतला होता. गस्त घालतानाही त्यानं तब्बूच्या घराच्या जवळचा भागच निवडला होता.

''सगळं ठीक आहे, सर?''

तब्बूच्या अंगणात डोकावत रॉबर्टनं विचारलं.

''ठीक आहे.'' तब्बूचे अब्बू काहीसे अलिप्तपणे म्हणाले.

''सर, कशाची गरज असली तर सांगा. मी ती पुरवेन.'' त्याचं लक्ष मधेच रोटी बेलणाऱ्या तब्बूकडे जात होतं. अम्मीचा पाय अजून प्लास्टरमध्ये होता. घरातलं काम तब्बूलाच पाहावं लागत होतं. आताही चुलीतल्या लाकडाच्या ज्वाळांचा प्रकाश तब्बूच्या चेहऱ्यावरून लखलखून जात होता. मधेच ती रॉबर्टकडे पाहत होती. तिच्या डोळ्यांतून अनेक भावना रॉबर्टपर्यंत पोचत होत्या.

अब्बांना संशय येऊ नये म्हणून रॉबर्ट पुढे बोलत राहिला.

''सर, आमच्या सरकारच्या ऑर्डर्स आहेत. सिटिझन्सना काही कमी पडू देऊ नका म्हणून.''

''तुमचं सरकार, तुमचं सरकार... ओफ! तंग आणलं तुमच्या सरकारनं. ही अशी वेळ आमच्यावर आणली. तेलासाठी आमच्यापुढे हात पसरणारं तुमचं सरकार आज आमच्या हाती भीक देऊ पाहतंय.''

''काय करणार सर? आम्ही साधे सैनिक! आम्हाला तरी दूर ह्या अनोळखी मुलखात यावं, असं थोडंच वाटतं? पण सरकारच्या इच्छेपुढे सैनिकांचं काय चालतं? शेवटी तेही एक हुकुमशहाच. देशाचं अर्थकारण एवढं बदललं आहे, एवढी बेकारी कधी नव्हे ती आमच्या देशात आहे, की सरकारला युद्धाखेरीज पर्याय नव्हता. युद्धामुळे मंदी संपते, रोजगार वाढतो. कुणाशीतरी युद्ध, बस...''

''खरंय तुझं. हुशार आहेस तू!''

''सर, थँक्स. पण हे निरपराध लोकांना मारणं आम्हालाच काय, जगातल्या कुणाही व्यक्तीला आवडलं नाही. एका माणसाला ताब्यात घ्यायला एवढं मोठं युद्ध! हजारो सैनिकांनी घरं सोडून इकडे येणं! सर... माझी आईही असाच ब्रेड गरम करून सोबत मला द्यायची. पण आता हे पाकिटातलं अन्न...''

अब्बूचं मन द्रवलं.

"तब्बू बेटा... माझ्यासाठी आणि या सोल्जरसाठी दोन ताटं आण. बेटा, तुझं नाव काय आहे?"

"रॉबर्ट."

"तुझी ह्या मोहल्ल्यात ड्यूटी आहे?"

"हो सर, आम्हाला एरिया वाटून दिले आहेत, तुमची खास देखभाल करण्यासाठी."

"आणि बॉंबिंग करण्यासाठी?" अब्बूंनी दाढी कुरवाळत म्हटलं.

"ते सैन्य वेगळं आहे सर."

"हं... जे झालं त्याला सामोरं जावंच लागणार. हुकुमशहाच्या हुकुमशाहीनं आम्हाला अगदीच जगणं अवघड करून टाकलं होतं. त्याचे क्रूर नियम, क्रूर शिक्षा, त्याची मनमानी. ती राजवट संपायलाच हवी होती. पण... हा उठाव आमच्याच देशातून व्हायला हवा होता. एवढी उद्ध्वस्तता झाली नसती. तुमचा देश मध्ये पडल्यानं फार नुकसान झालं देशाचं. नुसतं नुकसानच नाही तर स्वाभिमानालाही ठेच लागली. ही क्रांती आम्ही घडवली असती, तर वेगळं रूप समोर आलं असतं."

त्यांचं बोलणं चालू असेपर्यंत तब्बूनं दोन ताटं वाढून आणली. गरम रस्सा आणि गरम परोठा. तिनं त्याच्याकडे पाहिलं. ताट समोर ठेवता ठेवता ती हसली,

"कसा आहेस तू?"

"ठीक आहे. पण ते तंबूतले दिवस अधिक चांगले होते." तो पुटपुटला.

ते दोघं काही बोललेलं अब्बूंच्या लक्षात आलं.

"तुम्ही ओळखता एकमेकांना?"

"अंऽऽ? तसं फारसं नाही. ह्यांना लागलं असताना एक-दोनदा मी औषध दिलं होतं."

"हं..." अब्बू नुसतेच हुंकारले.

"तब्बू... जा. गरम परोठे घेऊन ये." त्यांनी तिला भानावर आणलं.

***

"अम्मी ऽऽ, मी त्याच्यावर प्रेम करते. तो तर म्हणतोय तो माझ्यासाठी इथे राहील. माझ्यासाठी आपला धर्म बदलेल."

"एक साधा सैनिक, तोही अमेरिकन... तुझे अब्बू, त्यांचं राजकीय स्थान, तू आता पाहते आहेस ना!"

"हो अम्मी. पण तो प्रेम करतो माझ्यावर आणि मीही. अब्बूचं राजकीय स्थान आता निर्माण झालंय. आधी तो हुकुमशहा असताना अब्बू एक साधेसुधे नागरिकच होते ना?"

अम्मी चिडली, "तुला काही वाटतं असं बोलताना? आपल्या अब्बूबद्दल असं बोलतेस? पुरुषाचं नशीब कसं कधी पालटेल, सांगता येत नसतं."

"हो ना अम्मी, मीही तेच म्हणते. त्याचंही नशीब कधी कसं पालटेल, हे सांगता येत नाही. एकदा तो आपल्या धर्मात आला की..." तब्बू आईला पटवून सांगत होती.

"...की काय होणार? तो कितीही मुसलमान झाला तरी त्याचं रूप, त्याचा रंग तो कोण, हे सांगत राहील. त्या लोकांनी आपल्यावर आक्रमण केलं, आपल्या वस्त्यांवर बॉम्बवर्षाव केला. अशा लोकांपैकी एकावर तू प्रेम करतेस आणि लग्नाचा विचार करतेस!"

"अम्मी, तो किती मदत करतो आपल्याला."

"मदत का करतो, ते कळलं आता मला. एकतर आधी घाव घालायचा, मग मलमपट्टी करायची. त्यात एवढी सुंदर मुलगी पाहिल्यावर तर... हं, तुझ्या अकलेवर पडदा कसा पडला?"

अम्मीचे शब्द ऐकता ऐकता तब्बूच्या मनात झाकोळून येत होतं. तो आता आपला श्वास झाला आहे. श्वास घेताना, सोडताना, हृदय धडकताना फक्त त्याचंच नाव बोललं जात होतं. केवढं असहाय वाटतं आहे. एवढे असहाय आपण कधीही झालो नव्हतो.

तिच्या रंग फिकुटला. डोळ्यांतल्या लखलखत्या ज्योती मंद झाल्या.

"तुझी ही थेरं थांबली नाहीत, तर मी अब्बूंना सांगेन. मग तर अब्बू एका क्षणाची वाट न पाहता समोर येईल त्या मुसलमानाशी तुझं लग्न लावून देतील."

अम्मीपुढून उठून तब्बू खोलीत गेली. मग मात्र तिला रडू आवरेना. अम्मी तिच्या फुफीला बरं वाटत नव्हतं म्हणून तिला भेटायला तिच्या घरी गेली होती. घरी कुणी नव्हतं.

"अल्ला... रॉबर्टला पाठव... त्याच्याशी बोलायचंय." ती मनातल्या मनात विनवत होती. ह्या काही दिवसांत ती अम्मीच्या कडक पहाऱ्यात होती. त्याच्या राउंडच्या वेळी अम्मी तिला खोलीत ढकलायची आणि अंगणात कमरेवर हात ठेवून उभी राहायची. तिची दृष्टी पाहून रॉबर्टनं काय घडलं, ते ओळखलं. आता रोज दिसणारी तब्बू आपल्याला दिसणार नाही. तो वैतागला, तळमळला.

आताही तो आशेनं आला न् दारात तब्बू उभी होती. उत्कटतेनं त्याची वाट

पाहत होती.

"पटकन आत ये." तिनं म्हटलं. रॉबर्ट आत आला.

"रॉबर्ट, अम्मीला कळालंय आणि तिनं अक्षरशः मला कोंडून टाकलंय."

"ते माझ्या लक्षात आलं."

"रॉबर्ट, ती तयार होत नाहीये आणि जर आपण पुनः भेटलो तर अब्बूंना सांगायची मला धमकी दिली आहे."

"पण तब्बू, मी धर्मांतर करायला तयार आहे. मी इथे राहायला तयार आहे."

"मी सगळं सांगितलं तिला रॉबर्ट. पण आम्हा निरपराध लोकांना मारणाऱ्या वंशातल्या माणसाबरोबर ती माझं लग्न होऊ देणार नाही. त्यात तुझा चेहरा तू अमेरिकन आहेस, हे सांगत असतो."

"माझा चेहरा एवढा वाईट आहे?"

"रॉबर्ट, रॉबर्ट..." तिनं आवेगानं त्याच्या निळ्या डोळ्यांवर ओठ टेकवले.

नंतर ती संकोचून भानावर आली. हा पहिला स्पर्श, आपण रॉबर्टला केलेला. पण तो स्पर्श, स्पर्श वाटलाच नाही. आपणच 'आपल्याला' उत्कटतेनं भेटावं, असं वाटलं. ही उत्कटता अम्मी का समजून घेत नाही?

"रॉबर्ट, माझी आजी राजपुत्राची गोष्ट सांगायची तसा तू आहेस रे! पण सांग ना काय करायचं?"

"तू माझ्याबरोबर चलशील माझ्या देशात? अम्मी, अब्बूंना न सांगता?"

"काय?" धसकून तिनं छातीवर हात ठेवला. हाकेच्या अंतरावर असलेल्या बाजारात जायचं तर आपल्याला सोबत नूर लागते; आणि असं अचानक दूर परदेशी?

"तेवढाच एक मार्ग आहे तब्बू. तू तेवढं धाडस केलं, तरच आपण एकत्र येऊ शकू. काय विचार करतेस?" तिला हलवून भानावर आणत त्यानं म्हटलं. त्यांच्या प्रेमातलं सुरुवातीचं अबोधपण, निरागसता आता संपली होती. सकाळचं ऊन संपावं आणि प्रखर सूर्य डोक्यावर यावा, तसं झालं होतं. प्रेमातले चटके त्यांना बसू लागले होते.

"मैं क्या करू अल्लाह...!" तिला रडू फुटलं.

"तू तयार असशील तर मी मेडिकल ग्राउंडवर रजा घेईन आणि आमच्या सैन्याधिकाऱ्यांना पटवून तुला तिकडे घेऊन जाईन. तुझी तेवढी तयारी झाली की सांग. मी तुझ्याशिवाय राहू शकणार नाही." रॉबर्ट कबुली देत होता.

आणि तेवढ्यात दारातून सावली दोघांवर पडली. तब्बूची अम्मी आली होती.

तिनं संगीनधारी रॉबर्टकडे दुर्लक्ष केलं आणि ती तरातरा आत आली. तिनं तब्बूचं बखोट धरलं.

"तू अशी नाही ऐकणार..." म्हणत दातओठ खाऊन तिला मारलं आणि खोलीत ढकललं.

"I want to marry her Madam, Please..." रॉबर्ट विनवून सांगत होता.

पण तिनं आपल्याला येत असलेला एकच इंग्रजी शब्द जोरानं तिरस्कारानं उच्चारला, "गेट आउट!"

***

अब्बू जळजळीतपणे तब्बूकडे पाहत होते. आजपर्यंत अब्बूंचं कधी वेडंवाकडं वाक्यही न ऐकलेली तब्बू घाबरून खूप काही ऐकायला आपलं मन तयार करत होती.

"तू हे धाडस केलंच कसं?" अब्बू शिरा ताणून विचारत होते. तब्बू गप्प होती.

"तब्बू, मला प्रश्नांची उत्तरं पाहिजेत. गप्प बसून चालणार नाही. तू हे धाडस, ही घोडचूक केलीसच कशी?"

"अब्बू, आपोआपच..." तब्बूनं आवंढा गिळला.

"तो एक अमेरिकन आहे हे माहीत असूनही?"

"अब्बू, अमेरिकन असला म्हणून काय झालं? तो एक चांगला मुलगा आहे."

"तुझी दादी ह्या अमेरिकन्सच्या बॉम्बिंगमध्ये गेली, हे तुझ्या लक्षात आहे?"

"अब्बू, ॲटॅक करणारे वेगळे होते. हे शांतिसैन्य..."

"शांतिसैन्य? हं ऽऽ! आपली दहशत कायम ठेवायला नेमलेले हे शिपाई आहेत."

"अब्बू, तो धर्म बदलायला तयार आहे."

"सौ चूहे खाकर बिल्ली चली हज को! शंभर मुसलमानांना मारलं आणि आता धर्म बदलतोय तो! आणि तुला काय वाटलं, आम्ही हो म्हणू?"

"अब्बू, आम्ही फार प्रेम करतो हो."

"तुला लाज नाही वाटत हे सांगताना?"

"प्रेमाची लाज कसली अब्बू? माझं तुमच्यावर प्रेम आहे; अम्मीवर, नूरवर प्रेम आहे. तसंच रॉबर्टवर प्रेम आहे."

"तब्बू समझनेकी कोशिश कर बेटी. तो दुसऱ्या देशातला, संस्कृतीतला, त्याची भाषा वेगळी, तिथलं चालचलन वेगळं..."

"अब्बू, सगळं काही वेगळं असलं तरी, प्रेम एकसारखंच असतं ना?"

"तू मला शिकवतेस? कालची पोर. तो ब्लडी अमेरिकन तुला इथून घेऊन जाईल. दोन-चार वर्ष प्रेमानं राहील आणि नंतर तुला डिव्होर्स देऊन टाकेल तिथल्या प्रथेप्रमाणे..."

"जसं आपल्याकडे तलाक देतात तसं किंवा तलाक दिला नाही तर चार-चार बायका करतात तसं?"

आता मात्र अब्बू आवाक्याबाहेर संतापले, "बघ... तो रास्कल... त्या एका गोऱ्या पोरापायी तू आपल्या धर्मातले 'नुक्स' काढायला लागलीस. खबरदार पुन: त्याचं नाव घेतलंस तर!"

रागानं ते उठले आणि ताडताड बाहेर निघून गेले. अम्मीनं जळजळीतपणे तिच्याकडे पाहिलं आणि खोलीचं दार लावून घेतलं.

पाहता पाहता वातावरण तापू लागलं. अमेरिकेचा युद्धाचा उद्देश काही वेगळाच आहे हे, लोकांच्या लक्षात येऊ लागलं. कदाचित आपल्या युद्धसामर्थ्याचं प्रात्यक्षिक जगाला दाखवणं किंवा आपल्या देशातली बेकारी कमी करणं किंवा तेलविहिरींवर कब्जा करणं किंवा इराकवर स्वत:चं नियंत्रण ठेवणं. आता मात्र लोकांना हे सहन होईना. गस्त घालणारे अमेरिकन त्यांच्या डोळ्यांत खुपू लागले. मदतीसाठी त्यांचे पुढे येणारे हात डागण्या देऊ लागले.

सगळा इराक त्यांना तुरुंग वाटायला लागला. त्या सैनिकांनी प्रत्येकाकडे हुकुमशहाचा साथीदार म्हणून संशयानं पाहणं, सतत हातात रायफल घेऊन फिरणं... कोणत्या क्षणी अमेरिका कोणता निर्णय घेईल आणि काय भोगावं लागेल?

पाहता पाहता वणवा पसरावा आणि त्यात झाड न् झाड जळावं तसं प्रत्येकाचं मन जळू लागलं. आता ह्या अमेरिकेच्या फोफावणाऱ्या गवताला त्या आगीत जाळून टाकायला प्रत्येकजण कंबर कसून होता.

"तब्बू की अम्मी... जल्दी से खाना लगाओ..." तब्बूचे वडील आत आले ते घाईतच. चौकड्याच्या रुमालानं घाम पुसणाऱ्या आपल्या पतीकडे पाहत तब्बूच्या आईनं विचारलं,

"क्या बात है? खूप गडबडीत दिसता आहात?"

"हं, हे सिंदबादच्या म्हाताऱ्याचं भूत मानगुटीवरून काढून टाकायचं आहे. खूप झालं हुकुमशहाच्या निमित्तानं आमच्या जिवाशी खेळणं. दहा दिवसांपासून आम्ही निषेध नोंदवतोय. आज आम्ही मोर्चा काढणार आहोत. आमच्या तेलविहिरी घेऊन हे जर आम्हाला फकीर करणार असतील, तर ते आम्हाला मान्य नाही..." त्यांच्या डोळ्यांत ज्वाला पेटलेल्या होत्या. "ये अमेरिकन, सुव्वर की औलाद..." त्यांनी सणसणून शिवी दिली.

"देखिये, जरा सम्हलके."

"सम्हलके? अगं, मोर्चात पुढे आम्हीच असणार आहोत. नुसते आम्ही पुरुष नाही, बायकाही सामील झाल्यात मोर्च्यात."

"मग आम्ही पण येऊ. हम क्यूं पीछे रहेंगे?"

"चलो, तुम और तब्बू. मैं भी बताऊँ की मेरे घरवाले भी आये हैं।"

भराभर तब्बूच्या आईनं दस्तरखान घातलं. हसरतखानवर पोळ्या ठेवल्या, वाट्यांमध्ये रस्सा वाढला. आज किती दिवसांनी सर्व कुटुंबीय एकत्र जेवत होते. पण जेवणात आनंद नव्हता. अब्बू ताणाखाली होते. अब्बूंना काही झालं तर? ह्या विवंचनेत अम्मी होती. नूरचे हात वर लाठी घेण्यासाठी शिवशिवत होते आणि तब्बू...

अमेरिकनांना हाकलायचं म्हणजे आपला रॉबर्टही...!

कसंबसं जेवून सर्व उठले.

"चलो सब मोर्चे में। उन हरामियोंको हकाल देंगे। तब्बू ... वो कौन रॉबर्ट... देखता हूँ आज कैसा रहेता है।" अब्बूंनी जंबिया कपड्यात लपेटला.

तेवढ्यात त्यांच्या घरासमोर माणसं जमली.

"चलिये मीरसाब."

"हां चलिये..." दार ओढून सर्व बाहेर पडले. पाहता पाहता हजारोंचा जथा नारे देत अमेरिकन कार्यालयापर्यंत पोचला.

"हमारा मुल्क छोड जाओ... तानाशाही नहीं चलेगी."

जोरजोरात नारे देत सर्वजण चालले होते. सर्व अमेरिकन सैन्य संगिनी रोखून उभं होतं. प्रत्येक सैनिक गणवेषामुळे एकसारखा दिसत होता. प्रत्येक घोषणा देणारा आवेशामुळे एकसारखा दिसत होता. गर्दीत सर्वांनी आपले चेहरे हरवले होते. एक अमानवीय हिंस्रपण प्रत्येकाच्या चेहऱ्यावर आलं होतं. जगण्याच्या इच्छेविरुद्धचा मरणाचा त्वेष चेहऱ्यावर होता.

अमेरिकन ऑफिसर काही समजावण्याच्या प्रयत्न करीत होते. माइकवरून ओरडत होते. पण कुणीही ऐकत नव्हतं. नुसतंच मधमाशांचं पोळं उठावं तसा घूं घूं आवाज कर्ण्यातून येत होता. हळूहळू गर्दी आक्रमक होत होती. कुणीतरी एका सैनिकाला खाली खेचलं आणि त्याचा युनिफॉर्म फाडला.

ऑफिसरनं थेट अमेरिकेशी संपर्क साधला. त्याला ऑर्डर मिळाली. त्यानं हवेत बार काढला.

"आप लोग पिछे हटो. वरना हम फायरिंग करेंगे।" जे लोक आजवर मलमपट्टी करत होते, फूड पॅकेट आणून देत होते, तेच आता गोळ्या घालण्याची

भाषा करत होते.

तेवढ्यात अब्बू पुढे सरसावले. गर्दीतून वाट काढत पुढे गेले.

"सुनो ऽऽ" अम्मी घाबरून ओरडली. "तब्बू, बेटा तेरे अब्बू को रोक..." तब्बू पुढे झाली.

पण परिस्थिती हाताबाहेर गेली होती. दोन सैन्यं एकमेकांना भिडावी तशी जनता आणि सैनिक एकमेकांना भिडले. हजारो लोक आणि शंभरानं सैनिक.

दुसऱ्या क्षणी फायरिंग सुरू झालं. "अब्बूऽऽ!" तब्बूनं तिच्या अब्बूंना खाली कोसळताना पाहिलं.

"अब्बूऽऽ!" गोळी छातीच्या आरपार गेली होती.

तिनं रडत समोर पाहिलं आणि ती थिजली. एकसारख्या दिसणाऱ्या सैनिकांतही रॉबर्टचे डोळे तिनं ओळखले. नेहमीच्या शांत निळ्या समुद्रात आता काळं तुफान उसळून आलं होतं. नेमका तोच अब्बूंपुढे होता. त्याच्या बंदुकीच्या नळीतून मारलेल्या गोळीचा धूर अजूनही निघत होता.

तब्बूकडे पाहताच त्याचे डोळेही आश्चर्यानं धक्का बसून विस्फारले. पण क्षणभरच.

दुसऱ्या क्षणी तब्बूनं खालचा दगड उचलला. "यू ऽऽ अमेरिकन रास्कल, सन ऑफ बिच–" अशी एक सणसणीत शिवी देऊन तिनं तो दगड सर्व शक्तीनिशी रॉबर्टच्या दिशेने भिरकावला.

त्या प्रचंड तुफानात तिच्या निळ्या डोळ्यांच्या, सोनेरी केसांच्या राजपुत्राची नाव कुठल्या कुठे होलपटत गेली!

■

॥ ५ ॥

माझीच मला मी

'आपल्याला आपल्याच आयुष्याबाहेर काढायला काही घटना कारणीभूत होतात. पण आयुष्याच्या उंबरठ्यावर आपण कधीच येऊन पोचलेलो असतो. मग घडतं एखादं क्षुल्लक कारण. ते कारण उंबरठ्याबाहेर पाऊल उचलण्याचं बळ देतं-' रोहिणी विचार करत होती.

आपण अशा अचानक संसार सोडून बाहेर पडू असं कुणी सांगितल असतं पंचवीस वर्षांपूर्वी, तर खरं वाटलं नसतं, एवढ्या आपण संसारात आणि बँकेत गुंतलो होतो. मुलं लहान, तरुण वय... प्रेम, वात्सल्य ह्यांनी ओतप्रोत भरलेल्या जीवनात अन्य विचारांना जागाच नव्हती. कुणा अनोळखी व्यक्तीकडे पाहावं, तशी ती भूतकाळातल्या स्वत:कडे पाहत होती. त्या आपणच?... कामाची लगबग... मुलांचे डबे भरणं... स्वत:चा आणि मिलिंदचा डबा भरणं... मग बँकेत एका यंत्राच्या नटबोल्टसारखं आठ तास फिट होऊन राहणं... की पुन: संध्याकाळी मुलं, मिलिंद...

आ ऽऽ - ती एक कडकडीत जांभई देते. आपण पंधरा-वीस वर्षं असं जगलो? असं जगावं अशी आज आपली इच्छा नाही. पण त्या वेळी... तेच आपलं विश्व होतं. एका टिपिकल स्त्रीचं!

मग अस्वस्थता कधीपासून जाणवू लागली?... खिडकीतून समुद्रावरचं गार वारं आलं. 'ओ: थँक्स...' ती खिडकीकडे पाहत उद्गारली. त्या वाऱ्यानं तिच्या डोळ्यांवरून, कपाळावरून हात फिरवला होता. आपण चाळिशीच्या असू... तेव्हापासून बहुतेक ही 'स्वत:विषयीची' नावड आपल्यात निर्माण व्हायला लागली. आपण 'स्वत:त', मिलिंद, सानू आणि अनिकेतचा समावेश होता. ह्या सगळ्यांचे संदर्भ घेऊन आपण 'स्वत:' बनलो होतो. आपण बहुधा ह्या संदर्भांना कंटाळलो होतो. आपण बँकेच्या इमारतीला कंटाळलो होतो. खरंतर त्या बँकेमुळेच आपण उंबरठ्याबाहेर पडू शकलो. कारण आर्थिक दृष्ट्या आपण स्वतंत्र होतो. चार पैशांचं

पाठबळ नसतं तर...

कदाचित आपण अजूनही तिथेच राहिलो असतो. सवयीनुसार श्वास घेत... हातापायांच्या विशिष्ट हालचाली करून काम करत, गरज पडेल तेव्हा एखाद्या नॅपकिनसारखं स्वत:ला मिलिंदच्या आणि मुलांच्या पुढे करत. प्रत्येकाने आपलं भिजलेपण पुसावं आणि कोरडं होत त्यांच्या त्यांच्या विश्वात हरवत जावं आणि आपण ओलंचिंब होऊन स्वत:च्या सुकण्याची वाट बघत राहावं.

हळूहळू ते कुंदपण आपल्यात साठत गेलं. अगदी स्वत:ची किळस येईपर्यंत. त्या पंचविशीच्या आपण चाळिशीपुढे उरलोच नव्हतो. आपण वाढलो होतो, पण आपल्या आयुष्याचं पांघरूण हळूहळू तोकडं पडत होतं. आपण प्रयत्न केला पाय-डोकं त्या पांघरूणात ओढायचा; पण जीव घुसमटू लागला आणि एक दिवस ते पांघरूण बाजूला केलं.

किती कंटाळलो होतो आपण आपल्या त्याच त्या आयडेंटिटीला– सौ. रोहिणी पंडित. सानिका आणि अनिकेतची आई. कुणाची सून, कुणाची वहिनी, कुणाची नणंद आणि एक फार मोठं नातं म्हणजे कुणाचीतरी बायको. ह्या सगळ्यात आपण आपले कुठे उरलो? पांघरूण तोकडं पडायला लागल्यावर मुक्त विचारांच्या जाणिवेनंच तिला पालवी फुटू लागली. ती पालवी मात्र तिच्या 'स्व'च्या जाणिवांची होती.

प्रथम तिला आरशात पाहवेना. तोच तो चेहरा पाहून कंटाळा आला होता. आपल्या स्त्रीपणाच्या भोगांचे कितीतरी आलेख त्या चेहऱ्यावर होते. बाळंतपणानं दिलेली डोळ्यांभोवतालची काळी वर्तुळं, मुलं मोठी झाली तरी आपली जागा सोडत नव्हती. आपला खालचा ओठ किंचित जाड. मिलिंदला आवडणारा. ती रागानं त्या ओठावरच दातओठ खाऊ लागली. पंचवीस वर्षं आपण आपली एकच ओळख पांघरून उभ्या आहोत. किती दिवस हीच ओळख आणखीन पांघरून राहायचं? आधी वाटलं, आपल्याला आपलाच कंटाळा आला आहे. मग लक्षात येऊ लागलं...

अगदी धाडसानं ती मनात कबूल करू लागली. आपण ह्या सर्व संदर्भांना कंटाळलो आहोत. पत्नी, आई, बँकवाली ह्या सर्व संदर्भांना. सुरुवातीला ती घाबरली. असं वाटणं बरोबर नाही; सात जन्म, नातिचरामि वगैरे सगळ्यांनी आपापल्या नख्या काढल्या आणि एकीकडे हिचा स्व नख्या काढून. सगळ्यांना आपली केवळ गरज आहे. ही गरज रिप्लेसमेंटनेही ते भागवू शकणार आहेत. घरात एक स्वयंपाक करणारी येईल. आपण नसल्यावर मुलांचे स्वत:चेच हात-पाय कामी येतील. एकदा घरी आलं की मुलं आपल्याला हातपाय आहेत, हे विसरतातच. खुर्चीत किंवा डायनिंग टेबलावर सगळं आयतं हवं त्यांना. सगळं पुरवणाऱ्या, त्यांचे

कपडे उचलून हँगरला ठेवणाऱ्या आपण, त्यांच्या इतर विश्वातून बेदखलच झालेलो असतो. मिलिंदचं तरी काय? सकाळी पेपर वाचणं... नाश्ता काय विचारणं, संध्याकाळी 'मित्राकडे एक चक्कर टाकून येतो' किंवा आज ढाब्यावर 'तो हा' पार्टी देणार आहे. 'म्हणजे तू सांभाळ घर' असा सूर! कधी आपल्या आवडीची कॅसेट लावली की 'हॅऽऽ काऽऽ य बोअर गं ती तुझी गाणी', असं म्हणत खटाखट बटनं दाबून दुसरी कॅसेट टेपरेकॉर्डरमध्ये किंचाळू लागते.

कधी वडील न् मुलांच्या गप्पांत आपण शिरावं म्हटलं, तर 'तुला नाही कळणार गं...' म्हणत तिला तोडून टाकणं.

तिला मग ओरडून विचारावंसं वाटतं, 'अरे, बँकेत काय मी झक मारते? जगाचे ताणतणाव, सर्व तेढीमेढी, गाठी ह्या सगळ्यांचा अनुभव मी बँकेतही घेतेय.'

हळूहळू ह्या सगळ्यातून ती एकटी पडत गेली. ती एकटी पडतेय, याची जाणीवही कुणाला झाली नाही.

मग तिच्याही पुढे प्रश्न पडला, आपण कशाकरता पैसा कमवत राहायचा? कशाकरता ह्या लोकांच्या गरजा भागवत राहायच्या? आपल्या उर्वरित आयुष्याला पुरेल इतपत पैसा आपल्याजवळ आहे. बँकेतली नोकरी म्हणजे केवळ आर्थिक दृष्ट्या सुरक्षितता देणारी; याखेरीज त्यात अन्य काही समाधान नाही. लोकांची पासबुक्स- त्यांचं फिक्स डिपॉझिट, त्यांचे कर्जरोखे. आपण फक्त आकडे वाढवायचे किंवा कमी करायचे. आकड्यांमध्ये इन्वॉल्व्हमेंट कशी करता येईल? पुरे आता.

विचारांती तिनं व्ही.आर.एस. घेतली आणि घरात बॉम्बस्फोटच झाला!

ती विचारातून भानावर आली.

तिचा मोबाईल वाजत होता.

"हॅलोऽ"

"हॅलो राधा... मी चेतन बोलतोय. मी येतोय तुझ्याकडे... तू मोकळी आहेस ना?"

"हो. ये..." तिनं फोन ठेवला.

चेतननं तिला 'राधा' म्हटल्यावर क्षणभर तो आपल्याशीच बोलतोय, हे तिला कळलं नव्हतं. कारण ती 'रोहिणी ह्या नावातल्या स्वतःचा विचार करत होती...

"...व्ही.आर.एस. घ्यायच्या आधी मला थोडं विचारायचं तरी." मिलिंद चिडून ओरडला होता.

"मला तशी गरज वाटली नाही."

"गरज वाटली नाही, हे उत्तर तू मला देतेस?"

मिलिंद लालबुंद होत बोलत होता.

"हो. घरात अनेक निर्णय तुम्ही घेता, मुलं घेतात. कधी मला विचारलंत?..."

मिलिंद नरमला.

"अगं पण..."

"मला कंटाळा आला होता. मी व्ही.आर.एस. घेतली."

या तिच्या निर्णयापुढे मिलिंद काय बोलणार होता? तो 'फुफाटत' गप्प बसला.

दोघंही मुलं शांतपणे ते ऐकत होती. आईने व्ही.आर.एस. घेतली काय, न घेतली काय, त्यांचा कशाशीही फारसा संबंध नव्हता. 'आईचं करियर' हा त्यांच्या इंटरेस्टचा विषय नव्हता. कधी अडचण असली, जास्तीचं काम असलं, तर आईनं रजा टाकावी न् ती कामं करावी, ही त्यांची 'आई'च्या संदर्भातली सामाजिक धारणा होती. अगदी सानिकाचीही. तिला तर फुलपाखराचे पंखच होते. तिच्या तरुण वयाचे. पण आपल्या आईच्या आयुष्यालाही काही रंग असू शकतो, हे तिनं कधी लक्षात घेतलं नव्हतं.

"मम्मी, व्ही.आर.एस. घेतलीस, तर पैसे किती मिळाले?..." अनिकेत मुद्द्यावर येत बोलला.

"काही लाखांत..." तिनं शांतपणे उत्तर दिलं.

"म्हणजे किती?..." मिलिंद पुन: चिडला.

"माझ्या पुढच्या आयुष्यभर पुरतील एवढे..." तिनं मिलिंदकडे रोखून पाहत म्हटलं.

"तू अशी का उत्तरं देतेस?"

"कारण तुमचे प्रश्नच तसे आहेत."

"हे प्रश्न विचारण्यात काय चुकलं?..."

"प्रश्न विचारण्याची पद्धत चुकली. माझ्यावर अधिकार गाजवल्यासारखी भाषा मला आवडत नाही."

आपण अनेक वर्षांपासूनची नावड त्या दिवशी प्रथम उच्चारत होतो. ठामपणे. त्या ठामपणाला ते तिघंही बुजले.

"ठीक आहे. तू व्ही.आर.एस. घेतलीच आहेस. आता बोलण्यात काय अर्थ आहे?"

"कुणी काही बोलू नये, म्हणूनच न सांगता मी व्ही.आर.एस. घेतली."

तसं पाहिलं तर तिच्या ठामपणाचं आणि बदललेल्या रूपाचं सर्वांनाच आश्चर्य वाटतं होतं. ही एवढी कधी बदलत गेली? आपण हिच्याकडे तसं दुर्लक्षच करत आलो.. खरं म्हणजे तिला फार फार गृहीत धरत आलो, त्यामुळे ही अशी

नकारात्मक बदलली असावी. मिलिंद मनाशी विचार करत होता. मुलं मग काही न घडल्यासारखी निघून गेली.

रोहिणी टी.व्ही. पाहत होती. साडी काहीशी विस्कटली होती.

मिलिंदनं एक-दोनदा रोहिणीच्या लक्षात येईल असं साडीकडे पाहिलं. पण रोहिणीचं लक्ष टी.व्ही.कडेच होतं.

''रोहिणी... जरा नीट बस...'' मिलिंदनं नाराजीनं सांगितलं.

''काय झालं?...''

''तुझा पदर... मुलं समोर...''

''मी किती दिवस स्त्री म्हणून वावरायचं? किती दिवस संकोचत राहायचं?... मला विसरायचंय की मी एक स्त्री आहे. स्त्री म्हणून माझी भूमिका निसर्गानं कधीच संपवलीय. आता तुम्हीही ते विसरा.'' तडकून बोलत ती उठली. बेडरूममध्ये गेली. तिनं मिलिंदचं कपाट उघडलं. त्यातून पायजमा-कुडता काढला. तो घातला. पायजम्याचे पाय दुमडले. कुडत्याचे हात दुमडले. ती बाहेर आली.

''मॉय गॉड, मम्मीऽऽ.'' सानिकाचं हसणं आवरलं जात नव्हतं. घरातले दोघं पुरुष काहीशा घुश्शानं तिच्याकडे पाहत होते.

''हे काय आता?'' काही न बोलता रोहिणी पुढे आली. मिलिंद जसा पाय पसरून बसला होता, तशीच पाय पसरून बसली.

''ठीक आहे आता? आता तर कपडे अस्ताव्यस्त होत नाहीत ना? इट्स अ कंफर्टेबल ड्रेस.''

मिलिंद क्षणभर पाहत बसला.

''मिलिंद, एवढं आश्चर्य वाटण्याजोगं मी काही केलं नाहीये. आजकाल बायका सर्रास ड्रेसेस घालतात, जीन्स घालतात. तुम्ही लोकांनी मला नेहमी फक्त साडीतच पाहिलंय, म्हणून तुम्हाला हे 'कसंसंच' होतंय. पण तुम्हालाही हळूहळू सवय होईल.''

''ओ.के.! पण बाहेर जाताना तरी...'' मिलिंद चाचपून पाहत होता.

''आणि मी बाजारातून ड्रेस मटेरियल आणणार आहे...''

''मम्मी, मला पण ड्रेस हवाय.''

सानिका सगळंच लाइटली घेत होती.

''सानिका ऽऽ, तू गप्प बस... रोहिणी, तू आता ह्या वयात ड्रेस घालणार?''

''ह्या वयात म्हणजे... फक्त पंचेचाळिशीची आहे मी आणि ड्रेसमध्ये वाईट काय आहे?''

''फार मोठी क्रांती करतेस, असं वाटतंय का तुला?''

"अजिबात नाही. मी माझी सोय बघतेय एवढंच." खरंतर ती मनात गुणगुणली होती, 'तुम्हाला गुंडाळणं ही एक क्रांतीच की माझ्यासारख्या सर्वसामान्य बाईला!' पण त्या जागत जाण्याच्या क्षणांनी, स्वत:च्या कोषातून बाहेर येण्याच्या क्षणांनी 'आपण सामान्य नाही' हे तिला जाणवून दिलं. कोणताही आत्मभान असलेला माणूस सर्वसामान्य असत नाही.

ती स्वत:चा कोष विस्कटून टाकायचा प्रयत्न करत होती आणि तो कोषही स्वत: विस्कटू पाहत होता.

"मम्मी, तुझं सानिकाकडे लक्ष आहे की नाही?" अनिकेत त्या दिवशी बाहेरून येत फणफणला.

"काय झालं?"

"काय झालं काय? एका मुलाबरोबर फिरत असते कॉलेजमध्ये."

"खरंच?" तिनं अविश्वासानं विचारलं. तिला सानिकाचा राग आला नव्हता. हे तिचं वयच होतं. पोर इंजिनियरिंगला गेलेली. कॉलेजमधला मुलगा म्हणजे इंजिनियरच असणार. सानिका शंभर मुलींत उठून दिसणारी. ती जशी मुलांना आवडणार, तसा एखादा मुलगा तिलाही आवडणार. ह्यात तिला आक्षेपार्ह असं काही वाटत नव्हतं. फक्त मुलगा हुशार हवा. बरोबरीच्या टॅलेंटचा हवा.

"मी विचारते तिला आल्यावर."

"विचारते काय - मी सांगतोय की तुला. चांगलं धारेवर धर तिला."

"बघू."

सानिका आली.

"सानिका... इकडे ये. मला काही विचारायचंय..."

"हं, काय मम्मी?"

"आज अनिकेत सांगत होता की तू कुणातरी मुलाबरोबर..."

"मम्मी... कुणीतरी मुलगा नाही. त्याचं नाव राजीव बात्रा आहे."

"राजीव बात्रा?... म्हणजे..."

"पंजाबी. मम्मी, आमचं ठरलं आहे. बी.ई. झालं की आम्ही लग्न करणार."

सानिकाचं बोलणं ऐकून ती सोफ्यावर धपकन बसली.

"आई, जातबीत सगळं आता आउटडेटेड झालंय. राजीव स्मार्ट आहे. हुषार आहे. तुम्ही विरोध करणार हे ओळखून..." सानिका तिच्याजवळ येऊन बोलत होती. रोहिणीनं आपला हात तिच्या डोक्यावर ठेवला.

"विरोध म्हणून नाही गं बाळा, पण एवढी प्रेमात पडलीस... त्याच्याबरोबर फिरतेस... एकदा तरी हे गुपित आपल्या आईला कानात सांगायचंस. दुसऱ्या

कुणाकडून कळण्यापेक्षा हे तुझ्याच ओठांतून मला ऐकायला आवडलं असतं. इतकं परकं समजत होतीस मला?'' तिचा स्वर अपेक्षाभंगाचा होता.

''ओ मम्मी. सॉरी! अगं, आम्ही फिरतोच रोज. वाटलं, तुम्हाला कळणारच आणि त्यात काय गं सांगायचं? म्हणजे गुपित वगैरे... बहुतेक मुलींचे पार्टनर्स ठरले आहेत.'' आईच्या अपेक्षाभंगाचं कारण सानिकाच्या लक्षात येत नव्हतं.

पण रोहिणीच्या लक्षात ते आलं. तिच्या पिढीसाठी प्रेम ही नवलाई होती. ते एक गुपित असायचं. मैत्रिणीच्या कानात कुजबुजायचं. कधी कधी तर ते मैत्रिणीच्याच कानात विरायचं. कुणाला कळायच्या आधी आई-वडील लग्नही ठरवायचे, कुणा दुसऱ्याबरोबर. पण आता प्रेम, प्रियकर हे शब्द जुनाट झाले आहेत. तिथे पार्टनर हा शब्द आलाय. त्यातलं लाजणं आता दूर गेलंय. एका अर्थाने ही पिढी भाग्यवान आहे. आपल्या आवडीचा 'लाइफ पार्टनर' ती निवडू शकते. पण तरी सानिकानं आपल्याला विश्वासात घ्यायला हवं होतं.

ती देठातून तुटल्यासारखी झाली. आपली मुलगी एवढी मोठी गोष्ट आपल्यापासून लपवते म्हणण्यापेक्षा तिला ते शेअर करावंसं वाटत नाही, तिच्या भावनांमध्ये आपल्याला सामील करून घेत नाही. तेवढ्यात फोन वाजला. सानिका फुलपाखरासारखी फोनकडे पळाली. तिच्यापुरता तो विषय तिथेच संपला होता. पण रोहिणीच्या कोषाची एक पाकळी गळून पडली होती.

त्यानंतरचा आघात मात्र मोठा होता. इतके दिवस बँकेत असल्याने काही गोष्टींत ती लक्ष देऊ शकत नव्हती; पण व्ही.आर.एस. घेतल्यावर काही गोष्टी लक्षात येऊ लागल्या. कधी आलेले ब्लँक कॉल्स. नेमकं तिनं उचलला की फोन ठेवून दिला जाई. वेळ मोकळा होता. कधी शेजाऱ्यांकडे गेली, की शेजाऱ्यांची कुजबूज... सूचक बोलणं. सकाळ ते संध्याकाळच्या भरगच्च जीवनक्रमात कधी आपण मिलिंदच्या वागण्याकडे लक्षच दिलं नाही. त्याचं बदललेलं वागणं आपल्या लक्षात आलं नाही. आपला कमी होत चाललेला संवाद, मिलिंदची आपल्याबद्दलची बेपर्वाई, तुटकपणा. नवरा बायको पंचवीस-तीस वर्षं एकत्र राहिल्यावर संवाद कमी होत जातो, असं तिनं कुठे तरी वाचलं होतं. कधी ते जाणवलं, तर तिला ते वाचलेलं आठवायचं. मिलिंदच्या वागण्याची कारणपरंपरा ती तशी लावायची. पण यामागे काही वेगळं कारण असू शकतं, असा तिला संशयही आला नव्हता.

पण लोकांची कुजबूज, ब्लँक कॉल्स, मित्राला भेटून येतो म्हणून मिलिंदचं दोन-तीन तास बाहेर जाणं, ह्या सगळ्याला निश्चितच काही अर्थ आहे, हे तिला जाणवू लागलं...

आत्ताही तिला तो प्रसंग आठवला. ती अस्वस्थ होऊन उठली. तिनं एक

सिगारेट पेटवली. आजकाल केवळ थ्रिल म्हणून दिवसाकाठी एक सिगरेट ती ओढायची. पण आता मात्र ती अस्वस्थ झाली होती. सोबतीला कुणी हवंसं वाटलं. चेतनला यायला उशीर आहे. तिनं सिगारेट जवळ केली.

मिलिंद बाहेरून घरी आला. रात्रीचे साडेनऊ वाजले होते.

ती वाटच पाहत होती.

''मिलिंद, एवढा उशीर?''

''हं... मित्राकडे गेलो होतो.''

''मित्राकडे की मैत्रिणीकडे?...''

''...''

''मी काय विचारतेय?... सध्या लोक तुझ्याबद्दल काहीबाही बोलत असतात.''

मिलिंद निर्ढावल्यासारखा गप्प होता.

''मी काय विचारतेय?'' ती चिडून ओरडली.

''ओ.के.! रोहिणी, मी सांगतो तुला. शेवटी आज कळलंच तुला काय ते! मी नाकारत नाही.''

''म्हणजे जे आहे ते बंदही होणार नाही.''

''नाही. इतके दिवसांपासून आमचे संबंध आहेत. तुला काही त्रास झाला? किंवा काय कमी पडलं?''

मिलिंदच्या त्या निर्लज्ज प्रश्नावर ती चिडली. रागानं तिचं अंग कापत होतं.

''काय कमी पडलं? कमी पडायला काय झालं? मी मिळवती आहे. तुझ्या बरोबरीनं मी कमवते. तुझी डिटॅचमेंट माझ्या लक्षात येत होती. पण त्याचं कारण हे असेल, असं माझ्या ध्यानीमनीही नव्हतं. मी विश्वासून होते तुझ्यावर. वाटलं, शेवटी नवरा-बायको म्हणून खूप रूटीन झालं; म्हणून संवाद संपला असेल. पण तुझं तर स्वारस्यच संपलं होतं रे! किती सहज सांगतोस की इतक्या दिवसांपासून संबंध आहेत! म्हणजे तू तिला जवळ घेतलं असणार, एका पलंगावर...''

''रोहिणी!'' मिलिंद ओरडला.

''का, लाज वाटते मी जे बोलतेय त्याची? काय नसेल केलंस तू? अगदी..अगदी इंटरकोर्सही. आणि तसा उष्टावलेला या घरात यायचास. वावरायचास. माझ्याजवळ रात्रभर झोपायचास. हे डेअरिंग कसं केलंस तू?'' ती किंचाळत विचारत होती. तिचा संयम संपला होता.

''रोहिणी, तमाशा करू नकोस. तुला मी स्पष्ट सांगतोय, हे असंच चालणार.'' तो ठामपणे म्हणाला.

त्या ठाम शब्दांवर ती अवाक् झाली आणि रात्रभर नुसता विचार. पुन:पुन्हा

ते शब्द आठवून संताप. आपल्याला कंटाळा आला होता. आपल्या एका आयडेंटिटीचा कंटाळा आला होता. पण आता तर तिला घराची किळस यायला लागली होती. आपल्या विश्वात रमलेली मुलं, बाहेर एका स्त्रीबरोबर रमणारा नवरा... घर, घर म्हणजे काय फक्त चार खोल्या? ते सगळं घरच तिला त्या रात्री परकं वाटायला लागलं.

केवळ उरलं एकमेव नाव - 'रोहिणी.' तेही तिला नकोसं झालं.

दुसऱ्या दिवशी मिलिंद काही घडलंच नाही, असं वावरत होता. मिलिंद ऑफिसमध्ये गेला. रोहिणी विचार करू लागली. हा संताप, प्रतारणेतील असहायता आणि नवऱ्याचा निगरगट्टपणा हे सगळं आता आपण सहन करू शकत नाही. सर्व काही सुरळीत आहे ही पुरुषी मानसिकता. बायको करून करून काय करणार आहे? ही एक जाणीव.

"मला मी एक स्त्री आहे हेच विसरायचंय." ती स्वत:शीही वाद घालत होती. "मुलांची आई आहे हे विसरायचंय; मिलिंदची बायको आहे हे विसरायचंय."

तिला ते घर परकं वाटायला लागलं. आपण उपऱ्या इथे कुठे आलो? ही सर्व आपली ओळख, आयडेंटिटी तिला किळसवाणी वाटायला लागली. तिच्याच व्यक्तिमत्त्वात तिचा जीव घुसमटू लागला होता.

तिनं सिगरेटचा धूर बाहेर सोडला. त्यावेळी तिनं उद्‌ध्वस्त मन:स्थितीतच निर्णय घेतला. आता इथे रहायचं नाही. रोहिणी पंडित इथेच संपली. पुरे झालं हे आयुष्य!

आता पूर्णपणे वेगळं आयुष्य जगायचं. या आयुष्याचा संबंध आणि संपर्कही नसलेलं आयुष्य. आपल्या मनाप्रमाणे.

एखाद्या चांगल्याशा सुसंस्कृत गावी, आपलं गाव बदलून, एखादी खोली घेऊन राहायचं तिनं ठरवलं.

तिनं विचार केला. गोव्यातलं एक गाव निश्चित केलं. तिथे भाड्यानं एक रूम पाहिली. बँकेत खात उघडलं.

एक बोटभर चिठ्ठी लिहून तिनं आपल्या आयुष्यातल्या एका पर्वाचा निरोप घेतला. कदाचित मुलांना वाईट वाटलं असेल, कदाचित मिलिंदला घरातल्या गैरसोयींमुळं पश्चाताप झाला असेल किंवा नसेलही. कदाचित त्या दोघांचे संबंध तसेच चालू राहतील... कदाचित 'तिला' डिव्होर्स घ्यायला लावून मिलिंद 'तिच्याशी' लग्न करेल. पण आता त्या विचारांनी आपण अस्वस्थ व्हायचं नाही, हे तिनं मनाशी ठरवलं. मनाला तशी सवयही घालून दिली. ह्या कठोर क्षणी आपल्याला स्वत:च्या मनालाच खूप शिस्त लावावी लागेल, हे तिच्या लक्षात आलं होतं.

मनाचं उन्मळणं, व्याकूळ होणं, हताश होणं, अस्वस्थ होणं या सर्वांवर एक कणखर मात करायची होती. ह्या तुटलेल्या क्षणी तिला ते जमतही होतं. तुटल्यावर लक्षात येत होतं, आपलं आयुष्य आजवर आपल्यासाठी एक कारागृह होतं. भावनांच्या, वात्सल्याच्या, सुरक्षित भावनेच्या उंच भिंती असलेलं. भावना मिलिंदनं संपवल्या. वात्सल्य मुलांनी संपवलं. आपण कधीच सुरक्षित नव्हतो, हे मिलिंदच्या प्रेमप्रकरणानं सांगितलं.

ती जेव्हा स्वत:चे घर सोडण्याची तयारी करत होती, त्या वेळीही मिलिंदच्या लक्षात काहीही आलं नव्हतं. विशेषत: तिला 'ते' कळल्यावर तर तो आणखीनच बेपर्वा झाला होता. ती न सांगताच गोव्याला गेली. दोन-तीन गावं पाहून एक योग्यसं गाव आणि घर शोधलं. ती परत आली. ती माहेरी गेली असेल, हे मिलिंदनं गृहीत धरलं होतं. म्हणून त्यानं 'कुठं गेली होतीस न सांगता?' एवढंही विचारलं नाही. घरात स्वयंपाकीणबाई मात्र दिसली. तिनं पुढची काम भराभर आटोपली. बँकेतून पैसे काढणं, सामान पॅक करणं. तेही आपल्या विश्वात हरवलेल्या कुणाच्याच लक्षात आलं नाही. आता तिला कोणतेही वाद नको होते, आर्जवं नको होती. त्यातला खोटेपणा तिच्या लक्षात आला होता.

फक्त नावाचा अडथळा तिला येत होता. इतके दिवस ह्या आपल्या शरीरमनाच्या अस्तित्वात एका नावानं सोबत केली होती. 'रोहिणी' ह्या नावाचं साहचर्य लहानपणापासून होतं. हे नाव बदलायचं. रोहिणी. रोहिणी... ती आपलंच नाव मनाशी घोकू लागली आणि एक गोष्ट तिच्या लक्षात आली... ह्या सतत घोकण्यामुळे आपलं नाव आपल्यापासून विलग झालंय. ते काहीसं परकं वाटतंय. ते विशेषनाम न राहता सामान्यनाम झालंय. अशा शंभर 'रोहिणी' आहेत. त्या नावाचं आपलं नातं केवळ हाक मारण्यापुरतं आणि सही करण्यापुरतं. हे नाव बदलायचं.

आधी आपण सही करायचो आर. पंडित. आता सही करायची... कोणतं नाव... एक नाव तिला आवडलं... आता पी. राधा.

आणि पी. राधा हे नाव एक लेबल लावल्यासारखं स्वत:ला लावून ती गोव्यात आली...

... तिनं आता मुक्त होत सिगरेटचा पफ घेतला. घशात खोलवर धुराचा वास जाणवला. लहानपणी हुर्डा खाल्ला होता तसा तो 'भाजकट' वास. आता सिगरेट ही तिची चैन होती. एक खोली दोन मिनिटांत आवरायची. घरमालकीण बाईलाच तिनं आपल्या जेवणाच्या डब्याचं काम सोपवलं. जवळचं वाचनालय तिनं सुरू केलं. व्ही.आर.एस. चे मिळालेले पैसे तिनं बँकेत फिक्स डिपॉझिट केले. त्याचं भरपूर व्याज मिळत होतं.

किती सोपं झालं आयुष्य! का आपण एवढे दिवस इतकं गुंतागुंतीचं आयुष्य जगलो? का त्या देवीच्या 'भगतासारखं' स्वत:लाच जखमी करत गेलो? मोठं घर, फर्निचर, स्टेटस् सिंबॉल्स. कशात कशात आपण अडकलो होतो. त्या कशाचीही गरज नाही हे, त्यापासून दूर आल्यावर ह्या एका खोलीत राहताना कळतं. एक पलंग, करमणुकीसाठी टी.व्ही. आणि जीवनाची अनेक रूपं उलगडून सांगणारी पुस्तकं.

पण शेवटी माणूस हा समाजप्रिय प्राणी. काही दिवसांनी आपोआपच 'पी. राधा'ला आपलं वर्तुळ मोठ करावंसं वाटायला लागलं.

'पी. राधा...' ती स्वत:चं नवं नाव मनात घोळवत होती. पण अजून तरी त्या नावावर आपलेपणाची पुटं चढत नव्हती. रोहिणी ह्या नावानं अनेकांनी तिला हाक मारली होती. लहानपणापासून. पण हे नाव तिला परकंच वाटत होतं. पी. राधा बरं आहे. त्या नावाचं तरी बंधन का हवं? का अडकायचं नावात?

हाक मारणारा फक्त एकच. चेतन, जो आता येईलच.

विचार करताना अखेरीस तिच्या मनात चेतनचा विचार आला आणि बाहेर चेतनच्या मोटारसायकलचा आवाज आला.

तिनं दार उघडलं.

चेतन नेहमीसारखा सळसळत आत आला.

उत्साही, आनंदी!

''हाय राधाऽ''

''हाय.''

तिनं आपला शर्ट ओढून नीट केला.

आधीची पदर सावरायची सवय गेली नव्हती तर!

''काय करत होतीस?''

''विचार आणि स्मोकिंग!''

चेतननं तिच्याकडे रागाने रोखून पाहिलं.

''तू बाई आहेस म्हणून स्मोकिंग करू नये, असं मी म्हणणार नाही. पण तुझी आणि माझी लंग्ज एकसारखीच असतात आणि स्मोकिंग त्यासाठी वाईट असतं.''

तिला काही आठवून हसू आलं, ''चेतन, लंग्जना मराठीत फुप्फुसं म्हणतात ना. लहानपणी मला तो शब्द सुरुवातीला म्हणता यायचा नाही. कधी फुस्फुस... किंवा...''

''विषय बदलू नकोस.''

"बरं. हे बघ दिवसाकाठी दोन सिगरेट चालतील?"

"नाही. दिवसाकाठी एक हे प्रमाण आण आणि हळूहळू बंद कर..."

"मला एक सांग... तुझ्या ह्या ऑर्डर्स मी का म्हणून पाळायच्या?"

"कारण मी तुझा मित्र आहे."

"येस्... आय ॲग्री..." ती मोकळेपणानं हसत म्हणाली. हसताना तिनं मानेला एक झटका दिला. तिच्या कपाळावर आलेल्या केसांचा झुबका हेलकावला. चेतन तिच्या हालचालींकडे पाहत होता.

"राधा, तुझ्या काही हालचाली पाहिल्या की वाटतं... तू जी दिसतेयस ती खरी नाहीस... किंवा तू एक वेगळं रूप घेतलं आहेस."

तिच्या हृदयाचा एक ठोका चुकला. चेतनचं हे निरीक्षण!... माय गॉड!

"म्हणजे कसं... थोडं एक्सप्लेन कर ना!" ती अगदी सहजगत्या म्हणावं तशी म्हणाली.

"म्हणजे ऽऽ" चेतन थोडा विचारात पडला. त्याच्या डोळ्यांसमोर सुधारगृहाची मुलं होती. मुलांच्या वागण्यावरून त्यांच्या स्वभावाचा, ती मुलं कोणत्या वातावरणातून आलीत ह्याचा अंदाज बांधण्यात तो कुशल होता.

"म्हणजे राधा, तुझा हा बॉयकट... आधीपासून नसावा. तू तो नव्यानं केला आहेस. कारण तशा मानेच्या हालचाली वाटतात. मी आलो की उठताना तू पटकन साडी सावरल्यासारखी हालचाल करतेस. तुला ह्या जीन्स आणि शर्टची बहुदा सवय नसावी. तू नक्कीच एक साधीशी गृहिणी असणार. कदाचित मिळवती."

तिला त्याचं बोलणं थांबवावंसं वाटलं. हा तर आपली पार मुळंच खणून काढायला पाहतोय!

"हे बघ चेतन. मी माझ्या भूतकाळात कशीही असेन. तू त्या गोष्टीचा अंदाज बांधायचा प्रयत्नही करायचा नाही. माझ्या दृष्टीनं हा वर्तमानच खरा आहे. तो भूतकाळ एखाद्या पुस्तकासारखा बंद करून मी इथे आले आहे. ह्या वर्तमानाच्या संदर्भातच मला स्वीकारलंस, तर आपली मैत्री..." ती बोलता बोलता गप्प झाली. ती चेतनशी फार कडवटपणे बोलू शकत नव्हती.

"ठीक आहे माय ब्रेव्ह फ्रेंड... पण माणसाला फार उत्सुकता असते की व्यक्तीचा भूतकाळ कसा असेल? ही व्यक्ती अचानक आपलं घरदार सोडून नवीन गावात येऊन का राहते? तिचं नावतरी खरं आहे की नाही? हे सर्व जाणायची."

"नावात काय आहे रे?" ती जाम अस्वस्थ!

"आधीचं सर्व आयुष्य त्या नावात आहे. त्या आयुष्याचे संदर्भ..."

"ते संदर्भ फारसे चांगले नसतील तर... रादर आय शुड से... ते संदर्भ

अत्यंत कटू असतील म्हणूनच ते तोडले गेले, तर!''

चेतनने तिच्याकडे समजल्यासारखं पाहिलं.

''तीच शक्यता तुझ्या बाबतीत वाटते. तू एक निर्मळ स्त्री आहेस. काहीतरी तुला आघात करून गेलं. त्यामुळे तू हा सर्व आवेश आणला आहेस. रूपांतराचा. अगदी सिगरेटीसह...''

''चेतन, मी घातलेली मर्यादा तू ओलांडतो आहेस. नो पास्ट...!''

''ओ. के.! आज हा शेवटचा प्रयत्न होता. ह्यापुढे तो प्रयत्न मी करणार नाही. माझे सर्व अंदाज खरे होते, हे तुझ्या आता अस्वस्थ होण्यानं मला सांगितलं आहे. पण माणसाचा वर्तमानच खरा असतो, हे मीही मानतो. एक सिगरेट सोडून बाकी सर्व मान्य.''

ती हसली.

''ही सिगरेट जेव्हा मला वाटेल तेव्हाच मी सोडणार!''

''ऑफकोर्स! मी फक्त तिचे दुष्परिणाम लक्षात घेतोय.'' बोलणं आपल्यावरून सिगरेटवर आलं, हे जाणवून तिला बरं वाटलं.

''मला चहा करशील?'' चेतननं विचारलं. ती उठू लागली तसा चेतनच घाईनं म्हणाला. ''थांब राधा. तू बस. आज मी तुला चहा करून पाजतो. बघ तरी कसा मस्त चहा करतो मी!''

राधाचं मन कृतज्ञतेनं भरून आलं.

''थँक्स चेतन!''

''कशाबद्दल? एक कप चहा करणार म्हणून?''

''अंहं... मला केवळ मी एक स्त्री आहे म्हणून 'चहा कर' अशी ऑर्डर न दिल्याबद्दल!''

कुठल्या तरी गाण्याचा ठेका पकडून त्यावर आपलं अंग किंचितसं झुलवत चेतन चहा करत होता. 'चहा करण्यात त्याला आनंद वाटत असावा.' राधा विचार करत होती. 'आपण हेच काम वर्षानुवर्षं केलं म्हणून ह्या कामाचा आपल्याला कंटाळा आला होता. कामातला बदल म्हणजे खरी विश्रांती, हे काही खोटं नाही. त्यातही ते काम ऑर्डर दिल्यासारखं सांगणं... मुलांनी... मिलिंदनी... ओ, नो पास्ट...' तिनं आपल्या मनाला दटावलं.

''चाय!'' चेतननं ताटलीतच दोन कप ठेवून आणले.

''ट्रे नाहीये!'' त्याने विचारलं.

''अहं. कुठे अडलं त्याच्याशिवाय? मला आता उगाचच पसारा वाढवायचा नाहीये. मला कोणत्याही तऱ्हेची आयडेंटिटी नकोय. घर चांगलं असणारी... एक

सुखवस्तू वगैरे... नो! अगदी मी एक स्त्री आहे ही ओळखदेखील नकोय.''

"बरं बाबा, चहा कसा झाला बघ तरी.'' तिनं चहाकडे पाहिलं आणि तिला हसू आलं. "एवढी साय टाकल्यावर चहा वाईट लागेल का?''

"ऑफकोर्स नो! चहात अशी साय मला आवडते.'' तिनं चहाचा घोट घेतला. डोळे मिटले. जीवनातला एक कृतार्थ घोट घेतल्यासारखं तिला वाटलं.

"राधा, मी तुझ्यासाठी काही पुस्तकं आणली आहेत.''

"कसली?''

"खास काही नाहीत. काही गोष्टींची आहेत. मुलांना तू गोष्टी सांगतेस ना, म्हणून आणली तुझा गोष्टींचा स्टॉक वाढवायला. आणि परवा मी तू त्यांना पाढे शिकवताना ऐकत होतो. तुझे पाढे चुकत होते म्हणून हे अंकलिपीचं पुस्तक!''

राधा ओशाळून हसली.

"बँकेत असूनही कॅलक्युलेटर आणि कॉम्प्युटरमुळे...'' आणि आपण नको ते बोलून गेलो हे तिला जाणवलं. आपण चक्क आपल्या भूतकाळाच्या करियरचा उल्लेख केला. ती स्वतःवर चिडली. गोंधळली. चेतन खट्याळपणे हसला.

"मी काहीही विचारलं नाही राधा... तूच सांगितलंस.'' तिच्या डोळ्यांत पाणी आलं.

"अरे... तुला तर रडू आलं. सॉरी! मला तुला दुखवायचं नव्हतं.'' चेतनने तिचे डोळे पुसत म्हटलं.

"का दुखावून घेतेस स्वतःला? तू त्या भूतकाळाला एवढं महत्त्व का देतेस? त्याला पाचोळ्यासारखं समज आणि स्वतःपासून वेगळं कर.''

"हो ना! तोच प्रयत्न करते. पण त्या प्रयत्नात वयाची पंचेचाळीस वर्षे... माझ्यापासून सोलून काढली जातात. पंचेचाळीस वर्षं थोडी नसतात चेतन!''

"आणि पुढची येणारी तेवढीच वर्षं महत्त्वाची नाहीत?''

"एवढं आयुष्य? तेही उरलं सुरलं?''

"आयुष्यात उरलंसुरलं नसतं राधा! आयुष्याचा प्रत्येक क्षण चैतन्य घेऊन येणारा असतो.''

"हंऽऽ! त्याच आशेवर जगायचं.''

चेतनला तो विषय बदलावासा वाटला. राधा फारच गंभीर झाली होती.

"राधा, तुला सुधारगृहाच्या कामात कसं वाटतं? तू रमतेस का?'' राधाने किंचित विचार केला.

"चेतन मी सुधारगृहात २-३ तासांसाठी येतेय खरी; पण खरं सांगू?

माझ्या मनाची ठेवण फारशी सामाजिक वगैरे वाटत नाही. बस्, मी सध्या जेवढं करते आहे, तेवढंच मी पुढेही करू शकेन. याहून अधिक मी गुंतू इच्छीतही नाही.''

''व्हेरी नाइस! तू आपल्या मनाशी आणि क्षमतांशी प्रामाणिक आहेस. दिवसातले दोन-तीन तास एका संस्थेला देणं म्हणजेही काही कमी नाही. अगं, प्रत्येकानं एकेका संस्थेला एवढा वेळ दिला, तर एकही सामाजिक प्रश्न उरणार नाही आणि तू किती रमतेस हे मी तुला रमलेलं असताना पाहून जाणलंय. आत्ता तू इथे पुन: तुझ्याजवळ आली आहेस. पण तिथे तू स्वत:पेक्षा मुलांच्याच जवळ अधिक असतेस आणि राधा, एवढं सामाजिकपण तुला आवश्यक आहे. कारण... तू एका वेगळ्या विश्वात प्रवेश केला आहेस. आधीचं सगळं काही सोडून. अशा वेळी एक हात तुला सोबत करणारा हवा आहे. तो हात सामाजिकतेचा असेल. म्हणून हा हात सध्यातरी सोडू नकोस. तुझा मित्र म्हणून एक अनाहूत सल्ला देतोय... बरं... आज कलेक्टरांबरोबर मीटिंग आहे. मी निघतो.''

चेतन घाईनं निघून गेला.

राधा मात्र चेतनच्या शेवटच्या वाक्याचा विचार करत होती. 'हा हात सध्यातरी सोडू नकोस. सामाजिकतेचा आणि चेतन, तुझ्या मैत्रीचाही.' ती मनात पुटपुटली.

आपण हे घर घेतलं. इथे राहायला निघालो. त्या दिवशी आपण फिरायला निघालो. अगदी आरामात जीन्सच्या खिशात हात घालून फिरत होतो आणि एका ठिकाणी आपण थबकलो. तिथं काही मुलं खेळत होती. सगळ्यांच्या अंगावर एकच युनिफॉर्म होता. मुलं कृश, काहीशी राकट वाटत होती. ग्रामीण भागातून आली असावीत, अशी भासत होती. तिनं त्या संस्थेची पाटी वाचली. 'बालसुधार गृह...' नकळत तिचे पाय तिकडे वळाले. कुणी अनोळखी आत येतंय पाहून मुलं बुजली.

ती मुलांच्या जवळ जाऊन उभी राहिली... मुलं कुजबुजत होती. मग त्यांनी पुन: खेळायला सुरुवात केली.

खरंतर तीही बुजली होती. ह्या मुलांशी बोलावंसं तिला वाटत होतं. पण कसं बोलावं?

''इकडे ये...'' अखेर तिनं एका लहान मुलाला उद्देशून म्हटलं.

''तुझं नाव काय?''

''रमेश.''

''कुठून आलास?''

त्यानं एका लहान गावाचं नाव सांगितलं. त्या गावाचा ठावठिकाणा तिला माहीत नव्हता.

"तुझे आई-वडील?"

तो गप्प बसला. त्याच्या आईवडिलांचा ठावठिकाणा त्याला माहीत नसावा.

"त्या गावाला कोण आहे?"

"माझा मामा..."

'तू इथे कसा आलास' हा प्रश्न तिला विचारावासा वाटला. पण तिनं स्वतःला सावरलं. कारण ते बालसुधारगृह होतं.

"तुझ्या मित्रांना बोलावं."

"ए, या रे... बाई बोलवताहेत..." तो मुलगा सगळ्यांना उद्देशून म्हणाला.

मुलं तिच्याजवळ जमली.

ती तिथल्या झाडाभोवती बांधलेल्या कट्ट्यावर बसली. "तुम्हाला गोष्ट सांगू?"

"हो ऽऽ बाई..." मुलं केवढ्या आनंदानं ओरडली.

तिनं बिरबलाची गोष्ट सांगायला सुरुवात केली. मुलं रमली.

गोष्ट संपायच्या आधीच एक जीप आत आली. जीप कुतूहलानं थबकली. तिनं आणि मुलांनी तिकडे वळून पाहिलं.

ड्रायव्हिंग सीटवर बसलेल्या व्यक्तीनं हातानेच 'चालू ठेवा' अशी खूण केली. जीप पुढे नेत त्यानं पार्क केली. तो त्या आवारातच फिरत होता.

तिने गोष्ट पूर्ण केली.

"ते कोण आहेत?" तिनं मुलांना विचारलं.

"बाई, ते समाजकल्याण अधिकारी."

"हं... चला. मी जाऊ?... त्यांना भेटते..."

"बाई... उद्या याल?"

"अंऽऽ?"

"हो बाई, उद्या या ना! आम्हांला गोष्ट सांगा."

"हो हो बाई... या ऽऽ तुम्ही." मुलं ओरडली.

"बरं, मी आधी तुमच्या त्या साहेबांना भेटते आणि त्यांची परवानगी घेते." तिने त्यांना म्हटलं.

"बाई... टाटा..." एका मुलानं धीर करून हात हलवत म्हटलं.

'टाटा' हा शब्द त्यानं पहिल्यांदाच उच्चारला असावा एवढ्या संकोचत उच्चारला.

"टाटा बेटा..."

आता सगळ्या परिसरातच 'टाटा' बहरत गेली. ती आश्चर्यानं पाहत होती.

एका टाटाचं, प्रेमळ निरोपाचं एवढं आकर्षण या मुलांना असावं? एवढी ही मुलं तहानलेली आहेत? ती समाजकल्याण अधिकाऱ्यांकडे वळली.

पस्तीस-चाळिशीचा तो तिच्याकडे पाहत होता. मुलांचं 'टाटा' म्हणणं चाललेलं... ती संकोचली होती...

"या..."

"   "

"आज तुम्ही मुलांना खूश केलंत."

"मी तेच विचारायला आले होते... मी इथे रोज थोडा वेळ आले तर चालेल?..."

"का नाही? आनंदानं या. तुमचं नाव... नवीन दिसता आहात...!"

ती बावरली.

"मी... राधा, पी. राधा..."

"साउथ इंडियन..."

"नाही महाराष्ट्रीयनच..."

"मग नाव?"

"आपलं नाव...?" तिने विषय बदलत विचारलं.

"मी, चेतन कदम." ही तिची आणि चेतनची पहिली भेट-

"कुठून आलात?" चेतनने विचारलं.

"ते सांगणं आवश्यक आहे?"

"नॉट ॲट ऑल. मला वाटतं मी पुढचे प्रश्नही न विचारलेलेच बरे." चेतननं समजून म्हटलं होतं.

"थँक्स!" ती मनापासून उत्तरली.

"तुमची एक वेळ निश्चित करा आणि मुलांना सांगा. नाहीतर ही मुलं सकाळपासूनच तुमची वाट पाहत बसतील. तशी मुलांची शाळा पाचला सुटते. आल्यावर लगेच त्यांचं जेवण होतं. सहाची वेळ बरी वाटेल तुम्हाला?" चेतनचा बोलका स्वभाव पहिल्याच भेटीत स्पष्ट झाला.

"हो."

"आणि हो. आणखीन एक सांगायचं म्हणजे... तुम्ही आणखी दोन-तीनदा या आणि मग निर्णय करून मुलांना येण्याबद्दल सांगा. खूपदा सामाजिक काम लगेच कंटाळा आणतं. तो पिंडच असावा लागतो. दोन दिवस तुम्ही स्वतःचंच

मूल्यमापन करा.''

तिला चेतनच्या बोलण्याचा थोडा राग आला. बहुधा ती आपला राग लपवू शकली नाही. चेतनने तो राग टिपला होता.

''तुम्ही रागावू नका, पण मला त्या मुलांचा विचार करावा लागतो. ही मुलं प्रेमाला पारखी असतात. प्रेम म्हणजे काय माहीत नसतं. त्यांच्या मनाची तशी घडण होऊन जाते. तुम्ही दोन दिवस याल... ती घडी विस्कटाल आणि मुलंच विस्कटतील.''

तिला चेतनचं म्हणणं पटलं. राग गेला.

''हो... तुम्ही म्हणता तसं दोन दिवस मी आत्मपरीक्षण करते.'' ती उत्तरली होती.

नंतर दोन-तीन दिवस मी सुधारगृहात येत होती. गोष्ट सांगत होती. हळूहळू ती मोकळी होत गेली. मुलं मोकळी होत गेली. निघताना मुलं तिचा हात हातात घेऊन 'टाटा' करायला लागली. तीस-चाळीस मुलं... पाच मिनिटं तो 'टाटा' चालत राहायचा. तिचा हात सोडायला मुलं तयार नसायची.

तिच्या लक्षात आलं, संध्याकाळ झाली की ते अनेक हात आपल्याला बोलावू लागतात. आपल्याला वाटतं, त्यांना आपली गरज आहे. पण खरंतर आपल्यालाही त्यांची गरज आहे.

तिचा अर्धाएक तास त्या सुधारगृहात आणखी वाढू लागला. मुलं बऱ्यापैकी हुशार होती. काही तर शार्प होती. त्यांना ती अभ्यास करायला लावू लागली. त्यांचे पाढे... होमवर्क... शुद्धलेखन, शुद्ध बोलणं... सर्वच.

त्याच वेळी तिच्या लक्षात आलं, की चेतनही या संस्थेला बराच वेळ देतो.

एकदा परत निघताना तिनं त्याला विचारलंही, ''तुम्ही बराच वेळ इथे असता. एक सरकारी ऑफिसर असूनही ड्यूटीअवर्स संपल्यावर इथे येता.''

चेतन कधी नव्हे तो थोडा गंभीर झाला. नंतर त्याने अगदी सहजपणे सांगून टाकलं, ''मी सुधारगृहातच मोठा झालो.''

''तुम्ही सुधारगृहात?...'' ती आश्चर्यानं म्हणाली.

''हं. लहान वयात काकांच्या शर्टमधून पन्नासची नोट काढणं म्हणजे 'चोरी' हे मला माहीत नव्हतं. आई-वडील नव्हते. काकाला कारणच मिळालं. सरळ पोलिसांकडे दिलं.''

''पन्नास रुपये घेतले म्हणून?''

''अंहं. एक जबाबदारी झटकायची म्हणून. पण ती शिक्षा माझ्यासाठी संधी ठरली. मी निश्चयानं शिकलो. आता एक अधिकारी झालो. आता काका सांगत

असतात, की माझा पुतण्या ऑफिसर आहे म्हणून.''

"लग्न...''

"झालं की! साधीसुधी एक बायको आहे. एक मुलगा...''

"हं...'' तिनं ओठ गच्च मिटले. आयुष्य किती किती परीनं सोसत असतं. हा आपल्यापुढचा एक ऑफिसर माणूस कधीतरी अशाच बालसुधारगृहात होता!

"चेतन!'' तिनं न राहवून म्हटलं, "चेतन, आपण एकमेकांचे मित्र होऊ या.''

"मला पहिल्याच दिवशी तू माझी मैत्रीण आहेस, हे जाणवलं.''

एका हळुवार धाग्यानं तो मैत्रीचा बंध बांधला गेला.

ही मुलं, चेतन, बालसुधारगृहात मोठी झालेली, होणारी... आपल्यापासून तुटून... एक शिक्षा म्हणून... आणि आपण!... एका वेगळ्या भूमिकेतून आयुष्याच्या सुधारगृहात... इतरांनी केलेल्या अपराधांची शिक्षा भोगायला. परिस्थिती एकच आहे. ती मनाशी विचार करत होती.

***

आयुष्य झाडासारखं असतं. झाडाच्या फांद्या तोडून टाका... उरलेल्या खोडालाच पालवी फुटते. पालवीची बारकीशी फांदी होऊ लागते.

राधानं आपलं 'रोहिणी' या नावाच्या कक्षेतलं सगळं विश्व स्वत:पासून तोडून टाकलं. पण त्या नव्या गावातल्या, नव्या परिसरातल्या तिनं स्वीकारलेल्या आयुष्याच्या पालव्या हळूहळू खुलू लागल्या.

चेतनची मैत्री, मुलांचं प्रेम, वाचन, आराम, कधीतरी एखादी सिगरेट.

याहून अधिक काही आता जीवनात हवंय, असं तिला वाटत नव्हतं. आता ते खळाळ नको, खाचगळगे नकोत, जखमा नकोत, कातळावर डोकं आपटणं नको. पाणी तुंबणार नाही एवढ्याच लाटा पुरेत.

कधी तिचं मन नीरव शांततेत हरवायचं. सगळं काही हरवून आपण स्वत:ला अधिक सापडलो आहोत, हेही तिला जाणवायचं.

चेतनची दिलखुलास मैत्री होती. बालसुधार केंद्रातल्या इतर व्यवस्थापनातल्या व्यक्ती तिच्या ओळखीच्या झाल्या होत्या.

कधी निवान्त पडली की ती स्वत:लाच आठवत राहायची. केवढी स्वप्नं, केवढे हव्यास! चांगलं घर पाहिजे. घरात चांगल्या वस्तू पाहिजेत. आपणही चांगल्या दिसायल्या हव्या म्हणून फेशियल, पार्लर, ढीगभर साड्या. आता हे काही उरलं नाही. दोन ड्रेस, दोन जीन्स, एखादी साडी. एवढ्यावर भागतंय. बाकी

स्वप्नांचे डंख तर कधीच संपले.

मिलिंद आणि मुलं तिला आठवायची. पण त्या आठवणीत कोणतीही भावनिक स्पंदनं नव्हती. कुणी परकी माणसं असावी, तशी ही माणसं. आपल्यापासून तुटून दूर झालेली. आपापल्या विश्वात रमलेली. मुलांचं विश्व, मिलिंदचं त्या एका स्त्रीबरोबरचं विश्व... ह्या विचारानं होणारा संतापही आता निवळत चालला.

... तेवढ्यात दार वाजलं. चेतनच असणार तिनं पुटपुटत दार उघडलं.

चेतनच होता.

"ये..."

चेतन धुसफुसत आत आला.

"तुझी सिगारेट कुठेय?"

"पाकीट संपलंच. आणणारच होते. पण तुला का आज सिगरेटची आठवण झाली?...

"का?..." त्यानं डोकं झुकवलं आणि तो गप्पच बसला.

"काय झालंय?" तिनं विचारलं.

"झालं असेल काही, तुला काय करायचंय? तू कधी मला तुझ्या पूर्वायुष्याबद्दल सांगतेस?"

"अरेऽ... झालंय काय तुला आज? ती फाईल आपण क्लोज केलीय ना!"

"हो गं बँकवाली! कधी कधी वाटतं! आपली अशा स्त्रीशी मैत्री आहे जिचं नाव खोटं आहे. ती कुणी वेगळीच होती. आता मात्र..."

"ती खोटी आहे?" तिनं तीव्र स्वरात म्हटलं. "आधीच्या 'माझ्या'पासून आजची 'मी' वेगळी आहे चेतन. पण खोटी नाही. माझं राधा नाव, माझी-तुझी मैत्री, माझं एकटेपण हे खोटं आहे?... नाही, ते वेगळं आहे. पण हे आज तुला का जाणवावं?"

"राधा, तिची जाण कमी पडते."

"कुणाची?..." हा असा असंबद्ध का बोलतोय, हे राधाला कळेना.

"माझ्या बायकोची गं-"

"हं. काय झालं?"

"आम्हा दोघांत संवादच होऊ शकत नाही. माझ्या इंटरेस्टच्या गोष्टी तिच्यासाठी कंटाळवाण्या असतात."

"आणि तिच्या इंट्रेस्टच्या गोष्टी तुझ्यासाठी कंटाळवाण्या असतात असंच ना." चेतननं तिच्या ह्या बोलण्यानं चमकून पाहिलं.

"चेतन, प्रत्येकाचे इंटरेस्ट वेगवेगळे असतात. ज्याच्या त्याच्या व्यक्तिमत्त्वाप्रमाणे. पण पती-पत्नीनं ते एकमेकांचे इंटरेस्ट शेअर करायला हवेत. तिचे वेगळे आहेत हे तुला कधी जाणवलं?... लग्नानंतर...? की अशात..."

"नाही राधा, लग्नानंतर असं काही माझ्या लक्षात आलं नाही. पण अशातच मला हे जाणवतंय."

"बरोबरच आहे. कारण लग्नानंतर तू तिचे इंटरेस्ट शेअर करत होतास. तुमच्या काही गरजा समान होत्या. शारीरिक, सांसारिक. मूल झालं, सांसारिक गरजांत ती बुडाली, तू बाहेर पडलास. आता तुमच्या दोघांची विश्वं वेगवेगळी झाली. निदान... केंद्रबिंदू तरी सरकले आहेत. असं व्हायला नको होतं. जोडीदारांपैकी एखाद्याचा परीघ मोठा होऊ दे, पण दोघांचं केंद्र एकच असायला हवं. तू पत्नी म्हणून तिला निवडताना एक संसारी स्त्री म्हणूनच निवडलंस ना!"

"हो..."

"मग तिच्या मर्यादांचा स्वीकार कर. त्या मर्यादा ओलांडायला तिला तूच मदत कर."

"मदत म्हणजे काय करायचं?"

"काही नाही. गप्पा. त्या गप्पांमधून तिला मोकळं कर आणि हळूहळू अनेक विषय तिच्याशी बोल. तिला वाचनाची आवड लाव. चेतन, नवरा-बायकोत असा संवाद होण्यासाठी आवश्यक असतो एखादा तास. पण त्या तासापुरती गरज भागली नाही की तुम्ही पुरुष बायकोची तक्रार करून किती सहजपणे मोकळे होता रे! बायकोनं घरही चांगलं ठेवावं. स्वयंपाकही मन लावून करावा, मुलांचं संगोपनही करावं आणि तुमच्या वेव्हलेंथशी जुळवूनही घ्यावं. यांतल्या अनेक गोष्टी परस्परविरोधी आहेत. ही तारेवरची कसरत स्त्रीनं करावी, आपण ती कसरत पाहत शब्दांचे ढोल बडवत बसावं, असं होऊ नये. थोडं तिच्या पातळीवर आपणही जावं की..."

चेतनची धुसफुस कमी झाली.

"म्हणजे माझाच दोष म्हण की!" तो फुरंगटून म्हणाला.

"तसं नाही चेतन. तुला 'आपला दोष आहे' हे कळालं ना! हे कळणाऱ्या माणसानंच थोडं वाकायचं आणि जोडीदाराला वर उचलायचं. ताठ असणाऱ्या माणसाला हे जमणार नाही."

चेतनने नुसताच टाळीसाठी हात पुढे केला. राधाने टाळी दिली.

"राधा, एवढी जाणीव असून तुला आयुष्यातनं बाहेर का पडावं लागलं?"

"आयुष्यातून नाही चेतन, संसारातून. स्त्री सगळं सहन करू शकते, पण प्रतारणा नाही."

"राधा ऽऽ" चेतनचा आवाज कापला.

राधानं स्वतःवर नियंत्रण ठेवलं.

"आज सहजपणे तुझ्या प्रश्नाचं उत्तर दिलं, नाही! हंऽऽ!... प्रतारणेतून पत्नीचा सगळ्यात जास्त अपमान होतो. मन किळसतं. अगदी आपल्या नावालाही. पण आज विचार करते, अशी प्रतारणा सहन करतही बायका संसार करतात. मी आर्थिक दृष्ट्या स्वतंत्र होते, म्हणून मी सगळ्यातून बाहेर पडले. सगळ्यांना थोडंच हे जमणार असतं? आर्थिक दृष्ट्या स्वतंत्र असूनही नाही जमत. कारण सुरक्षितता. म्हणून संसाराच्या भिंतीच तिला बऱ्या वाटतात. तिच्या हे लक्षात येत नाही, की 'अशा वेळी' संसार हा तुरुंग झालेला असतो. नको असताना तिथेच राहावं लागणं म्हणजे तुरुंगवास. हे जिला कळतं ती 'राधा' होते."

"आणि नवऱ्याचं काय?"

"कुणास ठाऊक काय ते? कदाचित सुटकेचा निःश्वास, कदाचित बायको हा प्राणी असं काही पाऊल उचलून आपलं 'माणूसपण' सिद्ध करेल याची कल्पना नसल्यानं 'धक्का बसणं', असंही असू शकेल. कारण मजा म्हणून 'बाहेरचं' प्रकरण तो करत असेल, तर त्या मजेला दिलेली ही सजा त्याला असह्यच असेल. बायकोला आपण फार गृहीत धरलं, तिच्याबद्दलची आपली समीकरणं चुकली, असं कदाचित त्याला वाटू शकेल. पण ती इन्व्हॉल्व्हमेंट खरी असली तर... हंऽऽ... केवढं कॉम्प्लिकेटेड आहे हे सर्व! वयाच्या वेगवेगळ्या अवस्थांमध्ये वेगवेगळी परिपक्वता असते. स्त्री आणि पुरुष दोघांचीही. वयाच्या पंचविशीच्या गरजा आणि परिपक्वता वेगळी, चाळिशीची वेगळी, पन्नासनंतरची वेगळी. अशा वेळी जोडीदार... त्या पक्वतेशी जुळवून घेणारा असेलच असं नाही. त्या पक्वतेजवळ असणारी दुसरी व्यक्ती आवडूही शकते. पुरुषाला आणि स्त्रीलादेखील. पण याचा अटळ परिणाम होऊ शकतो प्रतारणेचा. जोडीदारावरच्या अन्यायाचा. कारण त्याने आपलं आयुष्य तुमच्यासाठी अनेक वर्षं खर्ची घातलेलं असतं. याचाही विचार करायलाच हवा ना!"

"मी जातो." घाईनं चेतन म्हणाला.

"कुठे? आणि एकदमच?"

"घरी... बायकोजवळ..."

"लगेच पळ. मध्ये कुठे थांबू नकोस. प्रेमाच्या आवेगानं जवळ आलेला नवरा ही बायकोला अत्यंत आवडणारी गोष्ट आहे. तो आवेग कमी व्हायच्या आधी जा..." तिने चेतनला धरून दाराकडे नेलं.

***

राधाने आपली सूटकेस उघडली होती. दोरीवर टाकलेले कपडे ती सूटकेसमध्ये भरत होती. विषण्णपणे. समजदार माणूस अचानकच नासमज झाल्यासारखं का वागतो? सरळ वेगानं वाहणारी नदी एकदमच वळण का घेते? आणि त्या वळणावर असलेलं एवढंसं खोपटं त्यानं कोलमडून का जावं?

तिचं लक्ष कपडे ठेवण्यातही नव्हतं. चेतन असा का वागला?

तिला अजूनही तो दिवस आठवत होता. चेतन संध्याकाळी घरी आला.

''ये... बरं झालं तू आलास. इतर वेळी ही माझ्यासाठी फक्त 'खोली' असते. तू आलास की ते 'घर' वाटायला लागतं.''

चेतनचा चेहरा आज किंचित बदलला होता. दृष्टी तरळल्यासारखी वाटत होती.

''काय झालं रे? तू आज बराच वेगळा दिसतो आहेस. पुन्हा बायकोशी काही...?''

''काही झालं नाही. मी सिगरेट ओढायची नाही. तू मात्र ड्रिंक घ्यायचं.''

''अगं, साधी जिन तर घेतली. मी काय नेहमी घेतो?... आज पार्टी झाली. घेतली.''

'बरं बाबा, पण आता मलाही सिगरेटची तलफ आली हं.'' तिनं उठत सिगारेट काढत म्हटलं.

''ए, तू सिगरेट नाही ओढायची हं...''

''अरे, आठ दिवसांनी आठवण आलीय. आठ दिवसांतून एखादी... काही होत नाही.''

पण चेतन तिरीमिरीनं उठला. त्यानं तिच्या हातातली सिगरेटची डबी भिरकावली.

''नो राधा... नो सिगरेट. तू माझं ऐकणार ना?...'' तो किंचित जड स्वरात म्हणाला.

''मी तुझं का ऐकावं रे?'' तिनंही त्याला चिडवत विचारलं.

''कारण... कारण मी तुझ्यावर प्रेम करतो. फार फार प्रेम... इथे बस... मी सांगतो तुला.'' पण पुढचे शब्द राधाच्या डोक्यात जात नव्हते. ती ते शब्द ऐकल्यावर सुन्नच झाली.

चेतननं तिला पलंगावर बसवलं होतं. स्वतः खाली बसून लहान मुलासारखं तिच्या मांडीवर डोकं ठेवलं होतं. तो त्या प्रेमाच्या संबंधातच काहीबाही बोलत होता.

हा कोण आहे? आपला नेहमीचा चेतन कुठे गेला? आपला मित्र... एक

सहृदय.. या नव्या वाटचालीचा साक्षीदार... एक व्यक्तिमत्त्व... आपण आपलं स्त्रीत्व एखाद्या कवचासारखं सोडून इथे आलो आणि पुन्हा प्रेम ह्या नावाखाली तेच कवच हा चढवायला पाहतोय.

"चेतन, प्लीज... हे थांबव आता आणि सध्या तू घरी जा. आपण उद्या बोलू." चेतनच्या त्या आवेगाला थोपवत ती म्हणाली.

"राधा.. अशी दुष्टपणे मला हाकलतेस?"

"चेतन, दुष्टपणे नाही... पण कोरडेपणाने..."

"तुझा कोरडेपणा माझ्यासाठी दुष्टपणाच आहे ना?"

"चेतन आपण उद्याच बोलू. ठीक आहे?"... त्याला जवळजवळ निरोप देत तिने म्हटलं.

चेतन गेला आणि ती उन्मळून आली. का हे स्त्रीत्व पुन:पुन्हा आपल्यावर लादलं जातंय? एका चक्रातून आपण बाहेर पडलो आणि पुन्हा दुसऱ्या चक्रात अडकलो. पुन्हा त्याच अपेक्षा. प्रेमाच्या, भावनांच्या, आपण पंचेचाळिशीच्या, चेतन चाळीसच्या आतला. त्याला आपल्यात आवडण्यासारखं एवढं काय जाणवलं? आपण दिसायला फार सुंदर आहोत असंही नाही. फार लोकविलक्षण आहोत असंही नाही. मग का? आपल्या मनात काय आहे चेतनबद्दल?... ती मनाचा कानोसा घेत होती. आपल्या मनात प्रेम ह्या शब्दाला थाराही नाही, हे तिला जाणवलं. प्रेम म्हटलं की समर्पण आलं आणि आता ह्या गवसल्याक्षणी समर्पण करायची आपली तयारीही नाही. खूप केलं समर्पण. पत्नी म्हणून, आई म्हणून.

चेतन जी साद घालतोय, ती केवळ आपण एक स्त्री आहोत म्हणून? एक मित्र म्हणून आपल्याला चेतन जो समजला, तो एवढा स्त्रीलंपट निश्चित नाही. पण तो जे करतोय ते... जे मिलिंदनं केलंय तेच करतोय. घरी पत्नी असताना दुसऱ्या स्त्रीवर प्रेम. पुन्हा एका रोहिणीला 'राधा' होऊ द्यायचं नाही.

चेतन आपला चांगला मित्र आहे. त्याला सांभाळायला हवं.

हळूहळू विचारातून ती निर्णयापर्यंत येऊन पोचत होती.

आता ती कपडे बॅगेत भरत होती. पाऊल फार रुतायच्या आत बाहेर काढलेलं बरं. आपली पाळंमुळं इथे रुतली नाहीत. आपण इथलं बिऱ्हाड उचलून सहज दुसरीकडे जाऊ शकतो. पुन्हा नवी विटी, नवं राज्य. तिथेही दुसरा चेतन भेटला, तर तेही गाव बदलायचं.

एवढ्या संन्यस्त आपण कशा काय झालो?

तेवढ्यात दार वाजलं.

चेतनच असणार.

तिनं दार उघडलं.

चेतन अपराधी मुद्रेनं बाहेर उभा होता.

"आत येऊ?"

"तुला कधीपासून ही परवानगी घ्यावी लागली?"

"कालपासून." तो कसनुसं हसत म्हणाला.

"ये..."

चेतन आत आला आणि तिने पलंगावर ठेवलेल्या बॅगेकडे त्याने पाहिलं.

"मला हे वाटलंच होतं."

"चेतन... मला तुझ्याशी बोलायचंय."

"नको बोलूस राधा. एका क्षणानं मला दुबळं केलं. मनातलं जे मलाही अज्ञात होतं, ते बाहेर आलं. मला माहितेय राधा, तू आता कुणात न अडकण्यासाठी इथे आली आहेस. मला हेदेखील माहिती आहे, की जसा तुझा नवरा तुझ्यावर अन्याय करत वागला, तसाच मीही माझ्या बायकोवर अन्याय करत काल वागलो."

"चेतन!" आपण रात्री केलेला विचारच चेतन करतोय.

"तूही हाच विचार केलास ना राधा? मला माहिती आहे, तू हाच विचार केला असशील. पण चुकीला माफी नसते?"

"चेतन, मनातल्या भावनांना चूक म्हणता येईल?... त्या अत्यंत नैसर्गिक असतात आणि त्या माफ केल्यानं काय संपणार असतात? तुझ्यापेक्षा वयानं दहा वर्षांनी जास्त असूनही, जगावेगळी नसतानाही तुला माझ्याबद्दल प्रेम वाटलं, हे मी समजू शकते. पण मला मात्र आता प्रेम पेलवणार नाही. प्रेमात पडायची क्षमता आणि तयारी दोन्हीही माझ्याकडे उरली नाही. म्हणून जास्त ताणतणाव वाढण्याआधी मला इथला निरोप घ्यावासा वाटतोय."

"मी माफी मागतोय तुझी. प्रेम सहजासहजी संपणार नाही हे खरंय. पण... पुन्हा कालचा प्रसंग येणार नाही, याची मी ग्वाही देतो तुला. खरंतर राधा... असं काही माझ्या मनात आहे, हे मला कालपर्यंत माहिती नव्हतं. मीही त्या अचानक जाणवण्यानं स्वत:ला मर्यादा घालू शकलो नाही. पण यापुढे ती काळजी घेईन."

"चेतन, नको आता ती जीवघेणी भावनिक आंदोलनं. मला एकटं राहायचंय आणि तसं मला राहू दे. माझा तीस वर्षांचा संसार सोडून मी आले..."

"बरोबर आहे. ह्या सहा महिन्यांतली मैत्री तोडणं तुला अवघड नाही. तू एकटी आहेस; पण एकाकी नसावीस, असं मला मनापासून वाटतंय. इथे तू एकाकी नाहीस."

"चेतन, मी आता ठरवलंय. नकोच तो गुंता." तिला आपल्याला खूप रडू

येईल, असं वाटत होतं. दोन थेंब पाण्याचे पडावे आणि हिरवळ उगवावी तेवढी सहज ही मैत्री, हे प्रेम. पण आयुष्यानं ह्या सगळ्या भावनांना, नात्यांना किती कटू केलं! त्यांच्या स्वाभाविकतेविषयी शंका यावी एवढं कटू.

तेवढ्यात दारात कुणी उभं आहेसं वाटलं. दोघांनी वळून पाहिलं. दारात सुधारगृहातला कर्मचारी होता.

"मॅडम..., आता तुम्ही सुधारगृहात येऊ शकाल?"

"आत्ता?"

"मॅडम, तो चौथीतला अनिल आहे ना, त्याला ताप आलाय. तो सारखं तुमचं नाव घोकतोय."

"माझं नाव?"

"म्हणजे मॅडम; 'बाईंना बोलवा' म्हणतोय."

"डॉक्टर...?" तिनं विचारलं.

"डॉक्टरांना बोलावलं, त्यांनी औषध दिलं. पण तुम्ही जवळ असलात तर तो लवकर बरा होईल, असं डॉक्टर म्हणताहेत."

तिला अनिल आठवला. बारकासा, गोरा, गोड पोरगा. त्याच्या सावत्र आईने त्याचे वडील गेल्यावर दुसरं लग्न केलं होतं. पोरगा अगदीच उघड्यावर पडला आणि सुधारगृहात आला. ना धड घरचा, ना बाहेरचा अशी गत होती. तो सारखा तिचा पदर धरून असायचा. तिचं मन काळजीनं भरून आलं.

"चल चेतन..."

चेतनने गाडी स्टार्ट केली. तो कर्मचारीही जीपमध्ये होता.

"मॅडम, डॉक्टर म्हणाले काही दुखणी मानसिक असतात. अनिलला सारखी तुमची आठवण येतेय. त्याचं अर्धं दुखणं तुम्ही आलात की पळेल."

"अरे, पण तुम्ही सगळेजण आहात की! तुम्ही त्याला घ्यायचं जवळ!"

"मॅडम, तुम्ही बाईमाणूस. आईची माया बाईच्या हृदयात असते. आम्ही आपले त्याला औषधं देऊ. पण पोराला तुमच्या कुशीतच यायचंय. तापात आईचा आधारच हवा असतो पोराला."

त्याचं बोलणं ती ऐकत होती आणि आपण फार उंचावर गेल्यासारखं तिला वाटलं. आपण म्हणजे त्याच्या शब्दात 'बाईमाणूस' म्हणजे स्त्री. आपण एक कमकुवत स्त्रीपणा सोडून आलो. पण आपल्यातलं हे कणखर, फार मोठी शक्ती असलेलं स्त्रीत्व आपल्या लक्षातच आलं नाही. जे कोणत्याही पुरुषाला जमणार नाही, असं वात्सल्य आपणच या मुलांना देऊ शकतो.

तिने चेतनकडे पाहिलं.

निखळ प्रेम तरी कुणाला माहिती असतं? प्रेमात जशी शारीरिक ओढ असते, तशीच ह्या स्त्रीसामर्थ्याची ओढही असते, जी मातृत्वाच्या जवळ जाणारी असते. नाहीतर आपल्या चेहऱ्यावर उमटलेलं एजिंग, आपले विरळ होत जाणारे पांढरे केस हे सगळं काय चेतनने पाहिलं नसेल? आपण त्याच्यापेक्षा वयाने मोठ्या आहोत हे माहिती असूनही तो प्रेमात पडला, याचा अर्थ...? प्रेमात केवळ वासनाच गृहीत का धरावी? मातृत्वाची ओढही त्यात असू शकते. आपलं प्रेम आहे हे सांगताना चेतनने आपल्या मांडीवर ठेवलेलं डोकं... लहान मुलाच्या अगतिकतेनं. चेतनला तरी कुठे मिळालं होतं आईचं प्रेम! तिला आठवून गेली 'टाटा' म्हणताना ओढीनं तिला स्पर्श करणारी मुलं... तसाच स्पर्श चेतनचा. प्रेम ही मनाची गरज. पण या प्रेमात लपलेली खरीखुरी भावनिक गरज कदाचित चेतनच्याही लक्षात आली नसावी.

ती सैलावली.

...गाडी सुधारगृहात आली.

आता राधेच्या डोळ्यांपुढे अनिल होता. फक्त अनिल. ती घाईनंच मुलांच्या रूममध्ये गेली.

जमिनीवर अंथरलेल्या सतरंजीवर अनिल झोपला होता. ती त्याच्या जवळ बसली. त्याच्या अंगावरून हात फिरवला. त्या स्पर्शानेच अनिलने डोळे उघडत 'बाईऽऽ' अशी हाक घातली.

"बाई, माझ्याजवळ बसाल ना? मला भीती वाटते.''

"हो बेटा...'' तिने अनिलला जवळ ओढलं. अनिलचे चिमुकले हात तिला पकडू पाहत होते. समोरच्या चेतनच्या डोळ्यांतही कोपऱ्यात लहानगा अनिलच उभा होता.

ती समाधानाने हसली.

आपल्या स्त्रीत्वाची एक वेगळी जाणीव तिला झाली. आता तिला ह्या स्त्रीत्वापासून दूर पळायची गरज नव्हती.

॥ ६ ॥

नातं

पंडित व्योमकेश मैफिलीचा उत्तररंग खुलवत होते. श्रोते दिलखुलास वाहवा करत त्यांच्या गाण्याला दाद देत होते. भैरवीची द्रुत लयीतली चीज सादर करून त्यांनी तंबोरा खाली ठेवला. श्रोत्यांनी टाळ्या वाजवून त्यांना अभिवादन केलं.

व्योमकेशांनी हात जोडत ते अभिवादन स्वीकारलं. आपल्या खांद्यावरची शाल त्यांनी दोन्ही खांद्यांवरून पांघरून घेतली. त्यांचे मानेवर रुळलेले केस, त्या हालचालीनं लयदारपणे हलले. तीन-चार तासांची मैफिल खुलवल्यामुळे व्योमकेशांच्या चेहऱ्यावर विलक्षण समाधान फुलून आलं होतं. श्रोते दर्दी असल्याने मैफल रंगलीही होती.

"व्योमकेशजी, तुमचा पुढचा कार्यक्रम आमच्या नाशकात..." बोलणारा उत्साहानं बोलत होता. पण व्योमकेशांनी त्याला मधेच थांबवलं.

"हे पहा, तुमचा कार्यक्रम ठरवताना तुम्ही साधारण तीन-चार तारखा ठरवा आणि मला कळवा. त्यांतली जी तारीख मला सूट होईल, ती मी तुम्हाला कळवेन. माझ्यामागं बरीच कामं आहेत. त्यामुळे नक्की एखादी डेट मी देऊ नाही शकणार."

"चालेल व्योमकेशजी. मी तुम्हाला काही टेन्टेटिव्ह डेट्स कळवेन. त्यातली तुम्ही नक्की करा."

"ओ. के.!" व्योमकेशांनी त्या व्यक्तीला निरोप दिला आणि ते इतर रसिकांकडे वळाले.

व्योमकेशांना खरोखरच आपण कधी मोकळे असू, हे माहीत नसायचं. कितीतरी दिवसच्या दिवस ते दिल्लीतून अज्ञात ठिकाणी गेलेले असायचे. ते कुठे जातात, संगीताखेरीज त्यांचा अन्य व्यवसाय काय, त्यांची बायको, मुलं कोठे आहेत, ह्यासंबंधी कोणतीही माहिती कुणालाही नव्हती.

माहिती होतं ते केवळ त्यांच्या डिपार्टमेंटला. व्योमकेश देशातल्या हेरखात्यातल्या

या एका प्रमुख खुर्चीवर आहेत, हे हेरखात्याशिवाय आणखी कुणाला माहीत असणार?

व्योमकेशांच्या कलावंत मनाला देशभक्तीचीही प्रचंड ओढ होती. तरुण वयातच त्यांनी हेरखात्यात प्रवेश केला. जोडीला संगीतसाधना होती. संगीत आणि त्यांचं डिपार्टमेंट ह्या दोन्ही ठिकाणी ते भराभर पुढे जात होते. पाहता पाहता ते आंतरराष्ट्रीय स्तराचे कलावंत झाले होते आणि त्यामुळे त्यांचे गुप्तहेराचे कामही अधिक सुकर झाले होते.

सर्व श्रोते हळूहळू हॉलबाहेर पडले आणि ती पुढे आली.

ती एकटक व्योमकेशांकडे पाहत होती. "नमस्ते व्योमकेशजी..." तिनं जीवघेणं हसू ओठांवर आणत म्हटलं.

"नमस्ते... So, we are meeting for third time."

"Yes Vyomji. व्योमजी, ही आपली तिसरी भेट आहे आणि ही भेट अचानक झालेली नाही. मी मुद्दाम ही भेट घडवून आणली आहे. तुमचा कार्यक्रम इथे आहे कळल्यावर मी प्रवास करून इथपर्यंत आले... व्योमजी, आधी केलेली विनंती मी आजही करतेय... सर, मला तुमची शिष्या करून घ्या. मला हिंदुस्थानी गाणं शिकायचंय."

"मी आधीच तुम्हाला उत्तर दिलेलं आहे. मी शिष्य वगैरे कुणाला करून घेत नाही. शिष्य करून घ्यायचं, त्यातही परदेशी व्यक्तीला, म्हणजे त्यांनी माझ्या घरी राहायचं..."

"प्लीज सर. मी तुम्हाला त्रास देणार नाही. उलट, तुम्हाला माझ्या हातचा चहा, कॉफी, नाश्ता..."

"ओहो, बेबी! तू तर एवढं आमिष दाखवलं आहेस. ओ. के.! आपण एक महिना तुझी ट्रायल घेऊ. मग ठरवू... चालेल?"

तिच्या चेहऱ्यावर आनंद पसरला, "थँक यू सर. मी एवढी भाग्यवान आहे, हे मला आजपर्यंत माहीत नव्हतं..."

व्योमकेशजी हसले.

"तुझं सामान घेऊन ये. आपल्याला पाचच्या गाडीनं दिल्लीला परतायचं आहे..."

"हो सर..." ती नाचऱ्या पावलांनी वळली.

"जस्ट अ मिनिट बेबी... तुझं नाव काय?"

"सर, मी सोनिया."

"सोनिया..." व्योमकेशजींनी ते नाव उच्चारलं.

सोनियानं आपल्या सूटकेसेस भरल्या. हॉटेलची रूम सोडायच्या आधी तिनं

सूटकेसच्या तळाचा पुठ्ठा उचलला. त्या पुठ्याखाली चोरकप्पा होता. तिनं त्यातून ट्रान्समीटर काढला.

"हॅलो... वाय झेड एक्स... YZX, yes, xyz, बोल."

"सर, माझा प्रवेश झाला."

"काँग्रॅज्युलेशन्स एजंट! आता पुढचं माहीत आहे ना?"

"हो, कमांडर. प्रेमाचं नाटक करून त्यांच्याकडची माहिती काढायची. फार सोपं काम आहे सर ते!"

"बेस्ट लक, एजंट..." अगदी त्रोटक बोलून समोरचं संभाषण संपलं... सोनियानं ट्रान्समीटर बंद केला आणि सूटकेसच्या चोरकप्प्यात ठेवला.

सोनिया सकाळी सहाला उठून रियाज करत होती. तिचा आवाज चांगला होता. नटराजाची पूजा करता करता व्योमकेश ऐकत होते. मान हलवत होते.

'सुंदर... मार्व्हलस...' एका हरकतीवर व्योमकेशजींनी दाद दिली. त्यांची पूजा झाली होती.

सोनियानं आपला रियाज थांबवला.

"सोनिया, तू भारतीय नसलीस तरी तुझ्या कंठात भारतीयत्व आहे. फार लवकर तू हिंदुस्थानी संगीत आत्मसात केलं आहेस."

"व्योमजी, तुमच्यासाठी चहा करू...?"

"नको. तू रियाज कर. मी चहा करून घेतो. तूही घेशील?" सोनिया पटकन उठली.

"नाही व्योमजी, चहा मी करणार. तुमच्यासाठी चहा करणं... तुमची इतर काम करणं, ह्यात मला फार आनंद वाटतो. अगदी ह्या संगीत शिकवण्यापेक्षाही जास्त."

"ओ. के. कर..."

सोनियानं चहा करून आणला.

"सोनिया, दहा दिवस झाले. तू माझ्याबरोबर राहतेस. तुला कंटाळा नाही आला?"

"नाही व्योमजी. उलट, एवढ्या वर्षांत प्रथमच हे दिवस मी चांगल्या तऱ्हेनं जगले आहे. कितीदा तरी आमच्या देशात तुमचं गाणं मी ऐकलं. टी.व्ही वर, कॅसेटवर तुमचं गाणं ऐकलं. मी लहानपणापासून हिंदुस्थानी संगीताची वेडी होती. मी थोडं गाणं शिकलेली होते. खरंतर तेव्हाच मी तुमच्याकडे येणार होते. अगदी लहान वयात स्वत:ला संभाळणं फार अवघड होतं. खूप खस्ता काढल्या. व्योमजी, एक मुलगी, तीही एकटी अनाथ... हं... मी जे भोगलं, जे सहन केलं, ते माझं

मलाच माहीत. एक मुलगी म्हणून, एक स्त्री म्हणून माझा कितीदातरी अपमान...''
न राहवून सोनियाच्या डोळ्यांत अश्रू बाहेर पडले.

"व्योमजी... जगण्याला पर्याय नसतो. मी जगत राहिले. अपमान सोसत राहिले. कुठे हॉटेलमध्ये नोकरी कर. कधी मेड सर्व्हंट म्हणून रहा. पण ह्या जगात सर्वत्र पुरुष आहेत आणि आपण कुठेही सुरक्षित नाही, हे मी ओळखलं. पुरुषांचा किळसवाणा स्पर्शच माझ्या नशिबी होता. तो स्पर्शही मी शेवटी अंगवळणी पाडला. पुरुषाला टाळून मी कोठे जाणार होते? त्यातच तुमचं गाणं ऐकलं. त्या गाण्यानं मला माझ्या शरीरापासून अलग काढलं. व्योमजी, तुमच्या गाण्यानं मला समाधी अवस्थेत नेलं आणि मी ठरवलं पैसे जमवायचे. हिंदुस्थानात जायचं. तुम्हाला भेटायचं. तुम्ही मला शिष्य म्हणून स्वीकारावं, ह्यासाठी मी कॅसेट ऐकूनच रियाज सुरू केला आणि आज... मी तुमच्यापुढे आहे.'' सोनियाच्या स्वरात प्रामाणिकपणा होता. ती भावनाविवश होऊन बोलत होती. तिनं अनावर होऊनच व्योमकेशांच्या मांडीवर आपलं डोकं ठेवलं. नकळत व्योमकेशांचा हात तिच्या केसांवरून फिरू लागला.

"व्योमजी, लहानाची मोठी होईपर्यंत प्रेम म्हणजे काय, हे मी अनुभवलंच नव्हतं. पुरुष एवढा चांगला असतो, त्याच्याजवळ एवढं सुरक्षित वाटू शकतं हे मी प्रथम अनुभवतेय... व्योमजी... आय लव्ह यू... आय फिअर... आय लव्ह यू...''

तिच्या केसांवरून फिरणारा व्योमकेशांचा हात क्षणभर थबकला आणि नंतर मात्र त्यांनी तिला आवेगानं जवळ ओढलं. तिच्या गालांवर ओठ टेकवले. कपाळावर ओठ टेकवले.

"सोनिया, तुझं गाण्यातलं समर्पण पाहून मलाही तू आवडायला लागली होतीस. पहिल्या कार्यक्रमाच्या भेटीतच तुझा चेहरा माझ्या मनावर कोरला गेला होता. तो पुसट व्हायच्या आधी तुझी दुसरी भेट, तिसऱ्या भेटीत तुझी शिष्यत्वाची मागणी... It was fast!'' व्योमकेश तिच्या केसांना कुरवाळत म्हणाले. काही क्षणानंतर तेच भानावर आले.

"सोनिया, चल आणखी एक कप चहा आण. नंतर मी तुला बागेश्री शिकवणार आहे. आज तू प्रेमाचा उच्चार केलास, त्या प्रेमरसाला अनुकूल असा बागेश्री.''

"ओ. के. सर!'' अल्लड उत्साहात उठत सोनिया म्हणाली.

व्योमकेश नंतर बंगल्याबाहेर पडले. त्यांनी गाडी आपल्या ऑफिसकडे वळवली.

वळणावरून गाडी दिसेनाशी होईपर्यंत सोनिया पाहत होती. व्योमकेशांना निरोप देणारा हात गाडी दृष्टी आड होताच थांबला. त्या हाताची मूठ वळली. ती पटकन आपल्या खोलीत आली. तिनं सूटकेस उघडली.

"एजंट एक्स वाय झेड हियर..."

"येस?"

"बुड्ढा मिल गया..."

"वंडरफुल. दोन दिवसांनी महत्त्वाची मीटिंग आहे. त्याची कागदपत्रं तयारीकरता तो घरी आणेल. त्याचे फोटोग्राफ्स... Over"

"O.K. Over..."

तिचं बोलणं संपलं.

ती व्योमकेशांच्या बेडरूममध्ये आली. तिच्या हातात मेण होतं. व्योमकेशांच्या बंद आलमारीच्या की होलमध्ये तिनं मेण सरकवलं. बाहेर काढलं.

त्या अलमारीच्या किल्लीचा मार्ग तिच्या हाती होता. तो मार्क तिला आज दुपारी बरोबर बारा वाजता कोपऱ्यावरच्या भाजीवाल्याजवळ येणाऱ्या तिच्या माणसाला द्यायचा होता. किल्ली संध्याकाळी तिच्या हाती येणार होती.

ती वळली आणि दचकली. दुसऱ्या क्षणी तिला हसू फुटलं. व्योमकेशजींचा भला मोठा क्लोजअप बेडरूममध्ये लावला होता. क्षणभर व्योमकेशच आपल्याकडे पाहताहेत, असं तिला वाटून गेलं.

ती त्या फोटोजवळ आली. व्योमकेशांचे शांत पण गहिरे डोळे, गालात लपवलेलं स्मित, भारदस्त मुद्रा... तिनं त्या फोटोवरून हात फिरवला.

"काय करतेस तू?..."

"व्योमकेशजी..." ती घाबरली.

"Sorry मी तुमच्या बेडरूममध्ये आले. पण मला वाटलं! मी बेडरूम स्वच्छ..."

"अरे, एवढी का घाबरलीस. जशी मी तुझी चोरीच पकडली. तू माझ्या फोटोवरून हात फिरवत होतीस म्हणून विचारलं."

"ओ ऽऽ! तुम्ही नसताना ह्या फोटोला स्पर्श करून पाहिला." तिनं मनातल्या मनात सुटकेचा निःश्वास टाळला.

"म्हणजे आता तो फोटो काढून टाकावा लागेल माय डियर..."

व्योमकेश तिच्या कमरेला धरत किंचित जवळ ओढत म्हणाले.

"काढून का टाकायचा?"

"त्या फोटोला स्पर्श केल्यावर तू मला स्पर्श करशील की नाही... म्हणून..."

"हं ऽऽऽ" तिनं लाडिकपणे उद्‌गार काढला.

"तुझ्याशी बोलत बसलो, तर माझं काम राहील. माझी फाईल विसरली म्हणून मी त्या चौकातून परत आलो. चल... मी निघालो."

व्योमकेशांनी बोलता बोलता अलमारी उघडून तिच्यातली फाईल बाहेर काढत म्हटलं,

"आता मी तुला डिस्टर्ब करणार नाही. बेडरूम आवर. मी बारा वाजेपर्यंत येईन."

"व्योमजी, आवरणं झालं की मी भाजी आणायला जाईन. तुम्ही आलात आणि किल्ली..."

"माझ्याकडे डुप्लिकेट किल्ली आहे. पण भाजी आणायला तू का जातेस? बाहेर वॉचमन असतो, त्याला सांग..."

"व्योमजी, भाजी आणणं माझा शौक आहे आणि घरात बसून मी कंटाळेन. तेवढंच बाहेर पडणं होईल."

"O.K.! अॅज यू लाइक माय डियर."

व्योमकेश मग लगेच बाहेर पडले.

आता तिनं खरंच बेडरूम आवरायला घेतली.

बेडरूम तशी नीटनेटकी होती. व्योमकेशांचा व्यवस्थितपणा घरातही दिसत होता. बाथरूममधला टॉवेलही चुरगाळून न टाकता चांगला पसरून वाळत टाकला होता.

ती मनोमन कौतुकानं त्या बेडरूमकडे पाहत होती. तिनं व्योमकेशांना शंभरपैकी शंभर मार्क दिले; पण अहं... एक मार्क कमीच.

व्योमकेशांवर आपण आपलं प्रेम व्यक्त केलं आणि व्योमकेशही लगेच बहकले. लगेच ते जवळ घेणं, कपाळाचं चुंबन घेणं. एवढा मोठा कलाकार इतक्या सहजपणे स्त्रीच्या आकर्षणात यावा? तेही आपल्यापेक्षा वयानं कितीतरी लहान असलेल्या स्त्रीच्या? ही इज अ टिपिकल मॅन. एक शिकारी - नाही म्हणू न शकणारा. पण तरी हा म्हातारा आपल्याला आवडतो. द हॅंडसम जीनियस ओल्ड मॅन. तिच्या कानात व्योमकेशांच्या रियाजाचे स्वर घुमू लागले.

ती बाहेर आली. तिनं तंबोरा हातात घेतला. गाणं तन्मयतेनं म्हणता म्हणताही तिचं लक्ष घड्याळात बारा कधी वाजतात ह्याकडे होतं.

***

संध्याकाळची वेळ. तिन्हीसांज झालेली आणि घरात व्योमकेशांचे गंभीर स्वर घुमत होते. व्योमकेश तन्मयतेनं रियाज करत होते. डोळे बंद करून, कधी अर्धोन्मीलित डोळे. स्वरांचं राऊळ उभं राहत होतं. पाहता पाहता त्या राउळाचं शिखर आभाळापर्यंत जात होतं. ती समोरच बसली होती. दोन हातांच्या अंतरावर. पण ह्या क्षणी व्योमकेश फार उंचावर आहेत, आपल्यापासून दूर आहेत, हे तिला

जाणवत होतं. ह्या समोर दिसणाऱ्या पार्थिवापेक्षाही त्यांचं अस्तित्व सुरांबरोबर आकाशाला गवसणी घालू पाहत होतं. अविचल सूर, खर्जापासून तारसप्तकापर्यंत सहजपणे फिरत जाणारी तान. सहजगत्या स्वर लावता लावता अचानकच घेतलेली फिरत, स्वरातली मींड, हरकत... सगळंकाही आश्चर्य वाटण्यासारखं होतं. ते गाणं तिच्याही मनात खोलखोल जात होतं. न म्हणताही तिच्या गळ्यातल्या त्या त्या स्वरांच्या शिरा नकळत ताणल्या जात होत्या.

'सजऽऽन घर आयोऽऽ, आऽऽयो... हं. म्हण सोनिया...' ते तिला हरकती समजावून सांगू लागले.

तिच्याही गळ्याशी अडकलेले स्वर बाहेर पडू लागले. व्योमकेशजी दाद देत होते आणि अचानक ते रागानं ओरडले, 'Stop... stop at once...'

"काय झालं?..."

"सोनिया, या रागात अवरोहात कोमल गंधार असतो आणि तू चक्क शुद्ध गंधार लावतेस..." ते रागानं बोलत होते. सोनिया कावरीबावरी झाली.

"सर, मला कोमल गंधार आहे माहीत नव्हतं."

"मी मघापासून आलापी घेतोय, त्यातून तुझ्या लक्षात नाही आलं? सोनिया, आलापीमधून, स्वरांमधून रागाचं पूर्ण व्यक्तिमत्त्व साकारत असतं. ते व्यक्तिमत्त्व जाणायला शिक. प्रत्येक राग एकेक भावना घेऊन येतो. एक चुकीचा स्वर ती भावना विस्कटून टाकतो. शुद्ध गंधार आहे की कोमल गंधार हे सांगत बसणं, म्हणजे अगदी पहिलीतल्या मुलाला सांगण्यासारखं आहे."

"आय ॲम सॉरी सर..." सोनियाच्या गालांवरून पाणी ओघळलं.

"इकडे ये सोनिया..." सोनिया त्यांच्याजवळ सरकली.

"सोनिया, मी रागावलो तर रडायचं नाही. पण स्वरांची तोडमोड मला सहन होत नाही. डोळे मीट... सर्व विसर. अगदी सर्व... मी... माझं घर... तू... तुझा देश... तुझं दुःख, तुझा भूतकाळ... तुझी ती एवढीशी सूटकेस... आणि फक्त आता स्वरांचं घनदाट जंगल स्वतःभोवती उभं कर आणि हरव त्यात खुशाल."

त्यांनी तिचे डोळे आपल्या हातांनी मिटले. ती मिटल्या डोळ्यांनी गाऊ लागली. व्योमकेश तंबोरा छेडत होते.

मधेच तिच्या मनासमोर ती सूटकेस येत होती.

"हॅलो एजंट एक्स वाय झेड हियर..."

"ओल्डमॅनच्या फाइलचे फोटोग्राफ मी आपल्या माणसाजवळ दिले आहेत."

"ते मिळालेत. You are successful. पण म्हातारा काही त्रास देत नाही ना?"

"नाही... पण मला भीती वाटते. If he demands for sex..."

"You should be ready. It is a part of your training. तुझा वॉच राहू दे. महत्त्वाची मीटिंग असली की त्याची व्यग्रता तुझ्या लक्षात येईल. त्या वेळी ॲलर्ट रहा... Over."

"O.K. over."

तिनं ट्रान्समीटर बंद केला.

***

पावसाळी वातावरण होतं. पहाटेच व्योमकेशांनी आपला तंबोरा गवसणीबाहेर काढला. ते सूर छेडत होते. सहा वाजून गेले. व्योमकेशांना चहाची तल्लफ आली.

"सोनियाऽऽ, चहा..." त्यांनी सोनियाला हाक मारली.

सोनियाच्या बेडरूममधून उत्तरादाखल केवळ कण्हण्याचा सूर आला.

व्योमकेशांनी तंबोरा खाली ठेवला.

"सोनिया, काय झालं?" त्यांनी सोनियाच्या रूममध्ये येत विचारलं.

'व्योमजी, मला बरं नाही वाटत." सोनियानं स्वत:ला दुलईत गुरफटून घेतलं होतं.

"काय, झालं काय डियर?..." व्योमकेशांनी तिच्या कपाळावर हात ठेवत विचारलं.

सोनियाचं अंग चांगलंच गरम लागत होतं. थंडीनं अंग कापत होतं.

"अरे... तू कापते आहेस!"

"खूप थंडी वाजतेय व्योमजी."

"मी तुझ्यासाठी चहा करून आणतो. थांब..." व्योमकेश स्वयंपाकघराकडे वळाले.

थोड्या वेळातच चहाचा गंध सोनियाला जाणवला.

"सोनिया ऊठ... चल, चूळ भरून घे."

व्योमकेशांनी ट्रे टी-पॉयवर ठेवत म्हटलं.

सोनियानं चूळ भरली आणि चालता चालता तिचा झोक गेला. पडते असं वाटतानाच व्योमकेशांनी तिला सावरलं.

"सावकाश. पडली असतीस ना!" त्यांनी तिला बिछान्यावर बसवलं. चहा समोर केला.

"व्योमजी, चहा छान झालाय." ती कण्हतच म्हणाली.

चहा प्यायल्यावर व्योमकेशांनी तिला झोपवलं. "सात वाजले की मी

डॉक्टरांना फोन करतो. आता ते झोपेत असतील.''

व्योमकेश उठत म्हणाले. व्योमकेशांनी ह्या वेळी आपल्याजवळ बसावं, असं सोनियाला प्रकर्षानं वाटून गेलं.

तिनं व्योमकेशांचा हात धरला.

''व्योमजी... रियाज झाला?''

''हो...''

''मग माझ्याजवळ बसा ना... प्लीज...''

व्योमकेश तिच्याजवळ बसले. तिचं सगळंच शरीर थंडीनं हुडहुडत होतं.

त्या हुडहुडणाऱ्या अंगावरून व्योमकेशांनी हात फिरवला आणि अलगद तिला जवळ घेतलं. त्यांच्या अंगाची ऊब तिला जाणवत होती. तो आपुलकीचा स्पर्शही तिला सुखावत होता.

त्या संवेदनांमध्येही ती स्पर्शाचा अंदाज घेत होती. आजवर कितीतरी अधाशी स्पर्श तिला झाले होते. काही तिच्या जीवन जगण्याच्या गरजेतून, तर काही तिच्या कामाचा एक भाग म्हणून. आपल्या सौंदर्यामुळे, सुबद्ध शरीरामुळे पुरुष लोभावतात आणि आपल्याला हवी ती माहिती मिळवता येते, हे तिला माहीत होतं. पण हा स्पर्श तसा नव्हता. बाहेरच्या पावसासारखा हवाहवासा, मनाला दिलासा देणारा, आधार देणारा. हा स्पर्श तिला पूर्णपणे नवखा होता. तिच्याच नकळत तिची बोटं व्योमजींच्या दंडांना घट्ट धरून होती. आपल्यालाही ह्या स्पर्शाच्या बदल्यात कशाचीही अपेक्षा नाही, हे तिला जाणवत होतं.

त्या सुखानुभूतीतूनच ती पुन: तापाच्या गुंगीत गेली.

व्योमकेशांनी तिला पुन: निजतं करताना कपाळावर ठेवलेल्या ओठांचा स्पर्श तिला गुंगीतही जाणवला.

***

''कसं वाटतंय आता?'' व्योमकेशांनी खिडक्यांची दारं उघडत, पडदे बाजूला सारत विचारलं.

''खूप छान! पण... थोडं अपराधीही. व्योमजी, तुमची सेवा मी करायची तर हे उलटंच झालं. तुम्हाला माझी सेवा करावी लागली.''

''मग काय झालं? कधी मी आजारी पडेन, तेव्हा तू माझी सेवा कर. एक-दोन दिवस मात्र विश्रांती घे. चांगलाच लांबला तुझा ताप. पाच-सहा दिवस. मी तर घाबरलो. कळेना, फ्ल्यू आहे की टायफाईड.'' किती काळजीनं व्योमजी बोलताहेत. तापात असतानाही त्यांनी आपली शुश्रूषा केली होती. दोन रात्री तर ताप चढला

असताना त्यांनी पाण्याच्या पट्ट्याही आपल्या डोक्यावर ठेवल्या होत्या. रात्री जेव्हा जेव्हा आपण उठलो, तेव्हा व्योमजी आपल्यासाठी जागत होते.

'आजारी पडण्यातही सुख असतं. आपण लहान वयात अनाथ झालोत आणि ह्या सुखाला मुकलो. पण व्योमकेशांच्या रूपानं...' विचारातच ती दचकली.

'माय गॉड! आपण व्योमजींचा विचार करतोय, पण आपल्यावर सोपवलेली कामगिरी फार वेगळी आहे. आपण व्योमकेशांना फसवतो आहोत... तिच्या मनाची चलबिचल व्हायला लागली. आयुष्यात प्रथमच ज्या व्यक्तीकडून प्रेम मिळालं, त्याच व्यक्तीला आपण फसवतो आहोत!'

"काय झालं सोनिया? कसला विचार करते आहेस? मनातल्या वादळाची केवढी चिन्हं तुझ्या चेहऱ्यावर उमटली आहेत." व्योमकेश तिच्या चेहऱ्याचं निरीक्षण करत होते.

"व्योमजी, मला घाबरल्यासारखं होतंय. मला जवळ घ्या..." बसल्या बसल्याच व्योमकेशांच्या कमरेला मिठी घालत ती रडू लागली.

आपलं हे रडू खरं आहे, ह्याचा तिला आनंद होत होता.

"व्योमजी, मला तुम्ही फार आवडता... फार. तुम्ही माझ्यापासून दूर जाऊ नका..." ती पुटपुटली. व्योमकेश तिच्या केसांवर हात फिरवत होते.

***

"हॅलो, एजंट XYZ ..."

"हॅलो... खूप दिवसांत तुझा मेसेज नाही."

"मी आजारी होते. नाउ व्हॉट नेक्स्ट?"

"नाटक चालू ठेव. तुला सिटिझनशिप मिळून जाईल. ठरलेल्या वेळी काही चेंजेस झाले असावेत. पण त्यांतले एकदोनच मुद्दे खरे ठरले, तेही फारसे महत्त्वाचे नसलेले. पण बाकीचे मुद्दे तद्दन चुकीचे..."

"हे असं कसं झालं? ती फाईल तर महत्त्वाची म्हणून व्योमजींनी सेफमध्ये ठेवली होती."

"म्हातारा बदमाशी करणार!"

छे!... व्योमकेशांना उद्देशून त्यांनी उच्चारलेला 'म्हातारा' हा शब्द तिला दुखवून गेला. व्योमजी वयस्कर आहेत. एक कलावंत आहेत म्हणून त्यांना उद्देशून चांगलं संबोधन वापरायला हवं. त्यांना आदर दर्शवणारं. पण कालपर्यंत आपणही तर त्यांना म्हाताराच म्हणत होतो.

"एजंट, अॅलर्ट रहा. माहिती कळवत रहा. प्रेमाचं नाटक चालू ठेव...

over.'' तिनं ट्रान्समीटर बंद केला.

"प्रेमाचं नाटक चालू ठेव... अहं, प्रेम करणं चालू ठेव.'' ती स्वत:शीच म्हणाली.

भाजीवाल्याकडे जाऊन भाजी घेऊन ती परतली. भाजीच्या खालीच इंडियन सिटीझनशिपचं कार्ड होतं. संध्याकाळी, व्योमकेश आले. त्यांनी पाहिलं, सोनियाच्या चेहऱ्यावर आनंद पसरला होता.

"अरे वा! आज सगळे सूर तुझ्या चेहऱ्यावर खुलले आहेत आणि डोळ्यांतून गाणं बाहेर पडतंय. काय विशेष?''

"व्योमजी, विशेषच आहे. मी सिटीझनशिपसाठी अर्ज केला होता. आजच मला सिटीझनशिप मिळाली. आय ॲम ॲन इंडियन... व्हाऊऽऽ'' म्हणत तिनं गिरकी घेतली आणि व्योमकेशांच्या गळ्यात हात घातले.

"मी आता माझ्या आवडत्या व्यक्तीबरोबर राहणार...''

"येस... माय डियर...'' व्योमकेशही आनंदानं म्हणाले.

ती बाहेरून घरी आली. व्योमकेशांची गाडी पोर्चमध्ये होती. व्योमकेश घरीच आहेत. ती लॅच उघडून आत आली आणि बेडरूममध्ये डोकावली.

व्योमकेश बेडरूममधल्या शोकेससमोर उभे होते. शोकेस म्हणायचं पण खरंतर त्या काचेच्या आत त्यांच्या पत्नीचा आणि मुलाचा फोटो होता.

व्योमकेश तो फोटो पुसून ठेवत होते. नंतर त्यांनी मुलाच्या फोटोला जवळ घेतलं. हृदयाशी धरलं. तोही फोटो त्यांनी आत ठेवला. नंतर त्यातलीच एक पर्स, रुमाल, स्कार्फ आणि बांगड्या त्यांनी हातात घेतल्या. बघणाऱ्याला त्या वस्तू दिसत होत्या पण व्योमकेशांच्या स्पर्शाचा आवेग त्या वस्तूत व्यक्ती शोधत होता. शेवटी असह्य झाल्यासारखी त्यांनी मान हलवली. त्या सर्व वस्तू बाजूला ठेवल्या. त्या क्षणी त्यांच्या गालांवरून वाहिलेलं पाणी सोनियाला स्पष्ट दिसलं.

ती त्यांच्याजवळ आली. तिनं त्यांच्या खांद्यावर हात ठेवला.

तिच्याकडे वळून न बघताच व्योमकेशांनी तिचा स्पर्श ओळखला. त्यांनी अश्रू पुसले आणि बोलायचा प्रयत्न केला. काहीसा असफल. तीव्र दु:खानं त्यांचा गळा भरून आला होता.

"सोनिया, ही माझी पत्नी. भारतीय पत्नी आपलं सर्व व्यक्तिमत्त्व आपल्या पतीच्या व्यक्तिमत्त्वात मिसळून टाकते. ती स्वत: अशी उरतच नाही. अगदी तशीच ही. मला तिनं सर्व प्रकारे सुख दिलं आणि हा माझा मुलगा. आपल्या वडिलांचा वारसा पुढे चालवू पाहणारा. त्याचीही गाण्याची तयारी झाली होती. पण...''

"पण काय व्योमजी?''

“नियतीला हे सुख पाहावलं नाही. माझी पत्नी आणि मुलगा एका अपघातात...” आता मात्र व्योमकेश बोलू शकले नाहीत. सोनियाचा आधार घेतच ते पलंगावर बसले.

“माणूस जातं पण दुसऱ्याच्या आयुष्यात केवढी पोकळी निर्माण करून जातं. मला त्या प्रेमाची एवढी सवय झाली होती, की मी प्रेमाशिवाय जगू शकत नाही. नाही जगू शकत सोनिया...” सोनियानं दुःखाच्या आवेगापुढे कोलमडणाऱ्या व्योमकेशांना जवळ घेतलं. त्यांचं मस्तक आपल्या छातीशी धरलं.

“व्योमजी...” ती केवळ एवढंच उदगारली. मृत्यूच्या दुःखाला कोणती सांत्वना असते?

रडता रडताच तिला खसकन बाजूला सारून व्योमकेश उठले. आपल्या दिवाणखान्यात आले. तंबोरा गवसणीबाहेर काढला.

सोनियानं पुढे येत तंबोरा हाती घेतला. ती तंबोरा छेडू लागली. व्योमकेश आवेगानं स्वर उलगडू लागले. न ठरवता, नकळत दुःखाच्या जवळ जाणारा तोडी त्यांच्या कंठातून बाहेर पडू लागला. व्योमकेश गात होते, की दुःखाला स्वरातून व्यक्त करत होते, हे कळत नव्हतं. सोनिया आश्चर्यानं ऐकत होती. माणूस अंतर्बाह्य एवढा हादरला आहे, हे स्वरांतून एवढं व्यक्त होऊ शकतं? व्योमकेश उरी फुटून गात होते. सोनियाला त्यांना थांबवावं वाटत होतं. हा आवेग ते सहन करू शकतील?

तिनं तंबोरा छेडणं थांबवलं.

“पुरे, व्योमजी पुरे. हा दुःखावेग थांबवा. तुमची वेदना मलाच सहन होत नाहीये.” ती म्हणाली.

“Oh damn it. मला नाही सहन होत हे दुःख, हा एकटेपणा. मला सगळं विसरायचंय. सगळं विसरायचं...”

सोनिया व्योमकेशांच्या जवळ आली. तिनं त्यांना जवळ ओढलं.

“व्योमजी... आय लव्ह यू... मला तुम्ही आवडता... मला जवळ घ्या...” ती त्यांना स्पर्श करत बोलली. त्यांच्या हातावर, गळ्यावर, मानेवर ती ओठ टेकवत होती. पण व्योमकेशांनी तिला बाजूला केलं.

“व्योमजी...” ती उद्गारली. पण तिच्याकडे दुर्लक्ष करून ते घराबाहेर पडले.

ती धक्का बसून अपमान सहन करत उभी राहिली. आपण व्योमकेशांच्या एवढे जवळ आलो, पण व्योमकेशांनी आपल्याला जवळ घेतलं नाही. ‘त्यांनी सेक्सची डिमांड केली, तर पूर्ण कर’ अशी आपल्याला सूचना आहे. आपण तर व्योमकेशांना ऑफर केली! तरी ते आपल्यापासून दूर गेले... हळूहळू अपमानाच्या धक्क्यातून ती बाहेर आली.

खरंच व्योमकेश आज जवळ आले असते, तर आपल्याला आवडलं असतं? आपल्याला त्यांचा नेहमीचा स्पर्श कितीतरी हवासा वाटतो. त्यांचं केसांवरून, पाठीवरून हात फिरवणं आवडतं, पण त्यांनी 'वेगळा' स्पर्श केला असता तर? तिला स्वत:चंच वागणं आठवून गेलं. त्या आवेगात ओढ किती होती आणि नावड किती होती? त्यात आदेशाच्या पालनाचा हेतू सर्वांहून अधिक होता की, शारीरिक तृष्णा? एवढे प्रश्न जेव्हा पडतात, तेव्हा ते शारीरिक आकर्षण असूच शकत नाही.

खरंच व्योमकेश आपल्यापासून दूर निघून गेले, हेच बरं झालं. तिनं मनाशी कबुली दिली.

पण व्योमकेश दूर का गेले?

ते तर आपल्या प्रेमात पडले आहेत. कदाचित नाही. नक्कीच त्यांचं वय त्यांच्या आकर्षणाच्या आड येत असलं पाहिजे. कदाचित सेक्स त्यांना जमणार नाही... पण त्यांचं वय आहे तरी किती? पन्नाशी उलटली असेल. मग ह्या वयात... तिला स्वत:च्या विचार करण्यावरच हसू आलं.

का आपल्याला व्योमकेशांचं मन जाणून घ्यावं वाटतं? आपण कशा तऱ्हेनं त्यांच्यात गुंतलो आहोत? कितीतरी वेळ ती विचार करतच बसून होती.

लॅच उघडल्याच्या आवाजानं ती भानावर आली.

व्योमकेशांच्या अडखळणाऱ्या, धडपडणाऱ्या पावलांचा कानोसा ती घेत होती.

व्योमकेश कशाला तरी धडकले. काहीतरी पडलं.

सोनिया धावतच बाहेरच्या खोलीत आली. आज व्योमकेश ड्रिंक घेऊन आले होते.

"ओ गॉड! व्योमजी. यू आर ड्रंक!' तिनं धडपडणाऱ्या व्योमकेशांना आधार दिला.

"यस, आय ॲम ड्रंक. फक्त प्यायलोच नाही... मी जाऊन आलो... कुणातरी जवळ. जिचं नाव मला माहीत नाही... जिला मी कधी पाहिलं नाही. तिच्याकडे जाऊन आलो. एनी ऑब्जेक्शन बेबी? ...आजचा दिवस काळा दिवस. ह्या दिवसानं माझी पत्नी, माझा मुलगा हिरावून घेतला. ह्या दिवसाला मी माफ करत नाही. ना मला, ना माझ्या आयुष्याला. आज माझी मलाच मी शिक्षा करून घेतली. दारू प्यायलो मी... एका बाईकडे जाऊन... मजा करून आलो मी. आज मी 'मी' नाही... मी नाही...'' व्योमकेश बोलत होते.

तिनं व्योमकेशांना आधार देत बेडरूममध्ये आणलं. "व्योमजी, का गेलात तुम्ही दुसऱ्या स्त्रीकडे ? मी... मी होते ना!'' ती सरळ सरळ म्हणाली.

व्योमकेशांचा मद्याच्या अमलानं लाल झालेला चेहरा अधिकच लाल झाला.

"तू? कशासाठी?"

"सेक्स..."

पुढचं बोलणं पूर्ण व्हायच्या आत व्योमकेशांचा हात धाडकन् तिच्या गालावर बसला.

"शटअप! अॅन्ड गेट आउट ऑफ माय रूम... गेट आउट अॅट वन्स..." ते ओरडले. धडपडत त्यांनी तिला बाहेर काढलं आणि दार लावून घेतलं.

वेदनेनं तिनं आपला गाल दाबून धरला. डोळ्यांत पाणीही आलं. पण तिचे ओठ मात्र हसत होते.

* * *

तिचं काम चालूच होतं. मिळेल ती माहिती ती आपल्या देशाला पुरवत होती. पण आता ती माहिती इतर ठिकाणांहून मिळवत होती. कुणा एजंटनं दिलेला मॅसेज देणं, कुणाच्या गप्पांमध्ये काही विषय ऐकण्यात आला तर सांगणं एवढंच. पण व्योमकेशांच्या बेडरूममधून माहिती मिळवण्याचं धाडस तिला होत नव्हतं. हा देश तिच्यासाठी परका होता. पण व्योमकेशांकडे पाहिलं, की साऱ्या देशासकट व्योमकेश तिला आपले वाटायचे.

"सोनिया..." व्योमकेशांनी बाहेरून आल्या आल्या हाक मारली.

"काय व्योमजी?..."

"हे बघ तुझ्यासाठी काय आणलंय." व्योमकेशांनी आपल्या हातातला बॉक्स उघडत म्हटलं. बॉक्समध्ये एक सुंदर मोतिया रंगाची सिल्कची साडी होती. त्यावर ब्लाउज.

"आवडली?"

"खूप खूप सुंदर...! कशाला आणलीत पण आज?..."

"आज तुझा वाढदिवस..."

"वाढदिवस... छे! माझा वाढदिवस तर डिसेंबरमध्ये असतो. हा जून..."

"सोनिया, अगं माणूस हरेक दिवसांनी मोठा होत असतो ना, म्हणून आज तुझा वाढदिवस समज. साडी नेसून दाखव. रेडिमेड ब्लाउज आणलं बघ. साडीमध्ये माझ्या लाडक्या सोनियाचं रूप पाहायची इच्छा आहे." त्यांनी तिच्या पाठीवर थोपटत म्हटलं.

सोनिया आत गेली. तिनं जमेल तशी साडी नेसली. व्योमकेशांनी टी. व्ही. सुरू केला. टी. व्ही. वर बातम्या सुरू झाल्या.

साडी दाखवायला सोनिया नाचऱ्या पावलांनीच आली आणि पायाला खीळ

लागावी तशी उभी राहिली. टी. व्ही. वर वृत्तनिवेदिका महत्त्वाची बातमी देत होती.

दोन्ही राष्ट्रांमध्ये मैत्रीचे संबंध प्रस्थापित करण्यात राष्ट्रप्रमुखांना यश आलं होतं. ही मैत्री जपण्यासाठी काही अटी त्या राष्ट्रांनी पाळायच्या होत्या. त्यांपैकी एक अट- दोन्ही राष्ट्रांनी दुसऱ्या राष्ट्रात पेरलेले आपापले हेर परत बोलावून घ्यायचे.

हेर बोलावल्याशिवाय व युद्धकैदी सोडल्याशिवाय मैत्रीच्या संबंधांची पूर्तता होणार नव्हती. दोन्ही राष्ट्रांच्या हेरखात्याला आज तातडीने तशा सूचना देण्यात आल्या होत्या.

डोळे विस्फारून सोनिया बातमी ऐकत होती. तिचा श्वास छातीतच थांबला होता. ती जडशीळ झाली होती. तेवढी बातमी पूर्ण ऐकल्यावर पुढच्या बातम्या न ऐकता व्योमकेशांनी टी.व्ही. बंद केला. एक उसासा सोडला आणि दोन्ही पंजांत डोकं धरलं... त्यांनी चेहऱ्यावरून हात फिरवला आणि त्यांनी वळून पाहिलं. पाठीमागे सोनिया जडशीळ उभी.

व्योमकेशांनी एकटक तिच्याकडे पाहिलं आणि हताश स्वरात ते म्हणाले,

"सोनिया, तुलाही आता परत जावं लागेल."

"काय?..." सोनियाने नकळत विचारलं.

"आपापल्या हेरांना परत बोलावलं म्हणजे तुला जावंच लागणार."

हा आणखी एक जबरदस्त धक्का सोनियासाठी होता.

"व्योमकेशजी, म्हणजे तुम्हाला..."

"... हो, मला माहीत होतं. अगदी तू माझ्या पहिल्या कार्यक्रमाला आलीस, तेव्हाच मला तुझ्याबद्दल सांगण्यात आलं होतं."

"तरी मग तुम्ही तुमच्याबरोबर मला राहू दिलंत?"

"तोही तुझ्या हेरगिरीला शह देण्याचा एक भाग होता. तुला घरी राहू द्यायचं. मुद्दाम चुकीची माहिती तुला पुरविली जायची. तू माझ्या अलमारीतून महत्त्वाच्या फाइल्सची माहिती चोरणार, हे माहिती होतं. म्हणून खोटी माहिती फाईलमध्ये ठेवण्यात आली होती."

"माय गॉड! म्हणजे माझी चक्क फसवणूक होत होती." सोनिया उद्गारली.

"तू नाही केलीस माझी फसवणूक? पण नाही... एका हेरालाच दुसऱ्या हेराची भाषा ठाऊक असते. तू मला फसवत नव्हतीस. तू तुझ्या देशाशी इमान राखत होती. मीही तेच करत होतो."

"म्हणजे ते प्रेम वगैरे सर्व फसवं?"

"बहुधा. निदान सुरुवातीला तरी; पण नंतर मला तू आवडायला लागलीस. तुझी मला सवय होऊ लागली. You became a part of my life. पण... आता

सगळं संपलं. तुझा सहवास संपला. तुझ्या हातच्या चहाची मजा संपली. आता तू परत जाशील. कोणातरी व्योमकेशांच्या सहवासात आपण वर्षभर राहिलो, हे विसरशील. त्यांच्याकडून गाणं शिकलो, हेही विसरशील...'' भावनाविवश होता होता व्योमकेशांनी स्वत:ला सावरलं. ''But I should salute you. हुशार आहेस पोरी. मोठं काम करते आहेस. मला तुझ्याबद्दल आदर वाटतो.'' तिच्या खांद्यांना धरून व्योमकेशांनी तिच्या डोळ्यांत पाहत म्हटलं.

''व्योमजी... ओ! I am feeling helpless...'' तिनं व्योमकेशांच्या छातीवर डोकं टेकवत रडत म्हटलं आणि तेवढ्यात फोनची रिंग वाजली.

''हा फोन तुझ्यासाठी असणार!'' व्योमकेशांनी फोन उचलत म्हटलं...

''हॅलो! हं... देतो... सोनिया, तुझ्यासाठीच फोन आहे संरक्षण संस्थेकडून.''

जडशीळ हातांनी सोनियानं फोन घेतला. आपल्यासाठी काय ऑर्डर असणार हे ती जाणून होती.

तिनं फोन ठेवला. तिचा चेहरा रडं रोखल्याने लालबुंद झाला होता.

''मला निघायचंय लगेच. इथून मुंबईला... मुंबईहून आम्ही सर्वजण आमच्या देशात...''

ती तुटक तुटक बोलत होती. रडण्याचे आवंढे गिळत होती.

तिनं घाईनं आपली सूटकेस भरली आणि ती बाहेर आली. सूटकेस टेकवून ती व्योमकेशांसमोर उभी राहिली.

''सोनिया, मी तुला सन्मानानं वागवलं; तरीही माझ्याकडून काही चूक झाली असेल तर...'' त्यांनी हात जोडले. त्या जोडलेल्या हातांवर तिनं आपले कापणारे हात ठेवले. मात्र ती काहीही बोलू शकली नाही.

''चल, मी तुला सोडायला स्टेशनवर येतो.''

''हा तुमचा मोठेपणा आहे व्योमजी...''

''चूप... असं काही म्हटलं, तर मी रागवीन हं...''

''शेवटचं...'' व्योमकेश केविलवाणेपणे रागवत म्हणाले.

''चला... व्योमजी. आता इथला प्रत्येक क्षण माझ्या पायात मणामणाची बेडी घालेल... चला...'' गाडी निघाली. सोनिया... व्योमकेशांकडे डोळे भरून पाहत होती. हळूहळू गाडी स्टेशनबाहेर पडली. व्योमकेश सर्व गर्दीपैकी एक ठिपका दिसू लागले. तिनं डोळे मिटून घेतले.

गाडी हळूहळू पुढे जाईल. दिल्ली शहराचे एक एक स्टेशन पार करत जाईल. उद्या मुंबई येईल. तिथे आपले सर्व लोक एकत्र जमतील आणि आपण फ्लाइटनं आपल्या देशी पोचू... आपला देश... आपली माणसं... ती व्योमकेशांना

विसरायचा विचार करत होती आणि विचार करता करता आपली माणसं, आपला देश... ह्या विचाराशी थबकली.

आज हे शब्द आपल्याला आनंद का देत नाहीत? ह्या शब्दांपेक्षाही आपल्याला व्योमकेश हे नाव जवळचं का वाटतंय?... तिनं आता स्वत:ला मुक्त सोडलं. डोळ्यांतलं पाणी. मनातले विचार... सारं सारं मुक्त!

आपला देश आपण म्हणतो. पण... आपल्याला काय मिळालं तिथं? आई-वडिलांचा मृत्यू, अनाथपण, वयात आल्यावर कितीजणांनी आपल्याला कुस्करलं! नंतर आपला हेरखात्यात शिरकाव. तिथेही आपल्याला स्त्रीत्वाची आहुती द्यायला शिकवलं गेलं. विविध ठिकाणी काम करताना तशी आहुती आपण देत गेलो. देशप्रेम देशप्रेम म्हणत आपण स्वत:ला फसवत तर नव्हतो? खरंच... एकतरी क्षण आपल्या देशात आपण सुखानं, समाधानानं जगलो?... नाही. आपल्यावरच्या बलात्कारांचा सूड घ्यावा त्या तऱ्हेनं हेरगिरीच्या निमित्तानं आपण पुरुषांना फसवत गेलो. त्यांच्याकडून माहिती काढत गेलो. फक्त आपण व्योमकेशांवर सूड उगवू शकलो नाही. तिथे आपण हरलो.

तिला व्योमकेशांची अनेक रूपं आठवून गेली. गाणं म्हणतानाची त्यांची समाधी-अवस्था, आजारी पडल्यावर त्यांचं आपल्याला जपणं... त्यांचा आपल्या केसांवरून, पाठीवरून फिरणारा हात... व्योमजींनी किती जपलं आपल्याला... तिला विजेसारखा एक क्षण आठवून गेला. व्योमजींचं बायकोच्या फोटोपुढे रडणं... नंतर आपण त्यांच्याजवळ गेल्यावर त्यांनी आपल्याला मारणं... स्वत:तल्या विकल पुरुषाला त्यांनी बाजारू स्त्रीकडे घेऊन जाणं... त्या क्षणी त्यांनी आपल्याला जपलं. आपल्या देशातल्या माणसांनी आपल्याला जपलं नाही. केवढा मोठा माणूस आहे हा! माझा देह मी त्याच्यापुढे केला, पण त्या देहाला नाकारून तो दृष्टीत तिला सर्व देश एकवटून आल्यासारखा वाटला. आभाळाएवढा हा माणूस. ह्याच्यापुढे देशही तोकडा पडतो आणि याला सोडून आपण जायचं?... कुणाकडे जायचं? आपलं सगळं काही तर इथेच आहे. ती जाणिवांच्या संज्ञेत खोलवर जात होती. व्योमकेशांची ओळख पुन: नव्यानं करून घेत होती आणि एका क्षणी ती ओळख तिला पटली.

ती अस्वस्थ होऊन उठली. गाडीची गती कमी झाली होती. निजामाबाद स्टेशनची पाटी तिला दिसली. गाडी थांबली... आणि सोनिया गाडीबाहेर पडली.

व्योमकेशांनी सोनियाला निरोप दिला आणि ते कारमध्ये बसले. त्यांनी वायपर सुरू केला आणि त्यांच्या लक्षात आलं. बाहेर पाऊस नाहीये. आपलेच डोळे भरून आले आहेत.

'Oh damn it... एवढीशी पोर... चटका लावून गेली...' त्यांनी ॲक्सलेटर

दाबत म्हटलं. पण आज त्यांना घरी जाववेना. घरी आज सोनिया नव्हती. 'व्योमजी' ही एक हाक नव्हती. कुणाच्या हातचा चहा नव्हता. गाण्याच्या रियाजाला किनऱ्या आवाजाची साथ नव्हती आणि दिवसरात्रीचा सहवास नव्हता. सोनिया कोण होती आपली? आपण तिच्याशी प्रेमाचं नाटक केलं; पण ती त्या दिवशी जवळ आली असताना, तिनं स्वत:ला ऑफर केलं असताना, आपल्याला तिचा राग का आला? का आपण त्या वेळी तिला मारलं? आणि एका कॉलगर्लकडे गेलो?

तिचा आपण हेर म्हणून सन्मान केला की... त्यांनी ब्रेक दाबत एका हॉटेलपुढे गाडी थांबवली.

त्यांनी आपल्या आवडीची बिअर मागवली. ते एक-एक घोट घेत होते.

आयुष्यानं आपल्याला अखेरी अखेरीस एकटेपण दिलं. पत्नी गेली. मुलगा गेला. आपल्या गाण्यानं आपल्याला एवढ्या उंचीवर नेलं, की आपण आपल्या नातेवाइकांपासून दूर गेलो. ह्या एकाकी अवस्थेत ओॲसिसारखी सोनिया जवळ आली. वर्षभर तिची पदोपदी सोबत होती... पण शेवटी... 'हेर की बच्ची...' ते पुटपुटले.

प्रेमाचं नाटक केलं. एवढीशी चिमुरडी माझ्यासारख्या म्हाताऱ्यावर प्रेम करतेय हे मानण्याएवढा मी मूर्ख नाही, हेही तिला कळालं नाही. पण तिच्या त्या नाटकातही आपण ओढले गेलोत. नाटक आहे माहीत असूनही ती आपल्याला आवडली. दुसऱ्या देशाची असून... आपल्याला जाळ्यात पकडायला आलेली हेर असूनही... कमाल आहे. पण तीही नाटक करता करता फसलीच. आपलीही दृष्टी निष्णात हेराची दृष्टी आहे. वर्षभरात तिच्यात झालेला बदल आपल्या लक्षात आलाच की! आधीच्या प्रेमातलं कृत्रिमपण आणि नंतरच्या आपुलकीतलं सच्चेपण... आणि निघताना तिचा खूप काही सहन करणारा लालबुंद चेहरा, कापणारे हात, भरलेले डोळे... हे नाटक नव्हतं. निश्चित नाही. वस्तुस्थिती कळाल्यावर नाटक करायची गरज काय होती तिला?

त्यांनी बिअरची बाटली बाजूला सारली. अहं! हे दु:ख भोगायचं, त्याला असं मद्याच्या पेल्यात बुडवायचं नाही. तिचा विरह भोगायचा. आज अश्रू वाहू द्यायचे.

ते हॉटेलबाहेर पडले.

***

त्यांनी लॅच उघडलं. दाराशीच तंबोऱ्याचे झंकार ऐकू आले.

वेडा झालोय मी, उगाचच भास होतात, क्षणार्धात त्यांना वाटून गेलं; पण पुढच्या क्षणी त्यांच्या लक्षात आलं, हा भास नाही.

आश्चर्यानं ते खोलीत आले आणि पाहत राहिले. सोनिया तंबोरा छेडत होती.

व्योमकेशांच्या चाहुलीनं सोनियानं वर पाहिलं. अंधार दूर होत पहाटेची आभा आकाशावर पसरावी, तसं त्यांना वाटलं.

तिनं तंबोरा ठेवला. ती धावत व्योमकेशांजवळ आली. खूप काही हरवलेलं पुन: हाती आलं आहे, असं तिला वाटत होतं. तिला खूप काही बोलायचं होतं. शब्दांनी तिच्या मनात दाटी केली होती. पण ह्या वर्षभराच्या अनुभवाला, ऋणानुबंधाला कवेत घेणारं एकच वाक्य तिच्या ओठांबाहेर पडलं.

"व्योमजी, मी तुम्हाला डॅडी म्हणू?"

'यस माय चाइल्ड. तुझ्या ओठांतून ही हाक ऐकायला माझे कान आतुर आहेत..."

"डॅडी... माय डियर डॅड..."

"माझी बछडी... हेर की बच्ची!"

व्योमकेशांनी तिच्या केसांवरून वात्सल्यानं हात फिरवीत म्हटलं. न गाताही कुठलंसं संगीत त्या खोलीत गुंजत राहिलं.

■

|| ७ ||

अगतिक

"मिस्टर केतकर, तुम्हाला 'दैनिक विश्वास'मध्ये येऊन किती दिवस झालेत?"
संपादकांनी सुनीलला विचारले, "आपल्याला या पेपरमध्ये नोकरीला लागून
किती दिवस झाले?" या प्रश्नाचं उत्तर संपादकांना नको आहे, हे सुनील जाणत होता.

"सर, काय झालं?"

"किती मिळमिळीत बातम्या या पेपरमध्ये येतात! मला काहीतरी सनसनाटी
हवं आहे, ज्यामुळे लोकांच्या पेपरवर उड्या पडतील. सनसनाटी बातम्या... तसेच
फोटोग्राफ्स... चहा पिताना पेपर वाचणाऱ्यांनी चहा पिणं विसरायला हवं, अशा
बातम्या हव्यात. एवढ्या घटना घडतात, त्यांना रंजक करा. नवीन लोकांना मी
एवढ्यासाठीच घेतलंय... तुम्हाला मी एक महिन्याची मुदत देतो. तेवढ्या अवधीत
पेपरचा खप वाढला नाही, तर मी सर्वांनाच कामावरून कमी करेन."

"सर, पेपरचा खप न वाढण्याचं कारण दैनिक अजिंक्यची लोकप्रियता आहे."

"दैनिक अजिंक्य! मीही वाचलाय तो पेपर. अशा कोणत्या सगळ्या बातम्या
देतात ते! आपण ज्या बातम्या देतो त्याच बातम्या तेही देतात. पण आपली बातमी
आणि त्यांची बातमी दोन्हींची तुलना करा. किती फरक असतो बातमीत. त्यांची
बातमी लोकांना आकर्षून घेते."

"सर, त्यांची बातमी वाईट असते. खूप काही न घडलेलं मीठ-मिरची लावून..."

"मला तेच हवंय. भरपूर मीठ-मिरची लावा, पण बातम्या रंजक करा. मी
हा व्यवसाय धंदा म्हणून स्वीकारलाय. कोणतं तरी ध्येय किंवा समाजसेवा म्हणून
नाही. मला यात फायद्याची अपेक्षा आहे. मी काय म्हणतो ते आलं तुमच्या लक्षात?
तुमचं जर्नालिझम बाजूला ठेवा आणि प्रॅक्टिकल व्हा."

"ठीक आहे सर. मी प्रयत्न करतो."

"प्रयत्न नाही... आय वॉन्ट रिझल्ट...

तुमच्या पूर्ण टीमला ते समजावून सांगा...

यू मे गो नाऊ...'' संपादक रागानं धुसमत म्हणाले.

सुनील बाहेर आला. त्यानं घाम पुसला. त्याचे सर्व वार्ताहर त्याच्या जवळ जमले.

''काय म्हणताहेत सर?''

आता सुनील चिडला.

''सर म्हणताहेत, आपापले मेंदू खड्ड्यात घाला आणि ते सडल्यावर वापरा. त्यांना काही सनसनाटी हवं आहे. आपण देतो त्या बातम्या त्यांच्यासाठी पुरेशा नाहीत. मीठ-मिरच्या लावलेल्या बातम्या त्यांना हव्या आहेत. कशाला वृत्तपत्र चालवता? त्यापेक्षा बेडेकरांसारखं लोणच्याचं उत्पादन सुरू करा म्हणावं!''

सुनील बोलता बोलता गप्प बसला. सर्वच अस्वस्थ होते.

''एक महिन्याची मुदत दिली आहे त्यांनी आपल्याला.''

''एक महिन्याने काय होईल?''

''वृत्तपत्र रंजक नाही झालं आणि खप वाढला नाही, तर आपल्या सगळ्यांना डच्चू मिळणार!'' सगळ्यांचे चेहरे उतरले.

''सुनील, सरांचंही खरं आहे. आपला पेपर तेवढा लोकप्रिय नाही. खपही कमीच आहे. ते तरी किती दिवस नुकसान सहन करतील? दैनिक अजिंक्य...'' तो पुढे काही बोलू पाहत होता, तोच सुनील पुन: आवेगानं बोलू लागला.

''दैनिक अजिंक्य! अरे रूलिंग पार्टीचा पेपर आहे. 'अ' वर्गात मोडणारा पेपर आहे तो. सर्व सरकारी जाहिराती, टेंडर नोटिसा आणि इतर जाहिराती त्यांना मिळतात. आठऐवजी दहा पानंही ते काढू शकतील. पण आपल्या पेपरला आत्ताशी कुठे 'ब' दर्जा मिळालाय. एवढ्यात खप कसा वाढेल?''

पुन: सगळे गप्प झाले. बोलता बोलताच सर्वांच्या लक्षात आलं, की या बोलण्याला काहीही अर्थ नाही. आपल्याला दिलेली एक महिन्याची मुदत हीच खरी अर्थ असणारी गोष्ट आहे आणि त्या मुदतीच्या आत आपण या वृत्तपत्राचा खप वाढवून दाखवायला हवा.

हळूहळू संपादकांचं म्हणणंही त्यांना पटू लागलं. आपण अखेर पैशासाठी हे काम करतो. संपादकपदाची व्यक्तीही त्यासाठीच वृत्तपत्र छापते. त्यांनी जर फायद्याची अपेक्षा केली, तर काय चुकलं?

आता सुनील पुढे सरसावला.

''आपण थोडे प्रयत्न करू या. काम फार अवघड नाही. थोड्या नेहमीपेक्षा वेगळ्या बातम्या आपल्याला शोधाव्या लागतील. साळवेकर, तू राजकारणाकडे लक्ष ठेव. रतन, तू बाजाराकडे बघ. रणजित, तुला जाहिरातींसाठी प्रयत्न करावे

लागतील आणि मी स्वत: सामाजिक बाबींकडे लक्ष देईन. बातम्या सुटसुटीत पण रंजक करायच्या. एका बातमीनं फार जागा अडवू नये, हे धोरण पाळू या. त्यामुळे बातम्या जास्त कव्हर होतील... आपली नोकरी टिकवायची हे लक्षात ठेवू, म्हणजे जमेल सर्व. ठीक आहे?''

''प्रयत्न करून पाहू या... पण मला तर हे आपल्या तत्त्वात न बसणारं वाटतं. बातमी ही बातमी असते. तिनं अगदी प्लेन असायला हवं. त्यात आकर्षकपणा, चटपटीतपणा वगैरे कशाला आणायला हवा? मग ती बातमी गॉसिप होते.'' साळवेकर नाराजीनं म्हणाला.

सुनीलनं त्याच्या पाठीवर थाप मारली. ''अजून लहान आहेस बच्चा! आणि नुकताच जर्नालिझम करून बाहेर पडला आहेस. आणखी दोन-तीन वर्षांनी जेव्हा कासवाची पाठ होईल, तेव्हा त्या पाठीवर दगड पडला तरी कळणार नाही आणि त्या पाठीखालीच आपलं डोकं कसं ओढायचं असतं तेही कळेल... पापी पेट का सवाल है यारो...'' शेवटचं वाक्य नाटकी ढंगात म्हणत सुनील उठला.

***

सुनील अंघोळ करून तयार होत होता. तेवढ्यात फोन वाजला. फोनवर साळवेकर होता.

''हॅलो... सुनील... टी.व्ही. च्या न्यूज पाहतो आहेस का?''

''नाही. मी तयार होत होतो... काही विशेष?''

''हं. टीव्ही लाव. डिटेल न्यूज आता चालू असतील. रामपूरला टेन्स वातावरण निर्माण झालं आहे. तुला तिथं जावं लागेल. मी फोन ठेवतो. तू न्यूज घे...''

''ओ.के.'' म्हणत सुनीलनं फोन ठेवला आणि टी.व्ही. सुरू केला. रामपूरची बातमी त्यावर चालली होती. कुठल्या तरी प्रार्थनास्थळाची विटंबना करण्यात आली होती आणि त्यामुळे वातावरण तापलं होतं. रामपूर गावच मुळात तणावग्रस्त गाव होतं. त्यात ही घटना घडलेली. कोणत्याही क्षणी त्या तणावाचा स्फोट होईल, असं वातावरण तिथे होतं. पुढच्या बातम्या सुनीलच्या कानात शिरत नव्हत्या. ती रामपूरची बातमी त्याच्या कानात पुन:पुन्हा घुमू लागली... त्या तंद्रीतच तो तयार झाला.

''आई... पटकन जे झालं असेल ते वाढ. मला गावाला जायचंय.'' बॅगमध्ये कपडे भरता भरता सुनील म्हणाला.

आईनं त्याचं पान घेतलं.

''सुनील, अरे कसली घाईगडबडीची ही नोकरी...! आणि आता कुठे

जायचंय?''

"रामपूरला दंगल...'' आईसमोर आपण नको ते बोलून गेलो हे जाणवून तो गप्प झाला. पण आईला मात्र एकदमच काळजी वाटायला लागली.

"गप्प का बसलास?... लपवतोस माझ्यापासून?... आता त्या दंगलीच्या गावात तू जाणार. मुद्दाम आगीत उडी घेणार. लोक अशा घटनांपासून दूर पळतात... आणि तू मुद्दाम तिथे जाणार. काही झालं तर...?''

"आई, काही होणार नाही. एका पत्रकाराला हे सर्व करावंच लागतं. शेवटी नोकरी टिकवण्यासाठी वाट्टेल ते करावं लागतं.''

"त्यापेक्षा दुसरी नोकरी बघ ना! सतत टांगती तलवार तुझ्या नोकरीची...''

"आई, पत्रकारिता केलेल्या माणसाला अशीच नोकरी मिळणार आणि नोकऱ्या रस्त्यावर पडल्या नाहीत की ही सोड आणि दुसरी धर. मोठ्या मुश्किलीनं ही नोकरी मिळाली आहे. ती टिकवायची असेल, तर आज जावंच लागेल.''

"जा बाबा; पण माझं म्हणणं आहे की हीच नोकरी का असेना, पण कायमस्वरूपी हवी. सारखं तुझ्या तोंडून नोकरी टिकवायची, नोकरी टिकवायची ऐकते आणि काळजी करते. कितीतरी स्थळं येताहेत तुझ्यासाठी. पण कायमस्वरूपी नोकरी नाही म्हटलं, की सगळं बारगळतं...'' आईची नेहमीची नाराजी सुरू झाली. मग या नाराजीत तिला त्याचं सर्वकाही करायची जबाबदारी घेण्याचा आता कंटाळा आलेला असतो आणि कधी एकदा सून येईल आणि तिच्यावर जबाबदारी टाकू, असं झालेलं असतं. हे सगळे संवाद आता सुनीललाही पाठ झाले होते.

"आई, लग्नाचं काय एवढं महत्त्वाचं?''

"नाही ना. तुझ्यासाठी नाही... पण तिशी गाठलेल्या आपल्या मुलाचं लग्न झालं नाही, हे सारखं जाणवत राहतं. ती एक टोचणीच मनाला लागते आणि आता घाई नाही, तर काय केस पांढरे व्हायला लागल्यावर लग्न करणार?''

"अगं आई, केस तर पांढरे व्हायला लागलेच की! हे बघ.'' आईच्या मनाचा मोठा तणाव कमी करण्यासाठी तो हसत म्हणाला. पण आई आणखीनच चिडली.

"तुझं हसणं घाल चुलीत. त्या दंगलीत तुला काही झालं तर? भीती वाटते सुनील...''

"आई, मी काळजी घेईन स्वत:ची. मलाही जगावंसं वाटतंच की!''

सुनीलनं आईचे हात हातांत घेत गंभीरपणे म्हटलं.

आईनं काही न बोलता नुसता त्याच्या डोक्यावरून हात फिरवला. सुनीलनं डोळे मिटले. कुठलीतरी मानसिक शक्ती त्या हातातून जणू त्याच्या मस्तकात स्त्रवत गेली.

"चल, जेवून घे..." आईनं त्याला जेवायला बसवलं.

सुनील रामपूरला पोचला. अगदी संचारबंदी नव्हती, तरी रहदारी कमी वाटत होती. लोक लगबगीने काम उरकून घर गाठत होते. प्रत्येकजण साशंक, सावध... रामपूरचा नेहमीचा चेहराच आज बदलला होता. नेहमीची आनंदी गडबड, टवाळक्या, सुस्तपणा हे सर्व आज गावाच्या चेहऱ्यावरून पुसलं गेलं होतं. उरल्या होत्या आठ्या, काय होईल, कधी होईल! हा चिंतेचा भाव त्यांच्या चेहऱ्यावर होता. आपल्या बॅगमधल्या कॅमेऱ्यावर सुनीलनं हात ठेवला. आज या कॅमेऱ्याची परीक्षाच होती... पण काही घडेल का?... की स्फोट आतल्या आत दबेल?... काही घडलं तर कॅमेऱ्याचा उपयोग... क्षणाच्या त्या विचारानं सुनील भानावर आला. आपण कसला विचार केला, हे जाणवून तो मनात लज्जित झाला. समोरच्या रस्त्यावर पोलीस गस्त घालत होते.

मध्येच पोलिसांची जीप सायरन वाजवत जात होती.

एका पोलिसानं त्याला हटकलं,

"कोण आहेस तू?... इथे कशाला आलास?" त्याच्या हातातल्या बॅगकडे पाहत पोलिसानं विचारलं.

सुनीलनं आपलं ओळखपत्र त्याला दाखवलं.

"पत्रकार आहे..."

"हं... आजकाल ओळखपत्रंही बोगस असतात. बॅग द्या. बॅगेची तलाशी घ्यावी लागेल." पोलिसांनं त्याची ब्रीफकेस उघडली. त्यातली वृत्तपत्राची लेटरहेड्स पाहिली. बॅगेत आणखी काही नाही ना, हे पाहिलं.

"जाऊ दे... पत्रकारच आहे. दंगल करणाऱ्या लोकांना मदत करणारी माणसं असतात, म्हणून हे सर्व चेकिंग करावं लागतं. हा आमचा ड्युटीचा भाग आहे..." पोलिसांनं शांतपणे म्हटलं.

सुनील नुसतं हसला.

"असू दे... बरं... ते प्रार्थनास्थळ कोणतं आहे?..." सुनीलनं विचारलं.

"ते याच रस्त्यानं पुढे गेलं की आहे." पोलिसानं एक दिशा दाखवत म्हटलं.

"पण तिथे जायला मज्जाव आहे. पोलिसांचा पहारा आहे तिथे."

"अरे वा! चांगली ड्युटी बजावताय तुम्ही पोलिस. पाहायला हवं..."

ते दोघं पोलिस निर्विकार भासत होते. पण त्यांच्या चेहऱ्यांवर समाधान दिसलं.

सुनील त्यांनी दाखवलेल्या दिशेनं पुढे निघाला.

जाता जाता तो रस्त्याच्या बाजूला पाहत होता. रस्त्याच्या दुतर्फा दुकानं

होती. पण आता त्यातली बरीचशी दुकानं बंद होती. काही दुकानं अर्धवट उघडलेली होती. एका उघडलेल्या दुकानासमोर पोलीस उभे होते. लहान मुलानं घाबरून स्वत:ला दुलईत लपवावं, तसं ते गाव भासत होतं.

तो त्या प्रार्थनास्थळापाशी आला. त्याच्या आजूबाजूला चार पोलीस गस्त घालत होते. जाळीतून त्यानं आत पाहिलं. सर्व चिखलफेक सहन करून देव शांत बसला होता. ध्यानस्थ असावा असा! ''नैनं छिन्दन्ति शस्त्राणि नैनं दहति पावक:'' हे स्वत:च त्यानं आत्म्याचं वर्णन केल्यानं त्या विटंबनेचा देवावर काही परिणाम नव्हता.

क्षणार्धात सुनीलनं आपला कॅमेरा काढला आणि एक फोटो काढला.

तेवढ्यात एका पोलिसाचं लक्ष सुनीलकडे गेलं. तो सुनीलकडे धावला.

''ए... फोटो का काढतो आहेस?'' त्यानं सुनीलची कॉलर धरून विचारलं. दुसरे पोलीसही त्याच्या भोवती जमले.

''एक मिनिट... एक मिनिट...'' आपली कॉलर सोडवून घेत सुनील बोलायचा प्रयत्न करू लागला.

'हे बघा, मी एक पत्रकार आहे आणि प्रार्थनास्थळाचं संरक्षण करण्यास पोलीस किती सज्ज आहेत, यासाठी मी फोटो काढला आहे. हे बघा माझं ओळखपत्र...'' पण त्याचं आधीचं स्पष्टीकरण ऐकून पोलिसांचा आवेश ओसरला होता.

''पत्रकार आहे का? जाऊ द्या. पण तो फोटो छापा. काय आहे, हे असं काहीतरी घडतं आणि पोलीसखातं बदनाम होतं. पोलीस काय डोळे झाकून बसले होते का?... असं विचारलं जातं. अरे, पावलापावलावर प्रार्थनास्थळं तुम्ही बांधता आणि इतर कामं सोडून आम्ही त्यांच्यावर नजर ठेवावी अशी अपेक्षा करता? एवढं आहे तर स्वत:च संरक्षण करावं प्रार्थनास्थळाचं. ते जमत नसेल तर अशी स्थळं उभारता कशाला?''

त्या पोलिसाचं म्हणणं सुनीलला पटत होतं.

तेवढ्यात दुसरा पोलीस उद्‌गारला, ''ही प्रार्थनास्थळं म्हणजे अणुस्फोटकं बनली आहेत. कुणीतरी काडी टाकता आणि सर्व लोक पेटून उठतात.''

''पण चूक समोरच्याचीही आहे. लोकांच्या श्रद्धास्थानांना कशाला डिवचायचं?''

''डिवचण्यासाठी तर विटंबना करायची. नाहीतर प्रार्थनास्थळाशी त्यांचं काय देणंघेणं?''

सुनील पोलिसांची मतं मनात टिपून घेत होता.

''कोठून आलात साहेब?'' एकानं विचारलं.

''जळगाव...!''

"अरे वा! बरेच दुरून आलात."

"हं. पेपरवाल्यांना बातमी हवी असते. मग ते अंतर महत्त्वाचं ठरत नाही."

"तुम्हाला सल्ला देऊ साहेब?... तुम्ही फोटो घेतलात ना? आत परत जा. इथलं वातावरण एवढं तणावपूर्ण आहे, की कधीही काहीही होऊ शकतं. इथे तुमच्या ओळखीचंही कुणी नाही. काही झालं तर आश्रय कुठे घ्याल?"

पोलीस प्रामाणिकपणे त्याला सल्ला देत होता. पण त्याला आठवत होतं, संपादकांशी काल झालेलं बोलणं. आपल्याला आपली नोकरी टिकवायची असेल, तर ही बातमी मिळवायला हवी. चांगलं लिहायला हवं. जर फोटोग्राफ्स मिळाले तर विशेष वार्तापत्रातदेखील मजकूर टाकता येईल.

"नाही, परत जाणार नाही. जपून राहीन."

"साहेब... असं करा. काही प्रॉब्लेम आलाच, तर थोडं पुढे गेलं की पोलीस स्टेशन आहे, तिथे या. अगदीच उघड्यावर नाही पडणार. कारण कर्फ्यू लागला की कुणी दारही उघडणार नाहीत..."

"थँक्स अ लॉट..." तो पोलिसांच्या माणुसकीनं काहीसा भारावला.

"मी निघतो..."

"सांभाळून..."

"हो..."

तो पुढे निघाला.

त्याला आता भूक जाणवत होती. पण सर्व मोठी हॉटेल्स बंद होती. तो मनाल्या मनात स्वतःवर वैतागत होता. संपादकांवर त्रासला होता. एकतर जीव धोक्यात आला आणि त्यात भर म्हणजे जेवणाखाण्याची सोय नाही. तो गावाचं निरीक्षण करता करता हॉटेलही शोधत चालला होता.

शेवटी त्याला एक टिनपाट हॉटेल दिसलं. डोक्यावर काळा झालेला पत्रा. कुठं कुठं चिकटवलेली सिनेमाची पोस्टर्स, चार बाकडी. मात्र नेहमी चालू असलेला रेडिओ आज गप्प होता. जिवावर उदार होऊनच हॉटेलमालकानं हॉटेल उघडलं होतं. भजी तळण्याचा वास येत होता.

"क्या क्या है खाने में..."

"भजी, वडापाव..."

"रोटी वगैरे नहीं है?"

"रोटी कायकी साब...! कभी हॉटेल बंद करना पडेगा. सब होटल बंद है इस वास्ते अपना चालू रखा. उतनाही धंदा मिलेगा..."

"हं... ऐसा करो... वडापाव लेकर आओ..."

मालकानं ओरडून पोऱ्याला ऑर्डर दिली. पोरगा पाणी घेऊन आला.

सुनील वडापाव खात होता. वडापावबरोबर मालकानं गरम रस्सा दिला होता. रस्सा तोंडी लावत वडापाव कसाबसा घशाखाली ढकलला जात होता.

सुनील हॉटेलच्या एका कोपऱ्यात बसला होता. बाहेरच्या बाजूनं मोकळी जागा असावी. खाता खाता थबकला... कुणाच्या तरी पळण्याचा धपधप आवाज ऐकू आला आणि अगदी तो बसला होता त्याच बाजूनं कुणीतरी थांबलं. नंतर दुसरीही व्यक्ती तिथे आली असावी. दोघांची कुजबुज सुरू झाली. पत्र्याच्या पलीकडच्या बाजूला ती माणसं असल्यामुळे त्यांचं कुजबुजणं अगदी स्पष्टपणे सुनीलला ऐकू येत होतं आणि ते ऐकता ऐकता सुनीलचा हातातला घास हातातच राहिला.

"हे बघ... या लोकांना धडा शिकवलाच पाहिजे. धर्मशाळेला लागून एक घर आहे. ते पेटवून द्यायचं. काय व्हायचं ते होऊनच जाऊ दे. दहा-पाच मरतील... पण अद्दल तर घडेल."

"पण ते घर आहे कुणाचं?..."

"एक बाई आहे... विधवा... आणि तिची मुलं आहेत. प्रतिकार करायला कुणी नाही. आपण सहजपणे ते काम करू शकू..."

"बरं... पण हे करायचं कधी?"

"आणखी दोनजण येताहेत. आत्ता अकरा वाजलेत ना... बस्... बारापर्यंत होऊन जाईल सर्व..."

"पक्कं ठरलं?"

"पक्कं! घासलेटचा कॅन आता येईलच."

"चल... आपण धर्मशाळेच्या आसपास थांबू... पण कुणाला संशय यायला नको, अशा तऱ्हेनं अवतीभोवती वावरू..."

"बरंय... तू पुढे हो. एकदम निघायला नको. कुणाला संशय येईल. माझ्या हातात हा टमरेल आहे. कुणी विचारलं, तर संडासला चाललोय सांगेन."

"हां... आणि धर्मशाळेच्या मागेच बाभळीचं बन आहे. तिथं लपावं लागेल. तसे बूट घाल. नाहीतर काट्यांनी पायाच्या चाळण्या होतील."

"हं..."

एवढं बोलून ते दोघंही निघून गेले आणि इकडे सुनील रोमांचित होऊन उठला.

आपल्याला संधी हवी होती ती मिळाली. या घटनेचे फोटोग्राफ्स आपल्याला घेता येतील. जी घटना कुणालाही माहिती नाही, ती घटना घडताना आपण साक्षीदार राहणार.

त्या उत्साहात तो उठला.

"ए... एक वडापाव बांधून दे..." त्यानं हॉटेलमधल्या पोऱ्याला म्हटलं, पैसे देता देता त्यानं मालकाला विचारलं.

"इथे धर्मशाळा कुठे आहे?"

मालकानं धर्मशाळेचा ठावठिकाणा सांगितला. सुनील आता उत्साहानं निघाला.

तो धर्मशाळेपाशी पोचला. त्या लहानशा गावाच्या काहीशी बाहेर ती धर्मशाळा होती आणि धर्मशाळेला लागून एक लहानसं झोपडीवजा घर होतं. घराची बरीच पडझड झाली होती. त्या घराच्या नशिबाचे आलेख भिंतीवरच्या पोपड्यांनी रेखले होते.

सुनील धर्मशाळेत पोचला. त्यानं सामान एका कोपऱ्यात ठेवलं आणि तो सहज बाहेर आल्यासारखा घरासमोर आला. त्याची दृष्टी त्या घराची मोक्याची जागा टिपत होती...

निमित्त करून तो घराच्या मागच्या बाजूला आला आणि त्याला ती जागा सापडली. घराच्या– खरंतर ती एकच खोली होती– खोलीच्या मागच्या बाजूला एक मोठा खिडकीवजा झरोका होता आणि पाठीमागच्या बाभळीच्या झाडाची फांदी त्या झरोक्याजवळ गेली होती.

इकडेतिकडे पाहत सुनील फांदीवर चढला. फांदीच्या बेचक्यात तो बसू शकत होता आणि फांदीवर पालथं झोपून त्या झरोक्यापर्यंत पोचून तो आतले फोटोग्राफ्सही घेऊ शकणार होता.

सुनीलनं घड्याळात पाहिलं. साडेअकरा झाले होते. म्हणजे आता इथेच थांबायला हवं. थोड्या वेळात ते लोक येतील... त्यानं आपल्या गळ्यातला कॅमेरा सावरला.. तो फांदीवर आडवा झाला आणि त्यानं कॅमेऱ्यावर झरोक्याचं सेंटरिंग घेतलं. तो पाहता पाहता खूश झाला. दार उघडल्यावरचा पूर्ण एरिया कॅमेऱ्यात येत होता. थोडा अँगल बदलला, तर पूर्ण खोली कव्हर केली जात होती. त्यानं सावधपणे मान वर करून आत डोकावून पाहिलं. ती बाई आणि तिची मुलं जेवत होती.

समोरच्या ताटांमध्ये अगदी अपुरं अन्न होतं. पण ती तिघं मिळून ते अन्न पुरवून पुरवून खात होती.

सुनीलनं कॅमेरा रोखला. त्या तिघांचा फोटोग्राफ घेतला.

समोरचं दार बंद होतं. सुनीलचं सर्व लक्ष समोरच्या दाराकडं होतं. तो घड्याळाकडे पाहत होता.

प्लॅनप्रमाणे आता पाचच मिनिटे उरली होती.

कॅमेरा सज्ज होता.

दारावर कुणाची तरी जोरानं थाप पडली. जेवता जेवता मुलगा उठला. त्यानं दार उघडलं.

कॅमेरा क्लिक झाला.

चार माणसं घरात घुसली.

दोघांनी त्या बेसावध मुलांना दाबून धरलं. त्यांचे हातपाय बांधले.

ती बाई किंचाळत होती. तिचे हातपाय बांधले.

तिघांच्या अंगावर घासलेट ओतलं. संपूर्ण घराच्या भिंतीवर घासलेट ओतलं.

सुनीलचा मेंदू बधिर झाला होता.

घडणाऱ्या घटनेचे फोटो निघत होते.

आणि तो एक क्षण... एक काडी काड्यापेटीवर ओढली गेली. पाहता पाहता ते घर ज्वाळांमध्ये लपेटलं गेलं. आलेली माणसं घाईनं बाहेर पडली. त्यांनी दार बाहेरून लावून टाकलं आणि बाजूच्या बाभुळबनात ती चौघंजण घुसली. सुनील आत पाहत होता. सर्व घर पाहता पाहता आगीनं वेढलं गेलं. त्या आगीमध्ये ज्वाळात गुरफटलेल्या तीन आकृत्या जिवाच्या आकान्तानं सैरावैरा पळत होत्या. वेदनांनी कळवळून ओरडत होत्या... काही मिनिटं. आणि नंतर त्या तिन्ही आकृत्या खाली कोसळल्या. शांत झाल्या. आता ती आग शांतपणे आपलं भक्ष्य अधाशीपणे खाऊ लागली.

सुनीलचं सर्व अंग घामानं भिजलं. त्या अमानुष कृत्यानं त्याच्या पोटाचे स्नायू आखडले. त्याला उलटी होईल, असं वाटू लागलं. त्या आक्रंदनाचे तीव्र ओरखडे अजूनही त्याच्या मेंदूवर होत होते. तेवढ्यात पोलिसांच्या गाडीचे सायरन वाजू लागले. पाठीमागे ॲम्ब्युलन्स धावत येत होती. सर्वजण तिथे पोचले. ते कोळसा झालेले काष्ठवत् देह चादरीत लपेटून बाहेर काढले गेले आणि कोठून तरी माणसांचा घोळका आला. त्यांनी पोलिसांभोवती घेराव टाकला. त्या घोळक्याला पांगवायला पोलिसांनी हवेत फैरी झाडल्या.

आणि सारं गाव उसळून आलं. दूरवरून हिंस्त्र आवाज येऊ लागले. सुनील मात्र त्या फांदीला घट्टमिठी घालून बसला होता. त्याचं अंग कापत होतं. त्या मृत्यूच्या दर्शनाच्या धक्क्यातून तो बाहेर आला आणि स्वतःबद्दलची घृणा त्याच्या मनात दाटून आली.

आपल्या हातून काय घडलं, ते त्याच्या लक्षात आलं.

एक घर पेटवून देण्याचा कट आपण ऐकला होता. एक गरीब विधवा आणि तिची दोन मुलं त्या कटात जिवंत जळाली. त्यांच्या वेदना, त्यांचं आक्रंदन... आणि त्यांचं जिवंत जळत खाक होणं हे सर्व आपण पाहिलं एखाद्या षंढासारखं...

कारण आपल्याला नोकरी टिकवायची होती. ती घटना घडण्यापूर्वी आपण पोलिसांना सांगू शकलो असतो. आपल्याजवळ अर्धा तास होता. आपण त्या तीन निरपराध जिवांचे प्राण वाचवू शकलो असतो, पण आपण असं केलं नाही. कारण आपल्याला त्या घटनेचे फोटोग्राफ्स घ्यायचे होते. पण ते तिघं आगीचे बळी ठरतील, हे आपल्या कल्पनेतही नव्हतं. त्याचं एक मन सफाई देत होतं.

एक वृत्तपत्रकार असून घटनांच्या परिणामांचा आपण विचार करू शकलो नाही, हे म्हणणं म्हणजे स्वतःची फसवणूक आहे. आपण हे सर्व जाणत होतो; पण आपल्या नोकरीच्या भयानं आपल्याला पशू केलं होतं. वेदनेनं किंकाळ्या मारून जळणाऱ्यांना आपण वाचवलं नाही; तर त्यांचे फोटोग्राफ्स घेतले. प्रेताच्या अग्नीवर पोळी भाजून घेणारे अनेक असतात; पण आपण त्यांहून नीच आहोत. आपण जिवंत माणसाच्या जळण्यावर आपली पोळी भाजून घेतली.

आयुष्यात कधी वाटली नव्हती एवढी स्वतःबद्दलची किळस त्याला वाटून गेली.

गावात चाललेली गडबड ऐकू येत होती. कुठेतरी फैरी झाल्या. हळूहळू गाव शांत झालं.

आपण अजूनही एखाद्या पालीसारखे झाडाला चिकटून आहोत, हे त्याच्या लक्षात आलं. आपण केवढे थिटे आहोत, क्षुद्र आहोत हेदेखील त्याच्या लक्षात आलं. ती आत्मग्लानीची जाणीव त्याला पेलवेना. तो खाली उतरला.

त्यानं त्या घराकडे एक दृष्टिक्षेप टाकला.

काही वेळापूर्वी त्या घरात आयुष्य होतं. त्या विधवा आईनं आपल्या मुलांच्या बाबतीत पाहिलेली स्वप्नं होती आणि आता त्या घरात केवळ मृत्यू आहे. एक असहाय, वेदनामयी मृत्यू.

तो अपराध्यासारखा चालत होता आणि नंतर त्याचंच त्याला उपहासानं हसू आलं.

एवढं होऊनही आपण नकळत का होईना, सावध चालतो आहोत. केवढं जिवाचं कौतुक की ते मरण पाहूनही आपल्याला स्वतःचा उद्वेग आला नाही!

आपण मेलेल्या चामड्याचे घडलो आहोत बहुधा! या आत्मग्लानीतून बाहेर येण्याचा मार्ग कोणता? आणि अचानक तो मार्ग त्याच्या लक्षात आला. त्याचा हात कॅमेऱ्यावर स्थिरावला. आपल्याजवळ पुरावा आहे. त्या आरोपींचे फोटो आपण घेतले आहेत. आपण ती घटना टाळू शकलो नाही; पण आता निदान त्यांच्या मरणाला काही न्याय तर देऊ शकू!

तो पोलीस स्टेशनच्या दिशेनं गेला. गाव शांत झालं होतं. पण अंतर्यामी ते धुमसत होतं. केव्हाही, कोणत्याही क्षणी त्या धुमसण्याचा स्फोट होणार होता.

झालेल्या दंगलीचे काही पुरावे रस्त्यावर शिंतोड्यांच्या रूपानं उरले होते. 'या सगळ्याचं कारण आपण', तो मनातच म्हणत होता.

मघाशी भेटलेले दोन पोलीस गेटच्या दाराशी उभे होते.

"अरे वा पत्रकार! तुम्ही जिवंत आहात? एवढी दंगल झाली. आम्हाला वाटलं."... बोलता बोलता तो गप्प झाला आणि नुसताच हसला. दंगलीत मरणाऱ्यांच्या मरणावर एक हास्य, एवढीच प्रतिक्रिया.

"तुमचा चेहरा फार उतरला आहे. घाबरलात की काय?" एका पोलिसानं विचारलं.

"घाबरलो तर खरं; पण ही दंगल आपण थोपवू शकलो नाही, ह्याचं वाईट वाटतं."

"चालतं हो! एवढं काय मनाला लावून घेता? दंगल म्हटलं की चार-आठ माणसं मरतातच." त्या कॉन्स्टेबलनं तंबाखूची चिमूट आपल्या तोंडात टाकत म्हटलं.

चार-पाच माणसांची आयुष्यंच त्यानं चिमटीनं तोंडात टाकली असावीत.

"मला तुम्हाला काही सांगायचंय. आपण हे घडणारं काही थांबवू शकलो नाही पण... पण हे कुणी केलं, हे मी तुम्हाला सांगू शकेन."

पोलीस तंबाखू चघळता चघळता थांबले. त्यांनी रोखून सुनीलकडे पाहिलं.

"पत्रकार, कोण आरोपी आहेत ते आम्ही पाहून घेऊ. तुम्ही या लफड्यात पडू नका."

"लफड्यात? अहो, तीन व्यक्तींना त्यांनी जिवंत जाळलं आणि अशा घटनेला तुम्ही लफडं म्हणता?"

"प्रत्येक गावाचं आपलं राजकारण असतं. तुम्ही त्यात पडू नका. आरोपींना पकडायचं असतं तर..."आणि तो पोलीस दचकून गप्प झाला.

"याचा अर्थ तुम्हाला आरोपी कोण आहे, हे माहीत होतं!" सुनील विषादानं म्हणाला.

"पत्रकार.. तुम्ही मुकाट जा. कोण कुठले तुम्ही. गावात आलात आणि आमच्या गावात दंगल झाली. कशावरून आग तुम्ही लावली नाही? तेवढ्यासाठीच तुम्ही इथे आला होता. करू का केस?"

सुनीलच्या लक्षात सर्व परिस्थिती आली.

"मला एस. पी. ना भेटायचंय." तो आग्रहानं म्हणाला.

"एस. पी. साहेबांना भेटून काही होणार नाही."

"मी त्यांना भेटणार आहे. तुम्ही मला रोखू शकत नाही." त्यानं दोघांना हातानं बाजूला सारून म्हटलं.

तो तडक एस. पीं. च्या केबिनमध्ये गेला.

एस. पी. फोनवर बोलत होते.

"सर, मी कसून चौकशी करतोय. तुम्ही येताय? नको. सध्या येऊ नका. वातावरण तंग आहे. दोन दिवसांनी या..."

त्यांनी फोन ठेवला.

सुनीलनं आपलं कार्ड काढून एस.पीं. च्या पुढे ठेवलं. त्यांनी कार्ड पाहिलं. थंड स्वरात ते म्हणाले.

"मि. केतकर, घटना घडली आहे. आम्ही त्याची चौकशी करू. सध्या याखेरीज मी काही सांगू शकत नाही."

"पण मला तुम्हाला काही सांगायचं आहे. आरोपींना मी पाहिलं आहे. मजजवळ पुरावा आहे." एस. पी. ते ऐकून दचकले.

"काय पुरावा आहे तुमच्याजवळ?"

सुनीलच्या डोक्यात धोक्याची घंटा वाजली.

आरोपी कोण आहे विचारायच्या आधी एस. पी. पुरावा मागत होते. कदाचित या स्थानिक राजकारणात कॉन्स्टेबलप्रमाणे एस. पी. ही गुंतले असले तर...

"सर, मी स्वत: त्यांना पाहिलं आहे."

"आणि त्या वेळी तुम्ही तिथे काय करत होता?"

"अंऽ? मी तिथे बायचान्स होतो."

"एखादी घटना घडते आणि तिथे एक पत्रकार बायचान्स उपस्थित असतो, यावर मी विश्वास ठेवू शकत नाही. बरं, तुम्ही त्या लोकांचा प्रतिकार का केला नाही?"

"ते चारजण होते."

"पण त्या बाईची दोन मुलं आणि तुम्ही मिळून तीन जणं झाला असतात. थोडा आरडाओरडा केला असता, तर आणखी लोक मदतीला धावून आले असते. मग तुम्ही काय ती लोकं आग कशी लावतात, ती माणसं जळून कशी मरतात, हे पाहत होता?"

एस.पी. च्या त्या प्रश्नावर तो गप्प बसला. त्या प्रश्नाचं 'हो' हे एकाक्षरी उत्तर अत्यंत लाजिरवाणं होतं. एस.पी. त्याचा चेहरा आणि चेहऱ्यावरचे बदल न्याहाळत होते.

"तुमच्या सर्व बोलण्यातून मला एकच गोष्ट लक्षात येते, की तुम्हाला ती घटना कुठे घडणार हे माहीत होतं. अन्यथा गावाच्या एका बाजूला असलेल्या त्या

घरापाशी तुम्ही गेला नसता आणि असं काही घडणार हे माहीत असूनही तुम्ही आम्हाला हे कळवलं नाही. दंगलखोरांना तुम्ही मदत केली, म्हणून मी तुम्हाला अटक का करू नये?''

सुनील स्वत:वर चिडला आणि एस.पी. वरही चिडला. सरळ सरळ गुन्हेगारांना पाठीशी घालण्याचा हा प्रयत्न होता. पण स्वत:च्या हातून घडलेल्या गुन्ह्याच्या जाणिवेनं तो काहीच बोलू शकला नव्हता.

''मिस्टर केतकर, तुम्ही समर्थन करू शकत नाही. दंगल झाली की वैयक्तिक हेवेदावे साधणारे फार लोक पुढे येतात. त्यांच्यावर आम्ही विश्वास ठेवू शकत नाही.''

''सर, मी ह्या गावातला नाही, की ज्यामुळे माझे कुणाशी वैयक्तिक हेवेदावे असतील.''

''आय ॲम सॉरी! आम्ही आमच्या पद्धतीनं शोध घेऊ. थँक्स फॉर युवर को-ऑपरेशन. यू मे गो नाऊ.''

एस.पीं. नी समोरच्या फाईलमध्ये लक्ष घालत म्हटलं.

सुनीलच्या लक्षात सारं काही आलं होतं. तो उठला. बाहेर आला आणि दाराच्या बाजूला होत खिशातून पेन काढून काही निमित्त करून रेंगाळला. त्याचे कान मात्र आत लागले होते.

''हॅलो, मी एस.पी. बोलतो. आता सर्व कंट्रोलमध्ये आणलं आहे मी. धर्मशाळेच्या बाजूच्या जागेचा आता तुम्ही ताबा घेऊ शकता साहेब. युक्ती चांगली लढवलीत. विटंबनेचं निमित्त केलंत आणि दंगल घडवलीत. हो ना. तुमच्या कार्यकर्त्यांनीही थोडासाही संशय आला नाही. आपण विटंबनेला प्रत्युत्तर दिलं, असं त्यांना वाटतंय. हं, पण एक प्रॉब्लेम आहे. तुम्ही कुणीही साक्षीदार नाही, असं म्हणाला होता; पण आत्ता एक पत्रकार आला होता. तो स्वत: आय विटनेस आहे असं सांगत होता. हं, तेही बरोबर आहे. आपले दहा साक्षीदार आहेत म्हटल्यावर त्या एका साक्षीदाराला कोण विचारतंय? पण आता सावध रहा साहेब. कार्यकर्त्यांना आवरा. फार प्रकरण चिघळलं, तर वरून चौकशी येईल. मग मात्र अवघड जाईल. हा हा...'' ऐकता ऐकता एस.पी. हसले.

''छान छान! दंगल तुम्हीच घडवून आणा. आणि संयमानं राहायचं आवाहन पण तुम्हीच करा. बरंय, ठेवतो मी. मला राउंडसाठी गावात जावं लागेल. पण कार्यकर्त्यांना समजवा आता. नाहीतर माझ्यावर करतील गोळीबार. ओ. के!'' एस.पीं.चं बोलणं झालं. सुनील पटकन तिथून निघाला. हा एक मोठा सापळा आहे आणि यातून आपण निसटायला हवं, हे त्याला कळत होतं. त्यानं कॅमेरा जिवापाड, जपला होता. ''बरं झालं आपण कॅमेऱ्याविषयी काही बोललो नाही ते! नाहीतर तो

पुरावा नष्ट केला गेला असता. कदाचित आपली हत्या करून...''

सुनीलचे पाय लटपटले. तो घाईनं फाटकापाशी आला.

ते दोघं पोलीस तिथेच होते.

''काय म्हणाले एस. पी. साहेब?'' त्यांनी खिजवत विचारलं.

सुनील गप्पच होता.

''मी जातो माझ्या गावाला. इथून बस?''

''बसेस आज गावात आल्या नाहीत. दोन किलोमीटर चालत गेलात तर एक फाटा लागेल. त्या फाट्यापाशी तुम्हाला बस मिळेल. घाईनं जा. आता सर्व शांत आहे म्हणून बरंय. नाहीतर पुन: अडकाल गावात. दंगल काय कधीही भडकते. उगं जिवाशी कशाला खेळायचं?''

एक डोळा किंचित बारीक करून काही समजावून सांगितल्यासारखं त्या कॉन्स्टेबलनं सांगितलं.

सुनीलनं मान हलवली. त्या पिंजऱ्याबाहेर आपण चटकन पडायचंय. त्याच्या लक्षात आलं. तो निघाला.

''साहेब, आमचा तो फोटो?''

सुनील दचकला.

''तो कॅमेरा त्या माणसांनी हिसकावून आगीत फेकला.'' प्रसंगावधान ठेवून त्यानं सांगितलं.

''अरेरे! आमचे फोटो छापले असते तुम्ही पेपरात.. जाऊ द्या. पुढच्या वेळी...''

न कळून काही बोलत तो कॉन्स्टेबल म्हणाला.

'पुढच्या वेळी' हे त्याचे शब्द मात्र सुनीलच्या कानावर आघात करत राहिले. त्यानं चालायला सुरुवात केली. सुनीलला फाटा गाठायचा होता.

सकाळची वेळ. सुनील तयार होत होता. तयार होता होता त्याला मधले दोन दिवस आठवत होते. जीव मुठीत घेऊन त्यानं रामपूर ते फाटा एवढी केलेली तीन-चार किलोमीटरची पायपीट. मनाला आलेली ग्लानी. फाट्यावरून त्याला बऱ्याच उशिरा मिळालेली बस.

बस सुरू झाल्यावर त्यानं एक नि:श्वास टाकला. पिंजऱ्यातून सुटल्याची जाणीव त्याला झाली. बसमध्ये बसल्या बसल्या त्याचे विचार सुरू झाले. भीतीचा पगडा कमी झाल्यावर विचार उसळून येऊ लागले. ती बाई आणि दोन मुलं यांना मरणानंतर का होईना, पण न्याय द्यायचा. त्या वेळी आपण उघड्या डोळ्यांनी

त्यांचा मृत्यू पाहिला; पण आपल्या हातात फोटोग्राफ्स आहेत. ज्या व्यक्तींनी त्यांना जाळलं, त्या व्यक्तींचे फोटो आहेत. एकदा पेपरमध्ये सर्व गोष्टींना तोंड फोडलं, की झक्कत पोलिसांना गुन्हेगारांविरुद्ध कारवाई करावी लागेल.

आपल्याला एक खमंग बातमी हवी होती, हा विचार कधीच मागे पडला होता. तो नुसता झपाटून उठला होता. स्वत:च्या नाकर्तेपणातून घडलेल्या पापाचं त्याला परिमार्जन करायचं होतं.

स्टँडवर उतरल्यावर तो आधी संपादकांकडे गेला.

“सर, कोणत्याही पेपरजवळ नसेल अशी बातमी आणि फोटोग्राफ्स मजजवळ आहेत.” तो सर्व अनुभव त्यांना सांगत होता. संपादकांचा चेहरा फुलून येत होता. त्यांनी नंतर त्याच्या पाठीवर शाबासकीची थाप मारली होती.

“शाब्बास सुनील! फार अवघड काम केलंत तुम्ही. जिवाची बाजी लावून बातमी आणलीत. आणि फोटोग्राफ्स तर— मला वाटतं, आपल्या एकट्या पेपरमध्ये ते आरोपींचे फोटो असतील. आता या सर्व प्रकाराची केवळ बातमी द्यायची. नाहीतर असं करू या, विशेष वार्तापत्र तयार करू. या घटनेला हायलाइट करायचं. उद्या दिवसभरात तू मोठा लेख लिहून काढ. ते फोटो डेव्हलपिंगला टाकतो. आता हे लवकरात लवकर केलं पाहिजे.” त्यांनी लगेच इंटरकॉम हाती घेतला. संपादक खुषीत असले, की अरेतुरे म्हणायचे.

“हॅलो, प्रिंटिंग सेक्शन ना? फ्रंट पेजला डाव्या हाताला एक बोल्ड चौकट टाका. त्यात मजकूर टाका की बुधवारच्या पेपरमध्ये रामपूरच्या दंगलीचा स्पेशल रिपोर्ट वाचायला मिळेल. हं. वाचा मजकूर. हं. रिपोर्ट लिहिणार आहेत. सुनील केतकर. ठीक आहे?” त्यांनी इंटरकॉम ठेवला.

“सुनील, चहा?”

“नको सर, आधी घरी जातो आणि विश्रांती घेतो. खूप टेन्शन आलं आहे. उद्या रिपोर्ट लिहून काढतो.”

“चला. चांगल्या दिवशी तुझा रिपोर्ट पेपरमध्ये येईल. बुधवारी आपल्या ‘विश्वास’ चा वर्धापन दिन आहे. सकाळीच लहानसा कार्यक्रम ठेवला आहे. त्या दिवशी हे विशेष वार्तापत्र छापून येईल.”

“चलतो मी सर.”

“हं. अरे हां, तो रोल दे मजजवळ. उद्याच्या उद्या फोटोग्राफ्स तयार व्हायला हवेत.”

सुनीलनं रोल त्यांच्या हाती दिला.

दुसऱ्या दिवशी त्यानं लेख लिहून काढला.

***

आत्ताही सुनील भराभर तयार होत होता. सकाळी नऊचा कार्यक्रम. साडेआठ वाजले होते. घाईत सर्व उरकून तो घराबाहेर पडला.

तो कार्यालयात आला. तिथे एकच गडबड उडाली होती. पाच मिनिटांत मंत्री येणार होते. पोलीस येऊन कार्यालयाची तपासणी करत होते.

''केतकर, उशीर केलात. चला, हे हार मोकळे करा. एका काठीवर मांडून ठेवा-'' संपादक घाईने म्हणाले.

सुनील कामाला लागला.

गाडीचा सायरन वाजला. पोलिसांच्या गाड्यांच्या ताफ्यात मंत्री येऊन ठेपले.

कार्यक्रमाला सुरुवात झाली.

''आज आमच्या वृत्तपत्राचा वर्धापन दिन आहे. आज वृत्तपत्रात सुनील केतकरांनी रामपूरच्या दंगलीवर लिहिलेला स्पेशल रिपोर्टही आम्ही प्रसिद्ध करत आहोत-''

सुनीलची छाती रुंदावली.

मंत्र्यांनी त्या पेपरच्या गठ्ठ्याची फीत सोडली.

टाळ्यांचा गजर झाला.

पेपर भराभर सगळ्यांना वाटले.

सुनीलनं उत्सुकतेनं 'विशेष वार्ता' वाचायला घेतलं आणि तो चकित झाला. केवळ एकच छायाचित्र त्यात छापलं होतं. तेही प्रार्थनास्थळाचं रक्षण करणाऱ्या पोलिसांचं. त्यात 'ते' दोन पोलीस स्पष्टपणे दिसत होते. तिथपर्यंतचा लेख बरोबर होता आणि त्यापुढचा लेख मात्र पूर्णतया बदलला होता. उसळलेली दंगल शांत करण्यास पोलीसप्रमुखांनी, तिथल्या राजकीय नेतृत्वाने कसा आटोकाट प्रयत्न केला, रात्रंदिवस कसे एक केले, अखेरीस कमीत कमी जीवितहानी होऊन दंगल कशी शांत झाली आणि या सगळ्या प्रयत्नांकरता पोलीसप्रमुख व राजकीय नेतृत्व कसे अभिनंदनास पात्र आहे, याचे कपोलकल्पित, रसभरीत वर्णन केले होते.

सुनीलच्या डोक्याला मुंग्या आल्या. आपण काय वाचतो हे त्याला कळत नव्हते. पूर्ण केस आपण लेखामध्ये उघडी केली होती. सर्व राजकारण्यांचे, पोलिसांचे वाभाडे काढले होते आणि हे आपल्यापुढे जे छापलेलं आलं ते... त्यानं संपादकांकडे पाहिलं. ते मंत्र्याशी बोलण्यात गर्क होते.

सुनील न राहवून उठला.

''सर, हा लेख तुम्ही का बदललात?'' त्यानं संपादकांना विचारलं; पण तो

प्रश्न कानी न पडल्यासारखे करून संपादकांनी मंत्र्यांशी सुनीलची ओळख करून दिली.

"हा आमचा तरुण पत्रकार, सुनील केतकर. हाच तुमच्या रामपूरला गेला होता."

मंत्र्याचा चेहरा बदलला. कृत्रिम हसत पण डोळ्यात कावेबाजपणा आणत ते हसले.

"सर, तो माझा लेख - मी काढलेले फोटो-"

"केतकर, तुमचा लेख छापलाय ना! आणि बाकीचे फोटो आलेच नाहीत. एवढा एक आला होता, तो मी छापला ना! साहेब- तेवढं लक्षात-"

"हो-"

मंत्री भाषणासाठी उभे राहिले. नेहमीच्या साच्यातलं भाषण संथपणे चाललं होतं. आपण कोणकोणती कामं केली हे ते सांगत होते. आणि भाषणाच्या शेवटी अचानक त्यांनी घोषणा केली. "दैनिक विश्वासचा दर्जा आणि खप लक्षात घेऊन मी या दैनिकाला 'अ' दर्जा घोषित करत आहे. यापुढे सरकारी जाहिराती या वृत्तपत्राला मिळतील, याचा मी जातीनं प्रयत्न करेन." सर्वांनी टाळ्यांच्या गजरात त्या घोषणेचं स्वागत केलं. संपादकांच्या चेहऱ्यावर ओशट आनंद पसरला. त्यांच्या डोळ्यांतून पाणी ओघळायचं तेवढंच बाकी राहिलं.

त्यांनी मंत्र्यांचे हात हातांत घेऊन कृतज्ञतेने दाबले.

काय घडलं ते हळूहळू सुनीलच्या लक्षात आलं. कालच्या दिवसभरात त्या फोटोंच्या साहाय्यानं आपल्या दैनिकाला 'अ' दर्जा खेचून आणण्यात संपादक यशस्वी झाले होते. त्या तीन व्यक्तींच्या मरणाने स्थानिक व्यक्तींना ती जागा मिळाली - पेपरला 'अ' दर्जा मिळाला. पुढाऱ्यांना आणि पोलिसांना उत्तम कामगिरी केल्याबद्दल प्रशस्ती मिळाली.

पण न्याय- त्या तीन मरणांना न्याय मात्र मिळणार नव्हता. कारण छायाचित्रांचा एकमेव पुरावा संपादकांच्या हाती होता किंवा त्यांनी तो नष्ट केला होता.

सुनील हताश झाला.

मंत्रिमहोदय निघून गेले. नंतर सर्वांनी सुनीलला गराडा घातला. त्याचं अभिनंदन केलं.

साळवेकर मात्र गप्प होता-

सर्व बाजूला झाल्यावर तो पुढे आला.

"सुनील, सगळ्यांनी तुमचं अभिनंदन केलं; पण मी ते करणार नाही. त्या लेखात तुम्ही खूप काही लपवलं आहे-"

"साळवेकर" सुनील हताश स्वरात म्हणाला, "साळवेकर, माझा खरा लेख आणि फोटोग्राफ्स छापलेच नाहीत. पेपरला आज 'अ' दर्जा का मिळाला,

याचं कारण हे आहे. मी तिथल्या बळी घेणाऱ्यांचे फोटो काढले होते. ते प्रकरण कुठपर्यंत गेलं असतं विचार कर. पण मंत्री त्या घटनेत अडकले असणार. सरांनी त्याचा फायदा घेतला.''

''पण केतकर, तुम्ही आवाज का नाही उठवला?''

''पोलीस, पुढारी आणि पेपर हे सर्व ज्यांच्या मागे उभे आहेत, त्यांच्याविरुद्ध काय आवाज उठवणार आपण? लेख लिहिला पण तो सरांनी बदलला. फोटो आलेच नाहीत म्हणाले. तो एक फोटो बरा आला. सर्व सौदेबाजी आहे साळवेकर. पैशाचं राजकारण...''

दोघंही गप्प बसले. काही बोलण्यासारखं उरलंच नव्हतं.

तेवढ्यात संपादक दोघांजवळ आले.

''अरे सुनील, तू चहा घेतला की नाही?''

''सर, मला तुमच्याशी बोलायचंय.''

''हां... चल. केबिनमध्ये बोलू.''

दोघं केबिनमध्ये आले.

''सर, तुम्ही असं का केलंत?'' त्यानं विचारलं.

''का? मला पेपर चालवायचाय राजा. तू काढलेले फोटो ही फार मोठी संधी होती. ती चौघं माणसं मंत्र्यांच्या फार जवळची निघाली. सौदा सहज झाला.''

''पण, सर ती बाई, तिची मुलं हकनाक मेली—''

''पहिल्यांदा मेलीत का? अरे, गाडीखाली माणसं मरतात- रस्त्याच्या कडेला माणसं मरून पडलेली असतात- आपणच छापतो ना, 'अज्ञात वाहनाची धडक बसून मृत्यू—!' सगळीच मरणं अपघाती नसतात. त्यांतली काही मरणं घडवून आणली जातात. आपण कुणाकुणाला न्याय देऊ शकतो? बरं, न्याय देऊन तरी का मेलेली माणसं पुन्हा जिवंत होणार? त्यापेक्षा आपण 'अ' दर्जा मिळवणं हेच शहाणपणाचं. बरं, ते विसर. तुझ्यासाठी एक चांगली बातमी आहे. तू वृत्तसंपादक झालास आजपासून. अभिनंदन!''

''काय वृत्तसंपादक?'' सुनीलचा आपल्या कानांवर विश्वास बसेना. एवढ्या वेळची त्याची चिडचिड, त्याचं धुसमणं तो विसरला. एका 'अ' दर्जाच्या पेपरचे आपण वृत्तसंपादक होणार. म्हणजे जी नोकरी अनिश्चित होती, ती पक्की झाली आणि पदोन्नतीही!

सुनीलचा चेहरा आनंदाने फुलून आला.

''तुझा पगारही दुप्पट झालाय आणि आज मंत्र्यांनी तुझ्या लेखाचं मानधन दिलंय.'' एक नोटांचं बंडल संपादकांनी त्याच्या हाती दिलं. शंभराच्या नोटांचं ते

बंडल सुनीलनं हाती घेतलं. हे काही हजार आहेत, हे त्यानं हाताळताना ओळखलं.

त्यानं ते बंडल खिशात ढकललं. खिशातून हात बाहेर काढताना रामपूरची बसची तिकिटं बाहेर पडली. मनातलाही पुरावा आता पुसला गेला होता.

"चल, तुझ्या पदोन्नतीची घोषणा करतो." संपादकांनी हात धरून त्याला बाहेर आणलं आणि उत्साही आवाजात त्यांनी घोषणा करून ती बातमी सर्वांपर्यंत पोचवली.

सर्वांच्या अभिनंदनाकडे विजयी नजरेनं पाहता पाहता साळवेकरच्या रोखलेल्या नजरेकडे बघून मात्र सुनीलची दृष्टी खाली वळली.

■

|| ८ ||

ऋण

स्वप्ना पत्र वाचत होती. वाचता वाचता नकळत तिच्या डोळ्यांत पाणी साचलं होतं. पत्र तिच्या बाबांचं होतं.

आईची तब्येत खूप खराब होती. आईला हृदयरोग होता. रात्री-दिवसा कधीही त्रास सुरू व्हायचा. कधी तो त्रास गोळीनं थांबायचा, तर कधी तो त्रास डॉक्टरांकडे न्यायला लावायचा. बाबांचं वय सत्तर तर पासष्टीची आई. त्या पत्रात दु:खाची सर्व कथा बाबांनी लिहिली होती. त्रास झाला की काही दिवस आईला अगदी बेडरेस्ट असायची. बेडपॅन देण्याएवढी बेडरेस्ट. आणि बाबांना ती सर्व कामं करावी लागायची. बेडपॅन देणे, आईला दूध-बिस्किटं देणे, नंतर जमेल तसा स्वयंपाक म्हणजे खिचडी किंवा बटर टोस्ट, जॅम टोस्ट असलं काही करणे.

मोठ्या शहरात असल्यामुळे कामाला बाई मिळत नव्हती.

आई पार वैतागली होती. आपल्यामुळे आपल्या नवऱ्याला होणारा त्रास ती पाहत होती. वयोमानाप्रमाणे त्यांनाही ते झेपत नव्हतं. पण ते करत होते. आईनं आता नवीनच सुरू केलं होतं. आई गोळ्या नाकारत होती. ''मला आता औषध नको. जे काय व्हायचं ते लवकर होऊ द्या. तो शेवट अटळ आहे. जास्त धिंडवडे निघण्यापेक्षा लवकर गेलेलं बरं.'' बाबांनी पुढं एकच वाक्य लिहिलं होतं. ''तिचं बोलणंही मला पटतं. पण औषध न देण्याचं अघोरी कृत्य मी करू शकत नाही. खरंतर पत्र लिहायलाही वेळ मिळत नाही. पण सविस्तर पत्र आज लिहिलं. जमलं तर एखाद्या महिन्यासाठी येऊन जा. या पत्राची एक कॉपी स्मितालाही पाठवतो आहे. ती येऊ शकेल, असं वाटत नाही. कारण ती तुझ्यापेक्षा मोठ्या गुंतवळ्यात अडकली आहे.''

पुढचं पत्र स्वप्नाला वाचवेना. बाबांच्या प्रत्येक वाक्यामागून एक अनुच्चारित अलिखित असा ध्वनी स्वप्नाला ऐकू येत होता. 'जर एखादा मुलगा मला असता

तर! तर ही अवस्था झाली नसती. नाइलाजानं का होईना, त्याच्या घरी आम्ही राहिलो असतो. दोन घास तरी आयते मिळाले असते.' पण बाबांनी हे काही लिहिलं नव्हतं.

खरंतर आपल्या मुलींना मोठं करताना, शिकवताना बाबांनी कधीही आपण मुलींना शिकवतो आहोत, ही जाणीव ठेवली नव्हती. स्वप्ना आणि स्मिता मुलांसारख्या वाढल्या होत्या. स्मिता इंजिनीअर झाली होती. एका मोठ्या कंपनीत मोठ्या पोस्टवर होती. स्वप्नानं आपल्या आवडीनुसार एम.ए. केलं होतं आणि ती प्राध्यापिका होती. दोघींनी आपापल्या आवडीचं शिक्षण घेतलं होतं.

बाबा म्हणत, ''मी तुम्हाला कोणती शाखा निवडायची, ते सांगणार नाही. तुम्हाला जे आवडतं ते करा. कारण आजकाल स्त्रियाही नोकरी करतात. तुम्ही दोघीही हुशार आहात. त्यामुळे तुमची नोकरी ही नोकरी नसणार; तो व्यवसाय असेल आणि व्यवसाय हा आनंददायी असावा. जिथे दिवसातले आठ तास काढायचे असतात, तो कालखंड नगण्य नसतो. म्हणूनच ज्यातून आपल्याला आनंद मिळेल, जिकडे तुमच्या मनाचा कल आहे, अशीच शाखा घ्या. नाहीतर व्यवसायातला आनंद जाऊन व्यवसायाची नोकरी व्हायला फार उशीर लागत नाही.'' किती खरं बोलले होते बाबा! आपण आणि स्मिता दोघीही आपापल्या व्यवसायात खूश होतो. आपण स्मितासारखं इंजिनीअर होऊन आनंदी होऊ शकलो नसतो आणि स्मिता आपल्यासारखी लेक्चरर होऊन आनंदी झाली नसती.

जे शिक्षणाच्या बाबतीत घडलं, तेच आपल्या लग्नाच्या वेळीही घडलं. स्मिताचं लग्न ठरवून झालं. आपण मात्र संजीवच्या प्रेमात पडलो. संजीव दुसऱ्या जातीचा. त्याच्या घरून विरोध होता. आई-बाबाही नाराज होते.

''स्वप्ना, लग्न करायला आमची आडकाठी नाही गं; पण एक लक्षात ठेव, लग्नानं तू केवळ एका व्यक्तीशी बांधली जाणार नाहीस तर संपूर्ण कुटुंबाशी बांधली जाणार आहेस. आणि कुटुंबाला सांस्कृतिक पार्श्वभूमी असते. रीतीरिवाज असतात. ही 'कल्चरल गॅप' तू भरून काढू शकशील? तू मोकळ्या वातावरणात वाढलेली आहेस. अन्य जातीत थोडं स्त्रियांच्या बाबतीत मागासलेपण असतं. माणूस एकाऐवजी दोन पावलं पुढे टाकणं आनंदानं पसंत करतो; पण दोन पावलं मागे येणं मात्र त्याला फार अवघड जात असतं. जीवनाला गती असते. ती गती पुढे जाण्यासाठी असते. त्या गतीविरुद्ध आपण मागे आलो, तर ते दुःखदायी असतं. क्लेशदायी असतं.''

''बाबा, संजीव खूप चांगला आहे. आम्ही ॲडजेस्ट होऊ.'' आपण तेव्हा बोलून गेलो.

त्या वेळी आई किंचित हसली होती.

''आम्ही ॲडजेस्ट होऊ म्हणतेस. एक सांगू स्वप्ना लग्नाआधीचा 'आम्ही' हा ॲडजेस्टमेंटच्या बाबतीत वापरलेला शब्द लग्नानंतर फक्त 'मी' वर आलेला असतो आणि तो 'मी' केवळ स्त्रीचा असतो. सर्व तडजोड स्त्रीनं करायची असते. ॲडजेस्ट तिनंच व्हायचं असतं. आपल्यासाठी कुणीही बदलत नसतं.''

स्वप्ना गप्पच होती. आई अनुभवाचे बोल बोलत होती.

बाबांनी स्वप्नाच्या पाठीवर हात फिरवला होता. ''बेटा, विचार कर. त्या लोकांचे विचार थोडे जुनाट वाटताहेत. तुला खूप मुरड घालावी लागेल. मी कधी तुम्हाला मुलीसारखं वागवलं नाही. तुम्ही माझी मुलंच आहात असं समजलो; पण आता मात्र तुला 'स्त्री' म्हणूनच वागवलं जाणार आहे.''

स्वप्नाला आत्ताही ते सर्व बोलणं ऐकून मनात कालवलं.

किती खरं ठरलं होतं ते बोलणं! लग्न झाल्यानंतर खरोखरच तडजोड एकतर्फीच होऊ लागली. आता स्त्रीसारखंच वागवलं जाऊ लागलं.

सर्व तडजोडी स्वीकारत पण जिद्दीनं एम.फिल. करत तिनं कॉलेजात लेक्चररशिप स्वीकारली होती. वीस वर्षे बाबांनी ज्या तऱ्हेनं आपल्याला वाढवलं, त्याचं ते एकमेव फलित. बाकी आपली सर्व शक्ती ॲडजेस्ट होण्यातच खर्ची पडत होती. त्याहूनही तिला सलले बाबांचे ते शब्द– ''मी कधी तुम्हाला मुलीसारखं वागवलं नाही. तुम्ही माझी मुलंच आहात असं समजलो.''

पण त्या समजण्याचं त्यांना फलित काय मिळालं?

तिला अगदी जुना वीस वर्षांपूर्वीचा प्रसंग आठवून गेला.

अगदी सहज दोन दिवसांसाठी आई-बाबा तिला भेटायला आले होते.

रात्री जेवणाच्या वेळी गप्पा मारता मारता अचानकच शिंगं रोखावी तसं स्वप्नाच्या सासूबाई कौतुक सांगू लागल्या.

''हमारे यहाँ लडकीके घर उसके माँ-बाप जाते नहीं. अगर जाना भी पडा तो मेरे पिताजी खाने के थाली के नीचे पैसे रखा करते थे।''

''क्यू लडकी का घर हॉटेल होता है क्या?'' स्वप्नानं सर्व राग मनात दाबून काहीसं ठसक्यात विचारलं.

''लडकी का घर पराया होता है।'' त्याहून ठसक्यात सासूनं सांगितलं.

''जिनको आप 'समधी' कहते है, वो पराये कब से हुवे? दुश्मनके घर लोग खाना नहीं खाते सुना था। समधी तो अपनेही हुवे ना!''

''तुम तो पढिलिखी हो! तुम्हे कौन हरायेगा बातोमें।'' सासूनं नेहमीचा डायलॉग मारला. आपलं शिक्षण ही आपली 'डिसक्वालिटी' आहे, असं अनेकदा स्वप्नाला घरात वावरताना घरातले लोक जाणवून द्यायचे.

"तू शिकलेली आहेस; मग एवढंही कळत नाही?"

"तू शिकलेली आहेस म्हणूनच तू असं वागणार." हे नेहमीचे उलटसुलट संवाद होते.

पण आई-बाबा जेवताना जे घडलं, ते मात्र आईबाबांना अगदी संकोचून टाकणारं घडलं.

"आपण मुलीच्या घरी जेवायचं की नाही... पुढचा घास खायचा की नाही." अशा द्विधा अवस्थेत ते पडले.

"आई-बाबा जेवा तुम्ही. नवीन चालीरीती आमच्याच बेडरूममध्ये झोपतात ना!" तिनं विचारलं. 'जवाब देती है?' सासूबाई स्वप्नाच्या दिशेनं झेपावल्या. त्यांचा हात खाडकन् तिच्या गालावर आला.

स्वप्ना संतापानं थरथरत होती.

आई-बाबा तर हतबुद्ध झाले!

"माफ करना बहेनजी. हम अभी निकलते हैं। लेकिन आप स्वप्ना के साथ इस तरह बर्ताव मत करो।"

त्यांनी हात जोडत म्हटलं.

स्वप्नानं रागानं बाबांचे जोडलेले हात मोकळे केले.

"बाबा, माझ्यासाठी तुम्ही त्यांच्यापुढे हात जोडायचे नाहीत. सगळं व्यक्तिमत्त्व चिरून टाकत मी प्रेमविवाहाची किंमत मोजली आहे. चला तुम्ही."

मग संजीवच्या दिलगिरीकडे दुर्लक्ष करून आईबाबा निघून गेले होते.

दोन दिवसांसाठी आलेले आई-बाबा एका दिवसात परतले होते, अपमानित होऊन.

आपल्याला मुलासारखं वाढवलं त्याचं हे फलित त्यांना मिळालं होतं अपमानाचं.

मग मात्र स्वप्ना हादरल्यासारखी जाणिवेत आली.

तिनं जिद्दीनं, सर्वांचा विरोध मोडीत काढून लेक्चररशिप स्वीकारली.

कधीतरी संजीवनं चांगलं घर बांधलं. दोन-चार खोल्या जास्त असलेलं. त्या घरात तिचाही पैसा लागलाच होता.

हळूहळू इतर सुनांचे अनुभव घेऊन सासूबाई निवळल्या होत्या. त्यांच्या अहंकाराचे धूलिकण खाली बसायला पंधरा वर्षं लागली. हळूहळू त्या दोघींचं चांगल्या सासू-सुनेचं नातं प्रस्थापित होऊ लागलं.

पण त्या वीस वर्षांपूर्वीच्या प्रसंगानंतर आई-बाबा अगदी कारणासाठीच काही तासांसाठी स्वप्नाच्या घरी आले होते.

ते एक शल्य स्वप्नाच्या मनात कायम राहिलं.

आणि आज आलेलं हे पत्र!

स्मिताच्या घरीही आपल्याहून वेगळी परिस्थिती नव्हती. स्मिताचा नवरा सणकी.

आई-बाबांनी जायचं कुठं? अवघड दुखणं, अवघड म्हातारपण काढायचं कुठं? कुणाच्या भरवशावर, कुणाच्या मदतीनं? कुणाच्या धीर देणाऱ्या सोबतीनं?

विचार करता करता स्वप्नाचा चेहरा निश्चयी होत गेला. काहीसा कठोरही.

आपले आई-बाबा इथे येणार. ही एक जी जास्तीची खोली आहे ती आई-बाबांची करायची. त्याला एक अॅटॅच W.C. करायला हवं एवढंच.

सुदैवानं बाबांजवळ पैसा आहे. त्यांना आर्थिक दृष्ट्या आपल्यावर अवलंबून राहावं लागणार नाही पण आपली मदत होईल. ह्या लहान गावात आईचं करायला कुणी बाई मिळेल. स्वप्ना विचार करत होती.

"सपना, किसका खत है?" सासूनं बाहेर येत विचारलं.

"बाबा का!"

सासूच्या कपाळावर सूक्ष्मशी आठी उमटलीच. धूळ खाली बसली, तरी कधीतरी ती धक्का लागून उठत होतीच.

"क्या कहते हैं?"

"माँ की तबीयत अच्छी नहीं है।" एवढंच बोलून स्वप्ना आत गेली. तिला त्यांच्यापुढे या विषयासंबंधी आपले अश्रू बाहेर येऊ नयेसं वाटत होतं.

अश्रू बाहेर पडत होते.

आपल्याला जन्म देणारी आई अंथरुणावर पडली होती. तिच्या तब्येतीत चढ-उतार होतोय. सत्तरी उलटलेले आपले बाबा तिची शुश्रूषा करतात. ब्रेड-बटर खातात, कधी खिचडी फोडणीला घालतात.

वयाच्या वीस वर्षांपर्यंत या दोघांनी आपल्याला किती सांभाळलं! एवढंसं लागलं, की ह्यांना वेदना व्हायची. जरा बरं नसलं, की बाबा सुट्टी काढून उशाला बसायचे. त्यांचं विश्व आपण होतो. आपल्या यशानं ते आनंदून जायचे.

आणि आपण? आपण आपल्या सासरच्या लोकांमुळे हातावर हात ठेवून त्यांचे हाल पाहायचे? आपण आपल्या सासू-सासऱ्यांची दुखणी-खुपणी काढतोच ना! मग आपल्याला आई-वडिलांचं करायला काय हरकत आहे? तिचा निश्चय होत होता.

पण त्यांना आणायच्या आधी घरात चर्चा होणं आवश्यक होतं. जसा अपमान वीस वर्षांपूर्वी झाला होता, तसा आता ह्या वयात होता कामा नये. प्रश्न केवळ संजीवचा नाही; प्रश्न सासू-सासऱ्यांचा आहे. त्यांच्या जुनाट मतांचा आहे. प्रश्न पैशांचाही आहे. पण आपणही कमावतो आहोत. आपल्या पैशांवर आपलाच

हक्क आहे. आपल्या पैशांत आपण आईबाबांचं करू शकतो. या वीस वर्षांत तेवढी बंधनं सैलावली आहेत. इतर सुनांचे स्वभाव सासू-सासऱ्यांनी अनुभवले आहेत; पण तरी मनाचा पीळ सुटला नाही हेही निश्चित. ह्या पिळाची उकल आपणच करायची.

ती आपल्याच नादात अन्न नुसतं चिवडत होती.

"क्या बात है बहू? आज खाना बराबर नहीं खा रही हो?"

"हं..." सासूच्या प्रश्नावर ती नुसतीच हुंकारली.

दुपारचे तीन वाजले होते. दुसऱ्या दिवशीचा अभ्यास ती करत होती. सकाळचं कॉलेज. मुलांना शिकवणं हे एक थ्रिलच होतं तिच्यासाठी. पण आज तिचं लक्ष लागत नव्हतं.

कधी एकदा संजीव येतो, असं तिला झालं होतं. संजीव यायच्या आधीच तिनं स्वयंपाक केला. संजीव आला. तिनं संजीवला चहा आणि नाश्ता दिला.

संजीव काही बोलत होता. तिला हसवायचा प्रयत्न करत होता. पण ती हरवलेली होती. कारण आपण जे बोलणार आहोत, त्यामुळे घरात वादळ उठणार आहे, हे ती जाणून होती.

"काय गं? आज अशी गुमसुम आहेस?"

"चलो. तैय्यार हो जाओ. कहीं घूमने जाते हैं।" तिनं संजीवकडे पाहिलं. तो एका किनाऱ्यावर उभा असल्यासारखा तिला वाटला. संजीवबरोबर ती हिंदीतच बोलत असायची. पण तिचे विचार मात्र मराठीत चालू असायचे. कितीदा तरी संजीव मराठी बोलायचा. किनारा जवळ आल्यासारखा वाटायचा.

खूपदा आपण वेगळ्या जातीत आलो आहोत, हेही ती विसरून जायची. ते संपूर्ण घर दोन रुळांवरून यशस्वीपणे चाललं होतं. एक रूळ तिच्या व्यक्तिमत्त्वाचा एक संजीवच्या.

पण कधी कधी संजीव एकदम परका वाटायचा. आपण काहीतरी जगावेगळं केलंय, हे जाणवून जायचं. विशेषतः संजीव पूजा करायचा तेव्हा. डोक्यावर रुमाल, वेगळी प्रार्थना. वेगळी आरती.

एका किनाऱ्यानं दुसऱ्याकडे पाहत राहावं, तशी ती पाहायची. हा संजीव... आपलाच ना? जो आपल्यावर निरतिशय प्रेम करतो, जो आपल्या सुखःदुखांचा वाटेकरी होता. त्याच्याबरोबर आपल्या रात्री चंद्रकिरणात न्हाऊन निघतात.

पूजेच्याच वेळी हे वेगळेपण का जाणवावं? श्रद्धास्थानं वेगळी आहेत म्हणून? मग तिनं संजीवच्या श्रद्धास्थानांचा इतिहास वाचून काढला. धर्मासाठी बलिदान करणाऱ्यांचा तो इतिहास. तिनं आरतीचा अर्थ शोधून काढला. तीही एक गंमतच. रोज आरती करणाऱ्या संजीवला तिनं अर्थ विचारला.

"क्या मालूम..." संजीवनं उडवून लावलं. मग तिनं सासूबाईंना अर्थ विचारला.

"अरे, भगवान का नाम लेनेसे काम. मतलब क्या पूछती हो. तुम तो बस, हर बात की खाल निकालना जानती हो."

मग तिनंच मन:पूर्वक आरती आठवली. एक एक शब्द जाणून घेतला आणि हरखून गेली. उपनिषदातल्या विचारांचंच ते प्रतिबिंब होतं.

तो किनाराही जवळ आला आणि अनेकदा दुथडी भरून वाहणारं दोघांचं प्रेम. किनारा पुसून टाकणारं.

पण आज पुन: हे किनारे प्रकर्षानं जाणवताहेत. आई-बाबांच्या जाणिवेनं ते किनारे कातळासारखे कठोर का झालेत?

"अरे उठ, चल तयार हो." संजीव मराठीत म्हणाला.

"संजीव मुझे कुछ बात करनी है। बहोत जरुरी।"

"हं, बोल ना. मी ऐकतोय."

आता उलटं झालं. किनाऱ्यांच्या अदलाबदली.

संजीव मराठीत आणि ही हिंदीत.

आपल्या कोणत्याही शब्दाचा अर्थ संजीवनं चुकीचा लावू नये म्हणून ती संजीवच्या भाषेत बोलू पाहत होती.

तिचा गंभीर चेहरा पाहून, व्यग्र मन:स्थिती पाहून तिला बोलणं सहजसुलभ व्हावं म्हणून संजीव मराठीत बोलत होता.

"संजीव, मला जे बोलायचंय ते मातापिताजींसमोर. प्लीज उन्हें बुलालो."

आता संजीवच्या चेहऱ्यावर प्रश्नचिन्ह उमटलं. एवढं काय बोलायचंय हिला?

"ठीक आहे. मी बोलावतो त्यांना." संजीव आत गेला.

तिघंही बरोबर आलं. तिच्यासमोर बसले.

"हं... पिताजी, माँ... सपना कुछ कहेना चाहती है।।"

सगळे तिचे बोलणं ऐकायला उत्सुक होते. आधीचे सर्व कटू प्रसंग तिच्या मनासमोरून पुन: एकदा गेले. आता प्रतिक्रिया कशी असेल?

"संजीव, आज ही बाबा का खत आया!"

सासूनं उसासा सोडून मांडी बदलली. लांब चेहरा केला.

"आई आणि बाबा अगदी एकटे पडले आहेत. आईची तब्येत चांगली नाही. बाबांना या वयात तिचं करावं लागतं आहे..." ती बोलता बोलता संजीवकडे पाहत होती.

संजीवच्या लक्षात येत होतं तिला काय म्हणायचं ते. त्याचा चेहरा बदलू लागला.

"संजीव, माझ्या आई-वडिलांनी एवढं असहाय होऊन दिवस काढावेत,

असं मला वाटत नाही. आम्ही दोघी बहिणी असताना...''

पण मध्येच तिच्या सासूबाई तडकून बोलल्या,

''तुलाच का एवढा पुळका येतो? तुझी मोठी बहीण नाही त्यांना बोलवत?''

''ती बोलावते किंवा नाही ह्याचा विचार मी करत नाहीये. मी काय करू शकते, ह्याचा विचार मी करतेय.'' ती त्यांना समजावून सांगत म्हणाली.

''माताजी, ज्यांनी मला जन्म दिला, ज्यांच्या हाडामासांची मी घडले, त्यांनी असे दिवस का काढावे? मला एखादा भाऊ असता, तर एवढा प्रश्नही आला नसता. पण दुर्दैवाने आम्ही दोघी मुलीच आहोत.''

''तुझं म्हणणं थोडक्यात सांग...'' संजीव काहीसा अलिप्त होत म्हणाला. तिला त्या क्षणी संजीव खूप परका वाटला आणि तिच्या निश्चयाला एक वेगळीच धार आली.

''मै सोचती हूँ की उन्हे अपने घर ले आऊँ।''

''ले आओ। पंधरा-बीस दिन रहेंगे. बादमें...'' सासूबाई म्हणाल्या.

''नाही. पंधरा-वीस दिवसांसाठी नाही. नेहमीसाठी.''

''ये लो! ये क्या बात हुवी? समधी क्या दामाद के घर रहेंगे?''

''माताजी, हे फक्त त्यांच्या जावयाचं घर नाहीये. त्यांच्या मुलीचंही घर आहे. ह्या घराच्या प्रत्येक विटेला माझे संस्कार घडले आहेत. ह्या घरातली माझी मुलं, माझ्या व्यक्ती माझ्या कष्टानं मोठ्या झाल्या आहेत.''

''मग त्यात काय जगावेगळं केलंस तू? प्रत्येक स्त्री हे करत असते.'' इतर वेळी तिच्या संस्कारांची स्तुती करणारा संजीव आज वेगळी भाषा बोलत होता.

''जगावेगळं केलं नाही हे खरंय; पण जगावेगळं करणार आहे. जसे तुम्ही माझे आहात, तशा तिकडे दोन व्यक्तीही माझ्या आहेत. मी आता त्यांना माझ्यापासून दूर ठेवू शकत नाही. संजीव, हे घर घडवण्यात माझा मोठा हातभार लागला आहे.''

''तू पैशाचं म्हणत असशील, तर तू जेवढे पैसे ह्या घराला लावले, तेवढे मी तुला देतो.''

''मी पैशाचं म्हणत नाही. संजीव ही सहा-सात रूमची अद्ययावत वास्तू जशी घर असते, तशीच सहा बाय आठची लहानशी झोपडीही घर असते. एकमेकातलं प्रेम वास्तूला घर बनवत असते. त्या अर्थानं मी म्हणतेय. सुरुवातीची दहा वर्षं माताजी ज्या तऱ्हेनं वागल्या, ते मी विसरले. पण आता त्यांनी मोठं मन करावं.'' ती मनापासून कळवळून बोलत होती.

''पण सपना, तुझ्या आई-बाबांना नेहमीसाठी इथे आणणं म्हणजे...'' – संजीव.

"अपने जातवाले क्या कहेंगे?"- सासरे.

"हो ना! दोन मुली असून आई-वडिलांकडे पाहायला वेळ नाही असं म्हणणारे लोक त्याहून अधिक असतील. संजीव, तुझा कॉन्शस काय म्हणतो त्याचा विचार करू. तुला नेहमी बाबा 'माझा मुलगा' म्हणतात ते केवळ बोलण्यापुरतंच का?"

"का? त्यामागे हा उद्देश होता ना बाई!" सासूबाई वेडीवाकडी तोंडं करत म्हणाल्या.

"माताजी, हे घर संजीव आणि मी उभारलं आहे. ह्या घरावर जेवढा हक्क संजीवचा, संजीवच्या आई-वडिलांचा आहे, तेवढाच माझा आणि माझ्या आई वडिलांचाही आहे. आई-बाबा एका रूममध्ये राहतील. त्यांना आपली सोबत असेल. आईची तब्येत कमी-जास्त झाली तर धावपळ करणारं कुणी असेल." संजीव थोडा विचारात पडला. त्याला विचारात पडलेलं पाहून तिच्या सासूबाईंचा जीव वरखाली झाला. त्या फणकारल्या.

"काय गं बाई हे जगावेगळं? मुलीच्याकडे नाही बाई आपल्याकडे कुणी राहत."

"माताजी, आमच्याकडे वेळ आली तर राहतात आणि काही गोष्टी माझ्या, काही संजीवच्या, एवढी तर ॲडजेस्टमेंट करायलाच हवी ना! आणि माताजी, त्यांच्यानंतर त्यांची दोन घरं ते माझ्या आणि स्मिताच्या नावाने करणार; ते मात्र तुम्ही घेणार!"

"लडकीवालोंने देना यह तो रिवाज है ही।"

"माताजी, हा रिवाज मला मान्य नाही. संजीव, आय ॲम सिरियस. तुम्ही तिघं रात्रभर विचार करा. मला सकाळी सांगा. पण माझ्या आईवडिलांचा पंचवीस वर्षांपूर्वी जो अपमान झाला, तो माझ्या ह्या घरात व्हायला नको. मी आता तो सहन करणार नाही."

अखेर ते सर्वच डिस्कशन आणि सगळ्यांचे त्रासिक चेहरे असह्य होऊन स्वप्ना संतापानं म्हणाली आणि तिथून उठली.

रात्री बऱ्याच वेळानं संजीव बेडरूममध्ये आला. त्याचा चेहरा विस्कटला होता.

"सपना, हे काय वेड मनात घेतलंस?"

"वेड? संजीव ही गरज आहे. माझ्या आई-वडिलांची असहायता आहे."

"माताजी-पिताजी विरोध करताहेत. मलाही विचित्र वाटतं. आपल्या कम्युनिटीत..."

"ओ! कम्युनिटीबद्दल बोलू नकोस. घराबद्दल बोल. तुझे आई-वडील राहतात ना आपल्या घरी? मग तसेच माझे आई-वडील या त्यांच्या अखेरच्या

दिवसांत...'' स्वप्नाला पुढे बोलवेना.

''सोचेंगे.'' संजीव त्रासिकपणे बोलत बाजूला पडला. कुणी परका पुरुष असल्यासारखा तो पडून होता.

सकाळ झाली. घरात स्फोटक शांतता होती. सासूबाई उगाचच उसासे सोडत होत्या. स्वप्ना धुसमत होती. आपल्याला पंधरा हजार पगार आहे. ह्या घरासाठी, मुलांच्या शिकण्यासाठी आपण बरोबरीनं वाटा उचलला; पण आपण आपल्या आई-वडिलांसाठी काही करू शकत नाही.

तिनं कॉलेजमध्ये फोन लावला. ''सर, मी आज येऊ शकणार नाही. माझी तब्येत बरी नाही.'' तिनं प्रिन्सिपॉलना विनंती करत रजेचं कळवलं.

''का आज का रजा घेतली?'' सासूनं विचारलं.

तिनं नुसतंच सासूकडे पाहिलं. आपल्या आईच्याच वयाची ही बाई; पण आपल्या आईची असहायता ती जाणू शकत नाही. एवढं हृदयशून्य माणूस असू शकतं? ही पुरुषी अहंकाराची लिंपणं संजीवची आई म्हणून तिच्याही मनाला झाली आहेत.

मनातल्या मनात राग उसळत होता.

ती बाहेर पडली.

संध्याकाळच्या वेळी ती दमली-भागली घरी आली. संजीव आणि तिचे सासू-सासरे तिची वाटच बघत असावेत.

''कहाँ गयी थी आज?''

''काम से।'' तिनं त्रोटक उत्तर दिलं.

ती सोफ्यावर बसली.

''तुम्ही काय विचार केलाय?'' तिनं काही न बोलता पहिला प्रश्न केला.

''सपना, आम्हा लोकांना तुझा हा विचार फारसा पटला नाही.'' संजीवनं त्रोटकपणे सांगितलं.

''ओ. के.! ते मी रात्रीच जाणलं होतं. ह्याहून वेगळं उत्तर मी अपेक्षिलं नव्हतं. सासू-सासऱ्यांचं मी आईवडील समजूनच सर्व करते. पण ह्याचा अर्थ हा नाही, की मी आई-वडिलांना विसरले. त्यांच्या मजबुरीत मी नाही, तर कोण येणार मदतीला? मी एक चांगलंस घर पाहिलं आहे.''

''हाँ. ये अच्छा किया. उन्हे इसी शहर में रखेंगे...''

''नाही संजीव. पूर्ण ऐकून घे. मी एक घर भाड्याने घेतलं आहे. तिथे मी, माझे आई आणि बाबा राहणार आहोत.''

''काय?'' धक्का बसून संजीवनं विचारलं.

"हो संजीव. पंचवीस वर्षं आपल्या आवडीनिवडी विसरून आपल्या व्यक्तिमत्त्वाचं खतपाणी मी ह्या घराला घातलं. पण त्याची काहीही किंमत इथल्या लोकांना नाही, हे माझ्या लक्षात आलं. माझी आयडेंडिटी मी विसरले. तुझ्या सर्व नातेवाइकांना मी आपलं मानलं. त्यांचं सुरुवातीचं टोचून बोलणं मी विसरले, माझा केलेला अपमान विसरले... हे घर आपण दोघांनी बांधलं. वाटलं होतं, हे घर आपणा दोघांचं असेल. तुझ्याएवढाच माझाही हक्क ह्या घरावर असेल. पण पंचवीस वर्षांनी कळालं, की ह्या घरावर माझा काहीही हक्क नाही.

"प्रेम-प्रेम म्हणत तू इथे मला आणलंस. पण ते प्रेम माझ्या समस्यांना स्वीकारू शकत नाही. इथे सध्यातरी माझी गरज आहे केवळ एक घरातलं काम करणारी म्हणून. एक कमवून आणणारी स्त्री म्हणून.

"पण माझ्या मानसिक गरजांना इथे काहीही किंमत नाही.

"वयाच्या ह्या स्टेजला मला माझी आयडेंटिटी माझ्याच घरात नसणं, हे भयावह आहे. म्हणून मी हा निर्णय घेतलाय.

"मी उद्याच आई-बाबांना घेऊन येणार. पण माझं घर मात्र तुम्हा सर्वांसाठी स्वागताला उत्सुक असेल. ते तुम्हा कुणाचाही दुस्वास करणार नाही. हा निर्णय मी फार आनंदानं घेत नाहीये. पण त्या एका घटनेनं माझे डोळे उघडले... घरातले सर्वजण घरातल्या गृहिणीचे कोणी ना कोणी असतात; पण ती मात्र कुणाची नसते..'' तिनं आपले डोळे पुसले आणि अवाक् झालेल्या त्या तिघांकडे पाठ फिरवून ती फोनपाशी गेली. तिनं नाशिकचं तिकीट रिझर्व्ह केलं.

आयुष्यात एक वेगळं पर्व येऊ घातलं होतं. कदाचित संजीव आणि त्याचे आई-वडील समंजसपणे, शांतपणे विचार करतील आणि आपला निर्णय बदलतील. कदाचित... आपल्याला आपला संसार विसरूनही राहावं लागेल. भविष्यात काय आहे, ते पुढेच कळणार होतं. पण सध्या मात्र तिचं पाऊल उसळलेल्या अंधारात पडलं होतं.

■

॥ १ ॥

ओॲसिस

ती वाट दिसेल, रस्ता मिळेल, त्या दिशेनं धावत होती. रस्ता आणि घर काहीही जागेवर राहिलं नव्हतं. काही तासांपूर्वी तिचं घर उभं होतं. घरी आई, वडील, दोन भाऊ आणि ती, असे आनंदात जेवत होते. तो आनंद मात्र वरकरणीचा होता. समोर टी.व्ही. लावून ठेवलेला होता. त्याच्यावर सतत युद्धाची सद्य:स्थिती सांगत होते. देशातील अनेक गावांवर, शहरांवर विमानांनी हल्ला केला होता. शहरं जमीनदोस्त केली होती. त्यांचंही शहर सीमेलगत होतं. अजून आपल्या शहरावर हल्ला कसा झाला नाही, याचं त्यांना आश्चर्य वाटत होतं.

टीव्हीवर युद्धपरिस्थितीत काय करायचं हे समजावून सांगितलं जात होतं. प्रत्येकानं आपापली 'इमर्जन्सी बॅग' भरून ठेवायची. त्यात ब्रेड, पाणी, फर्स्ट-एडचं सामान, हे सर्व तयार ठेवायचं. हल्ला सुरू होताच प्रत्येकानं आपापली बॅग घेऊन घराबाहेर पडायचं आणि शहरात खोदलेल्या खंदकांत लपून बसायचं, कारण बाँबहल्ल्याचं लक्ष्य घरं असणार, इमारती असणार. नेहमीचं सुरक्षित असणारं घर आता कमालीचं असुरक्षित वाटत होतं. या युद्धानं सर्व आयुष्यच असुरक्षित झालं होतं.

ओढून-ताणून आणलेल्या आनंदात सर्व मंडळी जेवत होती. हा आनंद किती वेळ, किती दिवस टिकणार आहे, याची शाश्वती कुणालाच नव्हती.

आणि एकदम विमानाची घरघर अगदी डोक्यावरच जाणवली. सगळ्यांच्या मनातली भीती डोळ्यांत जमा झाली. दुसऱ्या क्षणी सर्व भानावर आले. ग्लासमधलं पाणी तिथंच हातावर घेऊन सर्व दरवाजाकडे धावले. ती सगळ्यात पुढं होती. दरवाजापाशीच ठेवलेल्या इमर्जन्सी बॅगांपैकी तिनं एक बॅग उचलली. दरवाजा उघडला आणि तिचं पाऊल बाहेर पडतं न पडतं, तोच एक मोठा स्फोट तिच्या पाठीशीच झाला. त्या स्फोटाचा दणका तिलाही बसला. ती दूर फेकली गेली. काही

वेळानं ती शुद्धीवर आली. घराच्या गेटपाशी पडलेली ती घराकडे पाहत होती. कुठं उरलं होतं घर? घराच्या जागी एक विटांचा-सिमेंटचा मोठा ढीग दिसत होता. शरीरातील हाडं बाहेर पडावीत तसे घराचे कॉलम्स, स्लॅबची लक्तरं त्या ढिगाऱ्यातून बाहेर लोंबली होती.

"मम्मी ऽऽ पापा..." ती आकान्तानं ओरडली.

त्या क्षणी तिच्या हे लक्षातही नाही आलं, की अशाच नावाच्या आकान्तानं सारं शहर ओरडतं आहे, रडतं आहे आणि मधे मधे त्यातून येणारे विक्राळ स्फोटांचे आवाज! ती घाईनं प्रवेशद्वाराच्या दिशेनं अंदाज घेत धावली. तिचे ओठ तिच्याच नकळत वेड्यासारखे 'मम्मी-पप्पा...'चा घोष करीत होते. मध्येच भावाचं नाव घेत होते. ती विटा बाजूला करत होती. सर्वजण प्रवेशद्वारापाशीच असणार, हे ती जाणत होती. आशेनं ती विटा, सिमेंट उपसून काढत होती. तिचे नाजूक हात रक्ताळत होते, नखं तुटत होती. पण ती वेदना तिला जाणवतही नव्हती.

मध्येच ती 'हेल्प हेल्प' म्हणून ओरडत होती. रस्त्याकडे पाहत होती. पण काहीजण ती जे करीत होती, तेच काम करत होते. काहीजण खंदकाकडे धाव घेत होते. त्या गदारोळात मदत मागणारा तिचा आवाज हरवून जात होता. अखेर तिच्या प्रयत्नांना यश आलं. पूर्ण विटांचा खच बाजूला झाला आणि... ती पाहत राहिली. मम्मी, पप्पा आणि तिचे दोघं भाऊ एकमेकांवर पडले होते. आशंकित होतं तिनं मम्मीच्या छातीवर लाडात येऊन डोकं ठेवल्यावर जाणवणारं हृदयाचं स्पंदन या क्षणी जाणवत नव्हतं.

'ममा... ममा... प्लीज डोळे उघड.' ती आक्रोश करत होती.

तिनं वडिलांच्या छातीवर हात ठेवला. तिथंही सर्व शांत होतं. दोघाही भावांकडे तर पाहवत नव्हतं. स्लॅबचा बीम त्यांच्या डोक्यावर पडला होता. चेहरा दिसत नव्हता. पण रक्ताची दोन थारोळी काय घडलं, ते सांगत होती.

तिच्या पायांतली शक्ती गेली. आता एका मिनिटापूर्वी ही माणसं आपल्याशी बोलत होती आणि एका क्षणात... आपल्यासोबत कुणीही नाही! आपण एकट्या उरलो. आपले रक्ताळलेले हात चेहऱ्यावर झाकून ती गदगदत रडत होती.

तेवढ्यात सायरन वाजवत जीप आली. जीपमधून पोलीस खाली उतरले.

वर विमानांची घरघर ऐकू येतच होती. एकानं तिचा हात धरून तिला उठवलं-

"ऊठ, वरती शत्रूची विमानं घिरट्या घालताहेत आणि तू रडत बसलीस!" एकानं म्हटलं.

"आधी खंदकाचा आश्रय घे... पळ."

"नाहीऽऽ. माझे पपा-ममा... भाऊ..."

पोलिसांनी तिनं दाखवलं त्या ढिगाऱ्याकडे पाहिलं. काय घडलं ते त्यांच्या लक्षात आलं.

"ओ ऽ सॉरी... पण आता आपल्या हाती वेळ नाही. आमची एक तुकडी मागून येत आहे. ती या बॉडीज काढून घेईल. त्यांच्यावर अंत्यसंस्कार करतील. पण तू ऊठ."

"नको..."

आता मात्र पोलीस चिडले. त्यांनी तिला अक्षरश: उचलून गाडीत टाकलं.

"ममाऽऽ... माझी मम्मा..." ती आक्रंदत होती.

गाडी एका क्षणात सुरू झाली. घराचा ढिगारा तिच्या दृष्टिआड झाला.

...तिला खंदकाजवळ आणून सोडण्यात आलं.

"सार्जंट, प्लीज... माझ्या आई-वडिलांच्या अंत्यविधीनंतर त्या ठिकाणी त्यांची नावं टाकाल?"

"नाही मॅडम... एवढी माणसं मृत्युमुखी पडली आहेत की त्या सगळ्यांना विद्युतदाहिनीत..." सार्जंट गप्प बसला.

"ओ..."

पण पुढचं काही न ऐकता ते निघून गेले. तेवढ्यात विमान घरघरलं. कुठं तरी बॉंब पडला. धरणी हादरली. आकान्त उसळला. इमारत धडधडून कोसळली, पेटली... ती विस्फारल्या दृष्टीनं समोरचं दृश्य पाहत होती आणि त्या क्षणी तिच्या लक्षात आलं, आपण स्वत:ला वाचवायला हवं. ती खाली पडलेल्या खचातून वाट मिळेल तशी खंदकाच्या दिशेनं पळत सुटली.

ती खंदकात येऊन बसली आणि आता मात्र तिचं रडं मुक्त झालं. कुठलेसे अस्पष्ट शब्द घेऊन ते बाहेर पडू लागलं. तिचं संपूर्ण शरीर गदगदत होतं. अखेर रडून रडून तिचे डोळे कोरडे झाले. तिला नुसतेच हुंदके फुटत होते.

तिनं भानावर येऊन बाजूला पाहिलं... बाजूला एक पंचविशीचा तरुण बसला होता. तो तिच्याकडेच पाहत होता. त्याच्या चेहऱ्यावर भकासपण पसरलं होतं. तिला आपल्या रडण्याला कुणी साक्षी होतं, हे जाणवून संकोचल्यासारखं झालं. त्या वेळी आपलं दु:ख कुणीतरी पाहणारं आहे, या जाणिवेनं तिचे डोळे पुन्हा ओले झाले.

त्या तरुणानं खंदकाच्या भिंतीला मान टेकली.

"तू रडू शकतेस म्हणून तू भाग्यवान आहेस." तो तिच्याकडे न पाहता उद्‌गारला.

“मलाही रडावंसं वाटतं; पण परमेश्वरानं पुरुषाच्या डोळ्यांतले अश्रुपिंड कोरडे ठेवलेत.”

“परमेश्वर आहे?” ती चिडून म्हणाली.

“हो, हा सगळा सगळा संहार घडवणारा क्रूर परमेश्वर!” तो कडवटपणे म्हणाला.

“निष्पाप, निरपराध माणसांना मारण्याची बुद्धी माणसालाच देणारा पथ्थर हृदयाचा परमेश्वर! आय हेट हिम!” तो थुंकल्यासारखं बोलला.

“माझे पपा... ममा... दोन भाऊ...’ सांगता सांगता तिला पुन्हा उमाळा आला.

“रडू नकोस सारखी. या खंदकात आलेले सर्वच जवळ जवळ एकटे आहेत. माझ्या कुटुंबातही सहाजण होते. त्यांतला मी एकटा उरलो आहे. तू एक स्त्री आहेस याचा अर्थ हा नाही की, तू सतत रडत राहावं.” तो झिडकारत म्हणाला. तेवढ्यात वरून एक विमान भरकटत गेलं. कुठंतरी जवळच बॉंब पडला. खंदकातली माती ढासळली. “आपणही कदाचित जिवंत गाडले जाऊ...”

ती भयाने आक्रसली. आपल्या ममा-पपांचे निष्प्राण चेहरे, भावांचे ठेचलेले चेहरे हे सर्व भयानक दृश्य तिच्या डोळ्यांपुढे येत होतं. त्यात त्याचे ते थंड शब्द.

तिच्या मनावरची पकड आता सुटलीच होती. भोवतालच्या भयानक आवाजांमुळे, आक्रोशांमुळे तिच्या मस्तकातही स्फोट होत होते. तिच्या मनातल्या दु:खाची जागा आता तेवढ्याच अतीव भयानं घेतली आणि भीती मनात शिरल्याक्षणी तिला जाणवलं आपलं एकटेपण! आपण आता अगदी आधारहीन आहोत ही भावना! त्या भीतीची थंड शिरशिरी तिच्या पायांपासून डोक्यापर्यंत गेली. तिच्या डोक्यात रक्ताचे गरम झोत उसळले. त्यात तिच्या हातापायांची बोटं ताठली. त्या भीतीचा उद्रेकच झाला.

तेवढ्यात कुठंतरी मोठ्या स्फोटाचा आवाज आला. तिचे दात थडथडू लागले. अंग कापू लागले. डोळ्यांपुढचं दृश्य अस्पष्ट होऊ लागलं. तो तिच्याकडं पाहत होता. आता मात्र त्याच्या मनात तिच्याविषयी कणव निर्माण झाली.

ही वीस-एक वर्षांची मुलगी. हिच्या आयुष्यात हिनं कधी दु:ख पाहिलंही नसेल. मांजराच्या पिलागत ही आजवर घराच्या कुशीत विसावली असेल आणि आजतर तिच्या आयुष्यात एक अक्राळविक्राळ संकट तिला गिळून टाकायला उभं आहे. एवढं मोठं दु:ख ही भाबडी तरुणी कशी सहन करत असेल? त्यानं आपल्या इमर्जन्सी बॅगमधनं रम काढली. बॅगमधून ग्लास काढून त्यात पाणी ओतलं. ग्लास तिच्या पुढं केला.

“नाही. मी पीत नाही.”

“मला माहित्येय ते. तुझ्यासारखी मुलगी पीत नसणारच. पण आज पी. अगदी थोडी दिली आहे. औषधासारखी पी. तुझी ही भीती कमी होईल.” तिनं थडथडणारे दात, कापणारे ओठ गुडघ्यात लपवण्याचा प्रयत्न केला.

“लाजू नकोस. या क्षणी भीती वाटणारच. तू हे घे.”

तिनं थरथरत हात पुढं केला. तो ग्लास हाती घेतला आणि ते कडवट पेय तिनं कसंबसं पोटात ढकललं.

“तुझ्या इमर्जन्सी बॅगमधून शाल काढ आणि पांघरून घे...”

त्याचं ते काहीसं अधिकारानं सांगणं तिला बरं वाटलं.

त्यानं सांगितल्याप्रमाणे तिनं केलं. आपण मद्य घेतलं, या कल्पनेनंच तिला काहीसं गुंगल्यासारखं झालं. मद्याचा अंमल तिला जाणवू लागला.

“ए... जोकर... मी तुला एवढंसं मद्य दिलं आहे. ते चढत नसतं.” त्याही परिस्थितीत त्याला तिचं हसू आलं. कल्पनेनंच तिला मद्याचा अंमल चढला होता.

“माझी मम्मा...” कापऱ्या ओठांनी ती म्हणाली. तिचा आवाज या क्षणी लहान मुलीसारखा वाटला. ती मुलगी रडत होती. आपले ममा, पपा, भाऊ पुन्हा न परतण्यासाठी दूर गेले म्हणून.

पुन्हा एक स्फोटाचा आवाज. मोठ्या इमारतीवर बॉंब पडला असावा. ती इमारत कोसळल्याचा मोठा आवाज आला. इमारत जवळच असावी. धुळीचा लोट खंदकावरच्या इवल्याशा आकाशाच्या पट्टीवर स्पष्ट दिसला.

खालून गोळीबार सुरू झाला. तिचं शरीर आता आणखीच कापू लागलं. तो तिच्याकडे पाहत होता. ती आता चक्कर येऊन पडते की काय, असं वाटू लागलं होतं. आता मात्र त्याला राहवलं नाही.

“ये...” तो तिच्याजवळ सरकत तिला म्हणाला. तीही जणू त्या शब्दाची वाट पाहत होती. ती त्याच्या कुशीत शिरली. त्यानं तिच्या कापणाऱ्या कायेला घट्ट धरलं. तिच्या भीतीनं थंड पडलेल्या अंगाला ऊब मिळाली. लहान मुलीसारखी ती त्याला बिलगली.

आपल्या आईचा, भावाचा, वडिलांचा स्पर्श त्यात ती शोधत होती. पण त्याच्या स्पर्शात ते स्पर्श सापडले नाहीत, तरी एक वेगळा आश्वासक स्पर्श त्यात होता. तिचं कापणारं अंग आता थोडं स्थिर झालं. तो तिला थोपटत होता.

“घाबरू नकोस. जे मेलेत ते सुटलेत. पण आपल्याला मात्र या भयंकर जीवनाला सामोर जायचंय. अर्थात... या संहारातून वाचलो तर! दोन्हीसाठी मनाची तयारी ठेव. तुझ्या आई-वडिलांना एक क्षण आधी कल्पना तरी होती का, की

पुढच्या क्षणी आपण मरणार आहोत? जे होणार ते अटळ आहे. नशिबात मृत्यू असला तर तो येईल. जीवन असलं तर जगावं लागेल.'' तोही आपल्या आयुष्यात असे शब्द प्रथमच बोलत होता. कधीतरी चर्चमध्ये किंवा आजीच्या तोंडून त्यानं ते शब्द ऐकले होते. त्या वेळी त्याला या शब्दांचं हसू आलं होतं. त्या शब्दांना त्यानं वेडावलंही होतं. पण आज तेच शब्द त्याच्या ओठून बाहेर पडत होते.

जीवन आपल्या काबूत असतं, असं त्याला आजवर वाटायचं; पण ते एवढं पराधीन आहे, हे त्याला आज कळलं. त्यानं एक सणसणीत शिवी उच्चारली. ती दचकली.

''कुणाला शिवी देतोय?''

''हे युद्ध घडवून आणणाऱ्या राज्यकर्त्यांना. स्वत: बसले असतील सुरक्षितपणे. सैनिकांच्या दलाच्या भरवंशावर हे युद्धाचा खेळ खेळणार! दुसऱ्या दिवशी रेडिओमधून संदेश देणार. 'घाबरू नका. मनोधैर्य वाढवा.' या माणसांच्या नातेवाइकांचं अपहरण झालं की, त्यांची धाबी दणाणतात आणि इथं आमच्या माणसांचे मुडदे...'' तो आवेगानं धपापू लागला.

तिनं आपल्या छातीवर हात फिरवला. त्यानं शांत असावं, असं तिला वाटत होतं. त्यालाही हीव भरल्यासारखं झालं. तिच्याच पांघरुणाचा एक भाग त्यानं स्वत:भोवती लपेटला. तिच्या भोवतीची मिठी गच्च करून तो बसला. त्यानं आपलं तोंड गुडघ्यांत घालून लपवलं. त्याचं शरीरही आता गदगदत होतं. तो खंदकात आल्यानंतर आता प्रथमच रडत होता. तिला जवळ घेतल्यावर त्याला कुणाजवळ तरी ते रडं व्यक्त करावंसं वाटलं.

''तू रडतोयस?''

''हो.''

तिनं आपले हात अधिक गच्च केले. आता आपण त्याला सावरावं, असं तिला वाटलं.

''तुझ्या घरी कितीजण होते?'' तिनं विचारलं.

''काय करायचं आता ते सांगून? किती जण होतेपेक्षा किती मेले हे विचार. 'मरण' हा आजच्या दिवसाचा महामंत्र झाला आहे.''

हळूहळू अंधार होत होता. झेपावणारी विमानं थकली नव्हती. खालून आग ओकणाऱ्या तोफा थकत नव्हत्या.

थंडी आपली बोचरी नखं हळूहळू बाहेर काढत होती. ती खंदकामध्ये दृष्टी टाकत होती. सर्व माणसं निश्चल बसली होती. कुणीही बोलण्याच्या किंवा रडण्याच्या मन:स्थितीत नव्हते. मधेच एखादी स्त्री उसासा सोडायची. तिनं तिच्याकडं पाहिलं.

पस्तिशीची स्त्री असावी. सोबत आठ वर्षांचा मुलगा होता. ती स्त्री आपल्या मुलाला बॅगमधून काही काढून खाऊ घालत होती, पण तिला मात्र खाववत नव्हतं. मधेच मुलाकडे बघून ती रडत होती. मुलगा घाबरला होता. मध्येच तिच्या गळ्याला मिठी घालून रडत होता. पलीकडे एक म्हातारा बसलेला होता. त्याची दृष्टी तर पूर्णपणे पुसली गेली होती. रात्रीची थंडी खंदकात खूपच जाणवत होती आणि एक जबरदस्त स्फोट शेजारी झाला. ती आणि तो बाजूला फेकले गेले. समोर नुसती धूळ दिसत होती. शरीराला कुठे चटके बसले होते. हळूहळू धूळ स्थिरावली. मघाची बाई, मूल आणि म्हातारा... आता ओळखू न येण्याच्या अवस्थेत विखरून पडले होते. शरीराचे नुसते तुकडे होऊन गेले होते.

ती ते दृश्य पाहून वेड्यासारखी किंचाळू लागली. तिनं त्याला घट्ट धरलं... तिचं अंग पुन्हा कापू लागलं. तोही डोळे विस्फारून पाहत राहिला. मृत्यू फक्त दोन फुटांवरून निघून गेला होता. हळूहळू तो भानावर आला तेव्हा आपल्या पायाला वेदना होत आहेत, हे त्याला जाणवलं. त्यानं पाहिलं, पोटरीला जखम झाली होती, तिनंही त्या जखमेकडं पाहिलं. ती थोडी सावरली गेली. कापऱ्या हातानं तिनं बॅगमधून फर्स्ट-एड काढलं... लोंबलेलं मांस पुन्हा तिथल्या तिथं लावून, औषध लावून बँडेज बांधलं. 'थँक्यू'... तो कळवळत म्हणाला. तिनं त्याच्या हातावर थोपटलं.

आता दोघंही हवालदिल झाले होते. आत्ताचा क्षण आपल्या असण्याचा आहे, पुढचा क्षण कदाचित नसण्याचाही असेल. सर्व धक्क्यांनी आता त्याचाही धीर संपला होता.

त्यानं शाल अंगावर आणखी ओढली. त्याबरोबर तीही त्याच्याकडे ओढली गेली.

सर्व संकोच सोडून भीतीनं धपापत्या हृदयानं ती त्याच्या कुशीत विसावली होती. तोही तिच्या अस्तित्वाला हातांनी वेढून विसावला होता. ही भीती कशी घालवावी...?

त्यानं हलकेच तिच्या अंगावरून हात फिरवला. त्या स्पर्शातलं वेगळेपण तिला जाणवलं. आतापर्यंत ती त्याच्या कुशीत होती. पण त्याचा स्पर्श असा नव्हता. हळूहळू त्याचा हात तिच्या अंगभर फिरला.

जे घडतं ते योग्य आहे? ती विचार करत होती. पण काही क्षणच. तिच्या अंगातल्या भीतीबरोबर आणखी वेगळ्या संवेदना स्फुरू लागल्या. हळूहळू त्या संवेदनामध्ये भीतीची संवेदना नाहीशी होऊ लागली. तिच्या शरीरभर धुंदी पसरत गेली. त्या धुंदीचं आवरण आतापर्यंतच्या दुःखावर, भीतीवर पसरत गेलं. या क्षणी

ती आपल्या जवळच्या लोकांचे मृत्यू विसरली होती. तिचं दु:ख पेलता पेलता थकलेलं मन एकदम पिसासारख हलकं झालं. वेगळ्याच स्पंदनावर झुलू लागलं. त्याचीही स्थिती काही वेगळी नव्हती.

सकाळ झाली. विमानांच्या फैरी संपल्या होत्या.

बिळातून उंदरानं घाबरत बाहेर पडावं, तसे हळूहळू सर्व लोक खंदकांतून बाहेर पडू लागले. प्रत्येकजण आपापल्यांच्या शवपेटिका वाहून नेत होते. ती आणि तोही बाहेर पडले. बाहेरच्या उद्ध्वस्त जगात त्यांचं कुणीही नव्हतं. पण कालच्या रात्रीनं त्यांना एकमेकांजवळ आणलं होतं. कुणीतरी वेगळ्या अर्थानं आपलं आहे, जवळचं आहे, या जाणिवेनं तिला धीर येत होता. आपले अश्रू मोकळे करण्यासाठी कुणी आहे, हे तिला जाणवत होतं.

दोघंही रखडत जात होते. कुठं जायचं दोघांनाही कळत नव्हतं. पण त्याला मात्र एक दिशा ओढत होती. तीही त्याच्या हाताला धरून त्याच्या लंगडणाऱ्या शरीराला आधार देत त्याच्यासोबत चालली होती. दोघांनीही एकमेकांना एकमेकांसाठी गृहीत धरलं होतं.

तो एका उद्ध्वस्त घरासमोर थबकला. आर्तपणे त्या घराकडे पाहत राहिला.

घराबाहेरचा गुलमोहर तसाच फुलून उभा होता. कंपाउंडवरली वेलही आपली फुलं सावरू शकत नव्हती. पण आतलं घर मात्र उद्ध्वस्त झालं होतं.

''हे तुझं घर आहे?'' तिनं विचारलं.

''नाही.''

''मग कुणाचं?''

''माझ्या प्रेयसीचं...''

जिवापाड प्रेम केलं होतं, मी तिच्यावर... कालच मी इथंही आलो होतो. वाटलं होतं माझ्यासारखी तीही जगली असेल. पण मी आलो तेव्हा पोलीस तिची डेडबॉडी काढत होते.''

''जन्मभराच्या सोबतीच्या आणाभाका घेतलेली माझी प्रिया लग्न न करताच अशी दूर जाऊ शकते, त्यावर माझा विश्वास बसत नव्हता. माझं वर्तमान आणि भविष्य दोन्हीही उद्ध्वस्त झालं. माझे आई-वडील, बहीण-भाऊ गेले. जी माझं आयुष्य बहरणार होती, ती माझी प्रियाही गेली.''

तो बोलत होता आणि ती मात्र पुन्हा कोसळत होती, फार फार खोलवर... सहन न होऊन तिनं त्याला बुक्क्या मारल्या. तो हेलपाटला. पण त्यानं स्वत:ला सावरलं.

''काय झालं तुला?''

"काय झालं विचारतो? तुला प्रेयसी असताना काल रात्री तू माझ्याबरोबर..." तिला पुढचे शब्द उच्चारता येईना.

"काल तुझी प्रेयसी गेली आणि तरी तू मला..."

तो शांतपणे तिच्याकडे पाहत होता.

"काल तुझे आई-वडील, भाऊ गेले तरी तू मला प्रतिसाद दिलाच ना?" त्यानं तिला प्रतिप्रश्न केला.

तीही खाडकन् शुद्धीवर आली.

"आपण दोघं काल रात्री एकत्र आलो."

"पण त्याचा अर्थ तुला न् मला समजावून घ्यायला हवा. भीती, दु:ख, एकटेपण या सर्व कोसळलेल्या आपत्तीतून बाहेर येण्यासाठी... किंवा... काही काळ ते सर्व विसरण्यासाठी आपण जवळ आलो होतो. कुणीतरी खूप जवळचं आपलं आहे, त्याचा तो एक शोध होता. अनिवार्यपणे ते आपल्यात घडून गेलं. ते प्रेम नव्हतं. काही तासांत प्रेम होत नसतं. पण आधारासाठी व्यक्ती शोधता शोधता भ्यालेल्या मनानं त्या आधाराच्या जवळ... जास्तीत जास्त जवळ यायचा प्रयत्न केला होता." तो तिला आणि स्वत:ला समजावत होता. पण तिला ते पटत नव्हतं.

आपण पुन्हा खूप काही हरवलं आहे, असं तिला वाटायला लागलं. काही स्वत:तलं... काही दुसऱ्याचं... तो जवळ आला. आपल्याला वाटलं हे प्रेम...

"पण... खरंच प्रेम असं जागतं?"

ती हुंदके देत रडत होती.

"चल... आपल्याला मदत केंद्रापर्यंत जायला हवं..."

"मला नाही यायचं तुझ्याबरोबर... तू फसवा आहेस."

"हो... मी खरंच फसवा आहे. मी मला स्वत:लाही फसवलं... शुद्ध शरीर-सुखासाठी जवळ येणं ते नव्हतंच." त्यानं कबुली दिली.

"तू माझ्याशी असा खेळ का खेळलास?"

"तू तरी खेळात का समाविष्ट झालीस?"

"तो खेळ नव्हता. भीतीच्या गर्तेत कोसळणाऱ्या मनाला आधार द्यायचा तो एक प्रयत्न होता. हा प्रयत्न केला नसता, तर आपण वेडे झालो असतो."

"याचाच अर्थ तू तुझ्या प्रेयसीशी एकनिष्ठ नव्हतास." ती चिडून म्हणाली.

"मला त्या क्षणी जीवनाशी एकनिष्ठ राहावं वाटलं."

"जा तू... माझ्या दृष्टीपुढेही उभा राहू नकोस. तू मला... वापरून घेतलंस..."

तो तिची समजूत काढू पाहत होता.

"मी तुला नाही... माझ्या शरीरानं तुझ्या शरीराला वापरलं. कालची रात्र

सोडली तर आपण आहे असेच आहोत. एकाकी... दुःखी... आणि...''

"कुणास ठाऊक आपणही किती दिवस असणार? उद्या पुन्हा हल्ला झाला तर कदाचित आपणही...''

"नाहीऽऽ'' ती त्याच्याजवळ आली.

"मी फार घाबरलेय. मला आणखी घाबरवू नकोस...''

त्यानं तिला जवळ घेतलं. आपल्या दुखऱ्या पायाचा भार तिच्यावर टाकला. आता रात्रीचा 'तो' त्या स्पर्शात नव्हता.

"एक खरी होऊ शकणारी शक्यता मी तुला सांगतोय... काल रात्री... मी प्रथम स्त्रीसुख अनुभवलं. निदान उद्या मरण आलं, तर त्या सुखाची चव तरी आपण घेतली आहे ना...''

तिनं नकळत मान खाली घातली. "चल. आपल्याला मदत केंद्रापाशी जायलाच हवं. जीवनानं अखेर जीवनाच्याच शोधात जायचं असतं. हा नियम आहे... भले मध्येच रस्त्यात मृत्यू गाठेल. पण... आपला शोध एकच. जीवनाचा, तुला पटत असलं तर चल...'' एवढं बोलून तो पुढं निघाला.

ती थबकली होती. त्याच्या वाक्यातले अर्थ तिच्या निरागस मनात उतरत गेले.

"थांब... मी येतेय...'' ती त्याच्या दिशेनं धावत निघाली.

■

|| १० ||

समईच्या शुभ्र कळ्या

आश्रमात शांतता नेहमीचीच होती. पण नेहमीच्या शांततेपेक्षा आज उदासपणा होता. सर्व ठरलेली कामं नेहमीसारखीच होत होती. पण त्यात उत्साह नव्हता. नेहमीसारखीच भजनं चालू होती. स्वामींच्या दर्शनाला लोक येत होते. स्वामी नेहमीसारखा आशीर्वाद देत होते. पण तो आशीर्वादाचा हात आज काहीसा कोरडा होता. आशीर्वाद देताना डोळे मिटले, की स्वामींच्या डोळ्यांपुढे शांतामाँ येत होत्या. स्वामींच्या अवतीभवती वावरणारे शिष्य-शिष्याही गंभीर होते. त्या गांभीर्यात काळजीच्या रेषा होत्या. सगळ्यांच्याच डोळ्यांपुढे शांतामाँ येत होत्या.

शांतामाँचा महाप्रयाणाचा प्रवास सुरू झाला होता. आपल्या खोलीत शांतामाँ आपल्या पलंगावर पडल्या होत्या. काहीशा निपचित. डॉक्टर येऊन तपासून गेले होते. सर्व उपचारांपलीकडे शांतामाँचं शरीर गेलं होतं. एकेका श्वासानं जीव शरीराच्या महाद्वाराच्या दिशेनं चालला होता. कधी ग्लानीत तर कधी चेतनावस्थेत त्यांचं मन आतबाहेर करत होतं.

शांतामाँ कण्हल्या. मन चेतनावस्थेत आलं होतं.

''माँ-'' एक शिष्या पुढे आली. तिनं शांतामाँचा हात हातात घेतला.

''माँ, काय सांगायचंय?''

शांतामाँचे ओठ बोलायचा प्रयत्न करत होते.

शिष्येनं त्यांच्या ओठांशी कान आणला.

''जीवन-अंधार, नुसता अंधार.'' शांतामाँ प्रयासानं बोलल्या.

शिष्येचा चेहरा पडला.

ह्या अर्धवट ग्लानीत माँ सारखं हेच पुटपुटत होत्या.

'अध्यात्मानं सर्व आयुष्य तेजाळलं होतं. कोणीही शंका घेऊ नये असं चरित्र, बुद्धिमत्तेसोबत मनाचं पावित्र्य-' माँच्या आयुष्याचं वर्णन एवढंच होतं.

आश्रमात अनेक वर्षे केलेला एक निरामय मानसिक प्रवास, ज्यात घटना फार कमी होत्या. हळूहळू अंधाराचे पाश तोडत माँनी आपलं एक लखलखीत स्थान निश्चित केलं होतं.

स्वामींचे शब्द, विचार ऐकता ऐकता माँ विचारमय होऊन गेल्या होत्या.

ह्या प्रकाशमय मानसिक अवस्थेत असतानाही माँनी आपल्या जीवनाचं वर्णन 'नुसता अंधार' असं करावं, ह्याचं सर्वांना आश्चर्य वाटत होतं, वाईटही वाटत होतं.

माँची उलघाल चालू होती. ती उलघाल सर्व शिष्यांसाठी अनोखी होती. नेहमी संयत तेवणारी दीपकळी अचानक फडफडू लागावी, तीही तेल संपता संपता! सर्व अंचबित झाले होते.

माँ चेतनेतून पुनः ग्लानीत गेल्या. पण ती ग्लानी म्हणजे एक प्रचंड बोगदा असावा, तसा एक मार्ग होता. कुठेतरी खूप मागे त्या बोगद्याची सुरुवात एका दुःखाच्या रानानं झाली होती. माँचं बालपण संपायच्या आतच त्यांचं लग्नं झालं होतं आणि त्यांचं तारुण्य यायच्या आत त्या विधवा झाल्या होत्या. गरीब माहेर आणि तिखट सासर ह्या दोन्हीत माँ होरपळून निघाल्या. अवघ्या चौदा-पंधरा वर्षांच्या माँचं आयुष्य विनाकुंकवाचं होऊन थपडा खात होतं. जी व्यक्ती गेली ती व्यक्ती आपला पती होती खरी. पती म्हणजे काय? तो कसा बोलतो? कसं प्रेम करतो? पती-पत्नीचं नातं कसं असतं, हे कळायच्या आतच तो गेला होता. उरले होते केवळ दुःखाचे, कष्टांचे आणि यातनांचे आलेख.

पण ह्याच सर्वांनी माँना आयुष्याच्या काठावर आणून सोडलं. आयुष्यात गुंतवण्यासारखं काहीही नव्हतं.

आणि एक दिवस तीर्थयात्रेला म्हणून गेलेल्या माँ स्वामींच्या आश्रमात आल्या. माँ नाही, शांता.

आश्रमाचं पावित्र्य, गांभीर्य, शांतपणा आणि स्वामींचं वैराग्य माँना आपलं स्थान सांगून गेलं. लौकिक जीवनात तर आयुष्य गर्तेत गेलं होतं. पण ह्या शांत आश्रमात देवापुढच्या निरांजनात आपण राहू, हे त्यांना कळून चुकलं.

स्वामींच्या पायाशी त्या ओणवल्या आणि स्वामींनी आशीर्वाद दिला. माँचे डोळे भरून आले. आपल्याला कुणी आशीर्वाद देत आहे! आश्चर्य आहे. सतत शिव्याशाप खाणाऱ्या माँना 'सुखी भव' हे शब्द अलौकिक आणि त्याच वेळी अशक्यप्राय वाटले.

लहानग्या माँनी स्वामींकडे पाहिलं. त्यांचे डोळे भरून आले होते.

स्वामींनी माँकडे पाहिलं. भरलेल्या डोळ्यांनी आणि सुन्या कपाळाने त्या

स्वामींना जणू एक अबोल प्रश्न विचारत होत्या. "मी सुखी होऊ शकेन? शक्य आहे हे?"

स्वामींना तो अबोल प्रश्न कळाला.

"बेटा, माझा आशीर्वाद खोटा ठरणार नाही. इथे राहशील?"

"हो, राहीन." माँनी तात्काळ म्हटलं.

माँच्या आई-वडिलांसमोरच माँना दीक्षा दिली गेली.

"माँ आता इथे राहतील." स्वामींनी स्पष्ट केलं.

आई-वडिलांना आनंद झाला. सासरी पिडलेल्या मुलीची परभारेच सोय लागत होती. "स्वामी, देवाच्या अंगणातल्या तुळशीसारखी वाढेल आमची शांता." आई-वडील म्हणाले होते.

स्वामी मात्र शांताकडे पाहत होते. तिचं सरळ नाक, अथांग डोळे, मोठे कपाळ. ते लक्षणं वाचत होते.

"तुमची शांता देवाच्या अंगणातील तुळस नाही. गाभाऱ्यातली ज्योत होईल. मला विश्वास आहे. तिच्या चेहऱ्यावरची लक्षणं फार वेगळी आहेत." स्वामींनी म्हटलं. ते शब्द ऐकून शांता पुलकित झाली. दाराआडच्या केरसुणीसारख्या आपण; आणि स्वामी म्हणताहेत की आपण गाभाऱ्यातली ज्योत आहोत! तिची आत्मग्लानी दूर झाली; त्या शब्दांनीच तिच्या डोळ्यांत आत्मसन्मानाच्या ज्योती पेटवल्या.

स्वामींनी शांताला दीक्षा दिली. आता शांता ना सासरची होती ना माहेराची. तिचा सर्वांशी संबंध सुटला. दुःखाशी संबंध सुटला. एका अम्लान प्रकाशाशी ती बांधली गेली होती.

आश्रमात स्वामींचे विचार होते. बौद्धिक होतं. वेद, उपनिषदं, पुराणं होती. पण शांता आश्रमात राहू लागली आणि आश्रमात वात्सल्य आलं. आजारी पडणाऱ्या शिष्याला पेज, लापशी मिळू लागली. देवासमोरची समई रोज लखलखू लागली. समोरची बैठक सारवली जाऊ लागली.

स्वामींच्या ते लक्षात येत होतं. आधी प्राजक्ताची फुलं परडीत असायची. आता फुलांचा हार असायचा. फुलांबरोबर तुळस असायची. गंध कुणी न सांगता उगाळून ठेवलेलं असायचं.

आणि एक दिवस स्वामींच्या ओठून हाक बाहेर पडली-

"शांतामाँऽऽ" दचकून निर्माल्य गोळा करणाऱ्या शांतानं स्वामींकडे पाहिलं.

"शांतामाँ, शिष्यांना प्रसाद द्या-"

आपला उल्लेख स्वामींनी 'माँ' म्हणून केला! ह्याहून कोणती आणखी वेगळी उपाधी हवी होती? एवढ्या मोठ्या आश्रमात एकाच शब्दाची कमतरता

होती. 'माँ' ह्या शब्दाची. ती कमतरता त्या दिवशी भरून निघाली ती आजवर.

शांता सर्वांचीच शांतामाँ झाली. तिच्यापेक्षा लहान-मोठ्यांची. स्वामींची. अगदी कोवळ्या वयात ती आश्रमाची माँ झाली. शब्द साधा एक अक्षरीच होता. पण त्या शब्दाची जबाबदारी शांतामाँनं ओळखली होती. ती जबाबदारीही स्वामींनी टाकलेली!

त्या लहान वयात सुरू झालेला आयुष्याचा प्रवास आश्रमातच वयाचे वेगवेगळे टप्पे गाठत अखेर आज आश्रमातच पूर्णत्वाला जाणार होता.

आयुष्यभर सर्व पावसाळे, उन्हाळे जिंकून घेतलेल्या शांतामाँ आज ग्लानीत पुटपुटत होत्या. 'माझं आयुष्य एक अंधार-'

स्वामींच्या दर्शनाला येणाऱ्यांची वेळ संपली. स्वामी आपल्या खोलीत आले.

स्वामींचे केस पांढरेशुभ्र झालेले. शरीरानं वार्धक्य अंगावर ओढून घेतलेलं. तरी चेहऱ्यावर असलेलं तेज, डोळ्यांतला विरागी भाव. एक तपस्वी त्यांच्या रूपानं परिपूर्ण झाला होता. त्यांनी क्षणभर डोळे बंद केले.

शांतामाँची हाक स्पष्टपणे कानी आली.

त्यांचे डोळे पाणावले.

''शांतामाँ, ह्या आश्रमाची आई - तू जाते आहेस! लहान वयात आलीस. ह्या आश्रमाचा एक अविभाज्य घटक झालीस. सर्वांना मायेनं वाढवलंस. आश्रम वाढवलास. खरीखुरी आई न होता तिच्याहीपेक्षा श्रेष्ठ आई झालीस.'' स्वामींचे पाय शांतामाँच्या कुटिराकडे वळाले. तेवढ्यात एक शिष्य तिथूनच लगबगीनं बाहेर आला. स्वामींना पाहून थबकला.

''काय झालं?'' स्वामींनी विचारलं.

शिष्याच्या डोळ्यांत पाणी होतं.

''स्वामी, माँचा अखेर जवळ आला आहे; पण... पण तुम्ही माँना समजवा. माँ समाधानानं जात नाही आहेत. त्यांचं मन अस्वस्थ झालं आहे. मध्येच त्या पुटपुटताहेत की माझं आयुष्य अंधार होतं. स्वामी, माँ ह्या आश्रमाचं चांदणं होत्या - आमच्या चालण्याच्या मार्गावरची पणती होत्या. तरी त्यांनी असं म्हणावं? सगळ्या आयुष्यभराची तपश्चर्या त्यांना शेवटच्या क्षणी व्यर्थ का वाटते आहे?-''

स्वामी अंतर्मुख झाले.

''मी बघतो.'' एवढंच बोलून स्वामी माँच्या कुटिरात गेले.

स्वामींनी खोलीत दृष्टी फिरवली. माँचं नीटनेटकेपण त्या कुटिरातही होतं. छोट्याशा देवघरात मांडलेली पूजा, वर स्वामींचा फोटो, बाळकृष्णाचा मोदक

खातानाचा एक फोटो, लाल बासनात बांधलेली पुस्तकं. आता माँना बरं नसताना शिष्येनं केलेली पूजा, वाहिलेली फुलं, त्यांचा मंद गंध.

आणि समोर लहानशा पलंगावर पडलेल्या माँ. शाल ओढलेलं माँचं शरीर पटकन लक्षातही येत नव्हतं. फक्त छातीचा भाता जोरानं वरखाली होत होता. आश्रमात वावरणारं चैतन्य साकळून पलंगावर पडलं होतं.

माँच्या अवतीभवती शिष्य, शिष्या जमा होत्या.

स्वामींनी त्यांच्याकडे पाहिलं आणि त्यांना खूण केली.

सर्वजण हळूहळू बाहेर पडले. बाहेरच्या सभामंडपात शांतसे बसून राहिले. सर्वांचे चेहरे व्यग्र होते. दुःखी होते. महाप्रयाण ते अनुभवत होते. एकेका क्षणाबरोबर माँच्या अस्तित्वाचं मूठभर चांदणं डहुळून सांडत चाललं होतं.

स्वामींनी दार लोटलं.

स्वामी माँच्या पलंगाजवळ आले. माँच्या जवळ बसले.

त्यांनी आपला हात माँच्या डोक्यावर ठेवला.

त्यांनी डोळे बंद केले. आपले प्राण, आपलं ध्यान ते त्या हस्तस्पर्शात एकवटू पाहत होते.

त्या हातातून खरोखरच काही स्रवत माँच्या जाणिवेत गेलं.

अर्धग्लानीतल्या माँनी डोळे उघडले आणि उत्कटपणे त्या म्हणून गेल्या.

"स्वामी!"

स्वामींचा कधीतरी ओझरता हस्तस्पर्श त्यांच्या माथ्याला झाला होता. पण त्या क्षणी आपल्याला नेणिवेतून ओढून काढणारा स्पर्श स्वामींचाच हे माँनी ओळखल होतं.

"शांतामाँ..." स्वामी समजावणीदाखल म्हणाले. शांतामाँनी मान हलवली.

"नाही स्वामी. शांतामाँ नको. नुसतं शांता म्हणा. अगदी सुरुवातीला हाक मारायचे तसे."

"शांतामाँ, तू आता अधिकारी स्त्री आहेस."

"नाही-" शांतामाँच्या डोळ्यांतून पाणी वाहिलं,

"मी अधिकारी स्त्री वगैरे नाही. नाहीतर ह्या शेवटच्या क्षणांनी मला व्यर्थत्व सांगितलं नसतं. स्वामी, तुमच्या सावलीखाली आयुष्य गेलं. पण आज वळून बघतेय, मला अंधारच जाणवतो आहे. असं का वाटावं? का?"

"शांता, अगं ज्या तऱ्हेनं तू आयुष्य जगलीस, ज्या तऱ्हेनं वैराग्य सांभाळत सर्वांना प्रेम दिलंस, त्या वाटेनं मृत्यूनंतर केवळ मुक्ती-"

"नाही स्वामी- ही मुक्ती, जन्ममरण, पुनर्जन्म ही सगळी भाषा मला खोटी वाटतेय. मल काही वेगळं हवंय."

"शांता, अगं, ज्यासाठी सर्व योगी साधना करतात ते तुला मिळालं आहे."

"नाही. मला काही मिळालं नाही. मला माझं हृदय अगदी रिक्त रिक्त वाटतंय. मला कळतंय, माझे काही क्षण उरले आहेत. अशा वेळी मन शांत हवं. समाधानानं भरलेलं हवं. पण ते तसं नाही स्वामी-" शांतामाँ कळवळून बोलत होत्या. जाता जाता पणती मोठी व्हावी तशी सर्व जीवनशक्ती त्यांच्या पंचेद्रियांत एकवटली होती.

"शांतामाँ, ज्या कृष्णाची तू आयुष्यभर मनोभावे भक्ती केली, त्याचं रूप आठव. त्याचे शब्द आठव-"

"मी कोणत्या कृष्णाची भक्ती केली? मला नाही आठवत. माझ्या डोळ्यांपुढे तर एकच कृष्ण होता. तो आत्ताही दृष्टीसमोर आहे. मी फक्त त्याचीच भक्ती केली." शांतामाँच्या डोळ्यांतून पाणी ओघळलं.

"शांतामाँ, जाणतो मी. अगं, त्याशिवाय का तू ह्या आश्रमात निष्ठेनं राहिलीस? निष्ठा आश्रमाशी नसते. माणसाशी असते. माणसाच्या निष्ठेवर माणूस सर्व आयुष्य काढतं. मी तुला एक नाव दिलं 'शांता माँ.' त्या निष्ठेमुळेच तू ते नाव सार्थ केलंस. शांतामाँ, तू जाशील; पण खरोखर जाणार नाहीस. आमच्या सगळ्यांच्या मनात तू जिवंत असशील."

शांतामाँचा श्वास फुलला.

"शांतामाँ, भीती वाटते? घाबरू नकोस. हा अंतिम क्षण प्रत्येकाच्या आयुष्यात येत असतो. आज तुझ्या आयुष्यात येतो आहे. उद्या माझ्याही आयुष्यात येईल. योग्यापासून राजापर्यंत, राजापासून सामान्य माणसापर्यंत सर्वांच्याच आयुष्यात हा शेवटचा क्षण येतो. ह्या क्षणाची भीती सर्वांना वाटते. पण ह्या भीतीवर विजय मिळवणं म्हणजे मुक्ती. मुक्तीचा अर्थ ह्याहून वेगळा नाही."

"मला मरणाची भीती वाटत नाही, स्वामी. पण प्रत्येकाचीच इच्छा असते, की जाताना मन भरून पावलेलं असावं. शांत, तृप्त मनानं जगाचा निरोप घ्यावा. असं माझं मात्र झालं नाही स्वामी. लखलखीत पितळेची समई असावी, ती तेलानं भरलेली असावी, त्यात वाती लावलेल्या असाव्यात; पण ती समई पेटलेली नसावी, मौन अंधार तिला वेढून असावा, हे त्या समईचं दुर्दैव माझ्या नशिबी का यावं? त्या समईची वेदना, तिची हळहळ मला जाणवते आहे."

"शांता, किती नि:संगपणे तू ह्या आश्रमात आलीस आणि किती नि:संगपणे इथे राहिलीस!"

"स्वामी, आजवर मला हेच वाटत होतं. तुमच्या सावलीत पुण्य वेचत राहिले. मला वाटलं, माझी ओटी भरते आहे. पण आज जेव्हा आयुष्याचा अंत

समोर आला, तेव्हा ते पुण्याचे क्षण मला समाधान देऊ शकत नाहीत. स्वामी, मनाचं समाधान देऊ शकत नाहीत. स्वामी, मनाचं समाधान पाप-पुण्यापेक्षा वेगळं असणार निश्चितच. अन्यथा संन्यस्त जीवन जगणाऱ्या माझी ही तडफड झाली नसती. जर ह्याच मानसिक अवस्थेत तडफडत मी जाणार असेन, तर आधीच्या जगण्याच्या कोणत्याही क्षणाला काहीही अर्थ उरत नाही.''

"ही तुझी भीती बोलतेय शांता. अगं, कृष्णानं गीतेत म्हटलंय ना "वासांसि जीर्णानि यथा विहाय, नवानि गृण्हाति नरोऽपराणि. तथा शरीराणि विहाय जीर्णान्यन्यानि संयाति नवानि देही'' ह्याचा अर्थ तुला काय सांगू मी? पण मृत्यू कुणाला चुकला आहे? वरचे हे शब्द सांगणारा कृष्णही शेवटी पारध्याचा बाण लागून गेला.'' स्वामी तिला समजावत होते.

"स्वामी, मला भीती वाटत नाहीये. अजिबात नाही. ह्या आश्रमात मी ज्या क्षणी आले, तेव्हाच मी भयमुक्त झाले होते. मला कधीही कुणाचीही भीती वाटली नाही. ना शिष्यांची, ना मरणाची, ना दुखण्याची-'' शांतामाँ बोलता बोलता गप्प बसल्या. तेवढ्या बोलण्यानं त्यांना श्वास लागत होता. पण आता तमा कशाचीही नव्हती. ना धाप लागायची, ना वेदनेची. तिला मनात डाचणारं बोलायचं होतं. तो सल काढून टाकायचा होता.

"शांता, एक विचारू? खरं सांगशील?''

"आता खोटं बोलण्याची वेळच नाही.''

"शांता, मनात डोकावून बघ आणि सांग तू. मला कधी घाबरलीस?''

"तुम्हाला?'' शांतानं दचकून आणि काहीसं आश्चर्यानं विचारलं.

"हो शांता, मला. घाबरण्याची अनेक कारणं असतात. काही कारणं त्या व्यक्ती असतात, काही कारणं आपल्या मनातच असतात. कोणत्या ना कोणत्या कारणाने माणूस एखाद्या व्यक्तीला घाबरत असतो. सांग, अशीच तू मला घाबरत होतीस?''

शांतामाँनी डोळे मिटले. त्या विचारात बुडाल्या.

"हो स्वामी, मी तुम्हाला घाबरत होते.''

"का? सांग शांता. मनात काही ठेवू नकोस. आपलं मन हीसुद्धा एक गहन गुंफा असते. त्या गुंफेच्या अंधारात खूपकाही लपलेलं असतं. त्या गुंफेत डोकावून आपलं मन वाचणं हीदेखील एक तपश्चर्या असते. मनाच्या अंधारात राउळं असतात आणि वारुळंही. त्यांना जाणिवेच्या प्रकाशात आण. जग जाणलं, जगण्याचं प्रयोजन जाणलं; पण स्वतःचं मनच जाणायचं राहून गेलं असं वाटायला नको.''

"स्वामी, आयुष्यभर तुमच्या पावलांशी वावरले. पावलांना स्पर्शही करायचे.

पण तरी वाटायचं तुम्ही खूप उंचीवर उभे आहात. आपलं जीवन ह्या उंचीला स्पर्श करू शकत नाही. आपण केवळ पायांनाच स्पर्श करू शकतो. स्वामी, मला तर तुमच्या व्यक्तिमत्त्वाला स्पर्शावं वाटायचं, तुमच्या वैराग्यासकट. साधनेसकट. हे विचार मनात आले, की मला घाबरं व्हायचं. हे आपल्या मनात काय येतंय?हे पाप? पण नाही स्वामी, जाणवायचं हे पापही नाही. तरीही मी एक क्षुद्र-''

स्वामींनी शांतामाँचे कापणारे हात हाती घेतले. ते हात आता थंड पडत चालले होते. चमकून स्वामींनी शांतामाँच्या पायांवरची शाल बाजूला केली. त्यांच्या पावलांना हात लावला. पावलंही थंड पडलेली. शांतामाँनी आपली पावलं ओढून घेतली.

''स्वामी, नको स्वामी. जाताना तुमचा हात माथ्यावर राहू द्या. पावलांना हात नका लावू. मी एक लहान उंचीची स्त्री-''

''नाही शांता, तुझा गैरसमज आहे. तुझी उंची काय आहे, हे मी जाणतो. परमेश्वरानं फार मोठी उंची देऊन तुला पाठवलं होतं. त्यामुळेच तू या आश्रमावर आभाळ होऊन राहिलीस. ह्या आभाळाखाली मी स्वत:ही होतो.''

''स्वामी!''

''तुला बरं वाटावं म्हणून बोलत नाही शांता. हा आश्रम तुझ्या येण्याच्या आधी अपूर्ण होता. तो तुझ्या येण्यामुळे पूर्ण झाला. ह्या आश्रमात आधी केवळ पुरुष होता. तुझ्या रूपानं आश्रमाला प्रकृती मिळाली. जिथे पुरुष आणि प्रकृती आहे, तिथेच पूर्णत्व आहे.''

''स्वामी...'' स्वामीचं बोलणं ऐकून शांतामाँच्या डोळ्यातून पाणी वाहू लागलं.

''स्वामी, मोठा दर्जा दिलात-''

''तो होताच शांता. तुझ्या माथ्यावर हात ठेवून खोटं बोलणार नाही.''

''स्वामी. तुम्ही आजवर कधीच खोटं बोलला नाहीत. म्हणून भरून पावले. पण एक विचारू?''

शांतामाँचा जीव आता फडफडू लागला होता.

''विचार शांतामाँ!''

''प्रकृती व पुरुष आश्रमाला मिळाले खरे; पण स्वामी ज्या दोघांमुळे जगाला पूर्णत्व मिळतं, ती दोघं एकमेकांवर प्रेम करू शकत नाहीत. चराचरावर प्रेम करणं तर प्रकृतीचा धर्मच आहे. पण ह्या प्रकृतीवर पुरुष प्रेम करतो, की तो निर्विकार असतो?''

विचारता विचारता शांतामाँची वृद्ध चर्या असहाय होत गेली.

शांतामाँचं दु:ख स्वामींच्या लक्षात आलं होतं. त्यांनी शांतामाँचे दोन्ही हात घट्ट धरले.

"शांता, प्रकृती व पुरुषाला बांधून ठेवणारा केवळ एकच धागा आहे; तो म्हणजे प्रेमाचा. तो धागा नसला तर दोघं एकत्र कसे राहू शकतील? शांता, तुला ह्या आश्रमाची आई केलं. माझ्यातलं आध्यात्मिक, वैचारिक सामर्थ्य तुला दिलं. आयुष्यभर तुझा सहवास माझ्या मनात जाणवायचा. माझ्या दारापुढे तुझी पावलं वाजायची. इतर पायरवांपेक्षा तो पायरव वेगळा असायचा. मी वाट पाहत असायचो. कितीही निर्गुण म्हटलं, तरी देवाचं एकदा मूर्त दर्शन घ्यावंसं वाटतं ना!

"शांता, एका योग्याचं प्रेम, जिव्हाळा ह्यात फरक असतो. ते प्रेम व्यक्त करण्यात फरक असतो. त्यासाठी मला स्पर्शाची गरज वाटली नाही, ना शब्दांची. मी तुला कधी बोलूनही दाखवलं नाही. पण प्रेमातल्या विश्वासापोटी तुझ्यावर आश्रमाची जबाबदारी टाकली. साधनेतल्या परम एकान्तातून बाहेर आल्यावर शब्द बोलावेसे वाटायचे ते तुझ्याशी. साधनेतल्या तल्लीन मनाला समंजस शब्द हवे असतात. निर्लेप मन हवं असतं. म्हणून साधनेतून बाहेर आल्यावर मी तुला पाणी मागायचो.''

"स्वामी, माझं मन निर्लेप आहे? मग आज जाताना मनाला ही ओढ का लागावी?''

'शांता, तुझं मन निर्लेप आहे. प्रेम करणं म्हणजे मन मलीन झालं, असं होत नाही. आई मुलावर प्रेम करते म्हणून आईचं मन मलीन म्हणायचं का? तूही प्रेम केलंस. एका योग्यावर. हे प्रेम साधं प्रेम नव्हतं. ती साधना होती, जी तू आजवर केलीस. 'प्रेम' हा शब्द ओठांतून बाहेर न काढता, प्रेमापोटी येणारे सर्व विकार दमन करत. तुझ्या डोळ्यांतून मात्र हे प्रेम व्यक्त होत राहायचं. ते प्रेम मला सोबत करायचं. कारण योग्याचं एकाकीपणही सहजशक्य नसतं. तुझ्या प्रेमामुळेच मी एकाकीपण सहन करू शकलो. नाहीतर एकाकीपणाच्या गर्तेत मी फेकला गेलो असतो. तुझ्या प्रेमानं मला सतत काठावर राहायला मदत केली. शांता, आज सांगतो, एवढे शिष्य आले आणि गेले; पण तुझ्या उंचीला कुणीच येऊन पोचलं नाही. तू माझ्या उंचीची आहेस शांता. तुझ्यामुळे माझा आश्रम परिपूर्ण झाला. तू माझी नितान्त गरज होतीस- आणि शांता, मीही तुझ्यावर प्रेम करत होतो.''

"स्वामीऽऽ!''

"हो शांता. प्रेम कधी कमकुवत असतं, कधी मलीन असतं. पण हेच प्रेम कधी शक्तिदायी असतं, मांगल्यमय असतं, संजीवक असतं. अगं, आईच्या दुधातून मुलाच्या आत्म्यापर्यंत पोचतं ते प्रेमच. हे प्रेम माणसाच्या मनाची आणि

आत्म्याची गरज आहे. तुझ्यावरच्या प्रेमामुळे मी संपन्न झालो.''

स्वामींच्या ओंजळीतले शांतामाँचे हात कापू लागले. आकाशातून कुणी आशीर्वचन बोलत आहे, असं त्यांना वाटून गेलं. आजवरच्या आयुष्यात पसरलेला अंधार ह्या महाद्वारापाशी येता-येता स्वामींच्या शब्दांनी दूर केला होता.

शांतामाँची मौन समई 'प्रेम' ह्या शब्दांनी कळीकळीतून झगमगून उठली होती. त्या प्रकाशानं शांतामाँचं मन दिपत होतं. त्या आता कुठलाही किंतु मनात न ठेवता महाद्वाराच्या दिशेनं क्षणाक्षणानं जात होत्या. दृष्टी स्वामींचा निरोप घेत होती.

कोणत्या तरी एका क्षणी स्वामींच्या ओंजळीतले थरथरणारे शांतामाँचे तळवे शांत झाले.

|| ११ ||

जनाजा

मोहल्ल्यात पावसाच्या रिपरिपीमुळे चिखलाचा आणि घाणीचा रेंदाडा झाला होता. रस्त्याच्या कडेला बसवलेल्या मुलांची विष्ठा आणि भरून वाहणाऱ्या मोकाट नाल्याचं पाणी त्या चिखलात एकत्र झालं होतं. आता ह्या रस्त्यावरून चालायचं तरी कसं, असा प्रश्न काही जणांना पडत होता. पण नाक दाबून ते कसेबसे चालत होते. काहींना ह्या सर्व घाणीची जाणीवही होत नव्हती. गुडघ्यापर्यंत वस्त्र वर करून ते बिनधास्त घाण तुडवीत जात-येत होते. लहान मुलांना तर ह्यातली काहीच जाणीव नव्हती. ती इकडून तिकडे उड्या मार, एकमेकांच्या अंगावर शिंतोडे उडव, ह्यात मग्न होती. घराच्या बाहेरच्या ओट्यावर कुणी एवढंसं पोर भाजीचे लहान लहान वाटे घेऊन बसलं होतं. अर्धवट सडलेल्या भाजीला तिथे भरपूर मागणी होती. बाजारात बाजूला टाकून दिलेली भाजी त्या हुशार पोरानं गोळा करून आणली होती. एकदा रात्र झाली, मुख्य बाजार बंद झाला की, ते पोरगं आणि त्याची भावंडं टोपली घेऊन निघायचे. कुणा रेंगाळलेल्या भाजीवाल्याकडून उरलेली भाजी स्वस्त दरात घेऊन यायचे. बाजाराच्या रस्त्यावर पडलेली वांगी, मिर्च्या, टमाटे हे सर्व घेऊन ती भावंडं गोळा करायची. घरी येऊन पाण्यातून धुऊन काढून बाहेर पोत्यावर ती भाजी घेऊन बसायचे. आठला बाजार संपला, की उशिरानं ह्यांचा बाजार सुरू व्हायचा.

कुणी पोरं भाजलेले पापड घेऊन विकत बसायची, तर काही पोरं टोपलीत निखारे ठेवून कणसं विकत बसायची. मध्येच ह्या 'कमाऊ' पोरांना खेळण्याची हुक्की यायची. मग आपल्या एखाद्या भावंडाला दमदाटी करून त्याला आपल्या 'माला'पाशी बसवून ती पोरं ओढून आणलेलं ते जाणतेपण चिखलात फेकून द्यायची. मनाचं समाधान होईस्तोवर त्या चिखलात धुडगूस घालायची. मग घरातली कुणी मोठी व्यक्ती त्याचा नावाने ओरडायची. "शकीलऽऽ ए शकील, कायकु

खेलतारे रेंदाड में। चल आजा। जरा तेरा हुलिया ठीक कर।'' पोर आधी दुर्लक्ष करायचं, मग त्याच्या अम्माचा आवाज मोठा व्हायचा. काहीसा चिरकाही.

''शकील्यै, अरे आता के नहीं रे, के आऊँ मैं वहाँ-''

आईची धमकी आली की, चिखलात खेळणाऱ्या पोराला आपलं खेळणं आवरतं घ्यावं लागायचं. घरात मिणमिण दिवा पेटायचा. रात्र झाली की दारासमोर पडद्यासारखं झाकलेलं पोत्याचं आवरण बाजूला व्हायचं. दाराचं फळकुट बंद व्हायचं. दिवसभर मोहल्लाभर फिरणाऱ्या कोंबड्या आणि त्यांची पिल्लं अंथरलेल्या गोधड्यांच्याच बाजूला मोठ्या डालग्याखाली झाकल्या जायच्या. त्या डालग्यावर वजन ठेवलेलं असायचं. रात्रीचं मांजरानं येऊन आपण झोपेत असताना कोंबडीचं पिल्लू पळवू नये, म्हणून ती खबरदारी घेतली असायची.

त्यांच मोहल्ल्यात इतरही लोकांची घरं होती. सर्व घरांचं रूप हे असंच होतं. सगळ्यांची जात आणि धर्म होता एकच. गरिबी! ज्याच्या घराच्या ओसरीत दोन शेळ्या बांधल्या असायच्या, तो माणूस मोठा तालेवार समजला जायचा. आधी घरात 'इश्टुव्ह' असणारा माणूसही तालेवार समजला जायचा. पण हळूहळू सरपण महाग होत गेलं. पावसाळ्यात वाळल्या काटक्या मिळेनाशा झाल्या आणि शेवटी 'इश्टुव्ह' प्रत्येकाच्या घरात आला. घरातल्या आठ-दहा पोरांपैकी दोन-तीन पोरं रांगेत उभं राहून घासलेट मिळवायची. एखाद् दुसऱ्या घरातून धूर बाहेर पडायचा.

सकाळी सगळ्याच कामांसाठी रांगा लागायच्या. बायकांच्या प्रातर्विधीसाठी पहाटे, मग नळ आला की सार्वजनिक नळावर पाण्यासाठी रांगा - ह्या रांगांमध्ये इवलाली पोरं आपल्याला झेपतील अशी भांडी घेऊन येत. मग एकमेकांशी भांडत, शिव्या देत पाणी भरलं जायचं. पाण्याचा शेवटचा थेंब संपला, की त्या क्षणी भांडणं थांबायची. काही घडलंच नाही अशा प्रकारे एकमेकांशी बोलत आणि नगरपरिषदेला शिव्या घालत सर्वजण घरी परतायचे.

पण आता ह्या पावसाळ्यात पाणी भरणंही अवघड झालं होतं. पावसाची झड लागली होती. नाल्या भरून वाहत होत्या. नालीच्या काठाशीच असलेला नळ नालीच्या पाण्यानं वेढला जायचा. मग त्यातच एखादा दगड ठेवून त्यावर आपलं भांडं ठेवून स्वत: त्या घाणेरड्या चिखलात उभं राहून पाणी भरलं जायचं.

रहेमान आपल्या घरात आला. पाण्याची ओल त्याच्या झोपलेल्या मुलांच्या गोधडीपर्यंत आली होती. घरात टेंभ्याचा प्रकाश भिंतीवर इथेतिथे वाऱ्याबरोबर नाचत होता. त्याची सात-आठ पोरं एकमेकांना बिलगून झोपली होती आणि त्या टेंभ्याच्या प्रकाशात त्याची बायको आणि अम्मी गोधडी शिवत होत्या.

''इतने रात को कायकु काम कर रही हो? आँखे फोडने की है क्या?''

त्यानं दोघींना उद्देशून विचारलं. त्या विचारण्यात फारशी काळजी नव्हती. पण आल्या क्षणी पुरुषी अधिकार गाजवल्याची भावना होती.

बायकोनं त्रस्तपणे त्याच्याकडे पाहिलं. अम्मी त्याच्याकडे न बघता आपलं शिवण चालू ठेवतच म्हणाली,

"रहेमान मिया, अरे वो मऱ्हाठी के घरसे यह कपडे भेजे है। उनको गोधडी बनाके होना है जल्दी से."

"क्या तो भी मिलता इतनी आँखे जलाके."

"नहीं कैसा मिलता? दो रुपया. हाथमें पैसा मिलता. उतनाच काम को आता ना?"

म्हातारी बोलत होती. लटलट हलणाऱ्या मानेबरोबर तिचे शब्दही लटपटत होते. बायकोला तर बोलावंसंही वाटत नव्हतं.

"खानेको परोसती क्या?" रहेमाननं आपल्या बायकोला उद्देशून म्हटलं. समीना फार वैतागली होती. दिवसभर काम. जोडीला पाऊस आणि गळणारं घर, समोर सतत बसलेली सासू आणि रात्री आल्यावर हुकमत गाजवणारा नवरा.

"इतका एक हाथ होन्दो..." तिनं मान वर न करता म्हटलं.

"बादमें करना, पह्यले मुझे परोस। बहुत तेवर बताती क्या?" रहेमान आता आपला सारा पुरुषार्थ आपल्या जिभेच्या पट्ट्यानं दाखवू लागला.

"साली! ढंग से रह, वरना दूसरी बीवी लाऊँगा।" शेवटचा दम रहेमाननं दिला. समीना त्या धमकीनं चिडली. एवढ्या वेळाचा संयम संपला.

"दूसरी बीवी दूसरी बीवी - लाव ना? कहाँ सुलायेगा उसे? कहाँ उठायेगा, बिठायेगा? आँ! अरे ये घरमें तो बैठने को जगा नहीं. दूसरी बीवी की बात करता है। काय करशील - मला तलाक देशील ना? कुणी देणार आहे का तुला आपली मुलगी? आठ बच्चोंको संभालनेवाली कौन कुँवारी मिलनेवाली है रे तेरेकु..." समीना कधी नाही तो बोलू लागली. तीही वैतागली होती. हे काय आयुष्य आहे? एकीकडे गळक्या घराला डागडुजी करत राहायचं. दुसरीकडे घरी सासूनं आणलेल्या फाटक्या कपड्यांच्या गोधड्या करत राहायचं. सगळं नशीबच फाटकं आपलं. रहेमान कुठं टायरचं पंक्चर काढ, कुठं ब्रेक दुरुस्त कर असली बारीकसारीक कामं करत असायचा. सकाळी सकाळी 'चलो उस्तादजी, पमचर निकाल दो' म्हणत कुणीतरी यायचं. दारातल्या शेवग्याच्या झाडाखाली रहेमानची दुकानदारी सुरू व्हायची. मोठ्या घमेल्यात पाणी घेऊन त्यात ट्यूब ठेवत तो 'पमचर' शोधून काढायचा. एकदा 'पमचर' निघालं की 'उस्तादजी' म्हणणारा हातात चार आणे टेकवायचा आणि सायकलवर टांग मारायचा. 'चार आने का उस्ताद, अरे पमचरही

निकालना तो कार के तो निकाल. सायकल के निकालता है।'' मनातल्या मनात समीना करवादायची. ''पुरी जिंदगीच पमचर कर डाली इसने।'' पुढे रहेमाननंही डोकं चालवलं. भंगारच्या दुकानातून त्यानं बारीक खिळे आणणं सुरू केलं. आपल्या पाच नंबरच्या पोराच्या त्यानं ते हवाली केले. हे पोर सगळ्यात चतुर.

''सलीम-'' तो त्याला हाक मारायचा.

''सलीम नहीं अब्बा, वसीम.''

रहेमानच्या लक्षात पोरांची नावं नाही राहायची.

''बेटा वसीम, एक काम करना - ये खिले है ना, खेलते खेलते मस्जीदवाली मोड पर डाल देना।''

''कायकु अब्बा?'' पोरगं चौकस होतं.

मग त्याला समजावल्यासारखं करत रहेमान म्हणायचा.

''सबकी खैरियत के लिये बेटा- लोखंडाचे खिळे खैरियत देतात.''

''खिल्ले तो पाँव में चुभते हैं। खैरियत क्यो देंगे।''

''आता जास्त विचारशील तर थोबाडीत खाशील.'' रहेमान पोराला गप्प करायचा.

इतरांची खैरियत तर नाही पण रहेमानकडची 'पमचर' वाली गिऱ्हाइकं वाढली. पोराच्याही लक्षात आलं. कधी धंदा कमी झाला की वसीम ''अब्बा मैं मस्जिद होकर आता हूँ'' म्हणत पळायचा.

धंदा चालायचा.

पण पोरं मोठी होत चालली. गोधडीत मावणारी पोरं आता गोधडीत मावेनात. डोकं झाकलं तं पाय उघडे, पाय झाकले तं डोकं उघडं, असं व्हायला लागलं. दोन घास खाणारी पोरं आठ-दहा घास खाऊ लागली. 'पमचर'चीही आणखी दुकानं निघाली. दिवस हलाखीचे होत गेले.

बाहेर अदबीनं बोलणारा रहेमान घरी फक्त शेर व्हायचा. पण आज बायकोनंही खूप काही बोलून टाकलं. रहेमानला अपमान सहन झाला नाही. त्यानं हाती आलेला ग्लास उचलला. समीनाला मारला आणि त्या क्षणी मारण्यातलं एक क्रूर समाधान त्याला मिळालं. सर्व जगाचा राग तो समीनावर काढू लागला.

''मेरेकू जवाब देती, हरामजादी!''

हात दुखेपर्यंत तो तिला मारत होता. झोपलेली मुलं घाबरून आपल्या संतापलेल्या वडिलांकडे पाहत होती. मनात असूनही त्यांना मध्ये पडायची हिंमत होत नव्हती.

म्हातारी मात्र शांतपणे गोधडी शिवत होती. आपली सून एवढा मार खातेय

ह्याचं तिला काहीही वाटत नव्हतं. अखेर रहेमान थकला. समीनाच्या अंगावर वळ उठले होते. कपाळावर खोक पडली होती. पण डोळ्यांतून एक टिपूसही बाहेर आलं नव्हतं. रहेमान बसल्यावर ती शांतपणे उठली. काहीशी लंगडत ती स्वयंपाकाच्या खोलीत गेली. जर्मनच्या पातेलीतलं सालन तिनं ताटलीत वाढलं. रोटी ठेवली आणि रहेमानसमोर ताटली ठेवली.

रहेमाननं रागारागानं दोन-चार घास खाल्ले. भूक शांत होत गेली. बायकोवरचा रागही कमी झाला. आणखीन दोन घास खाल्ल्यावर त्याला बायकोची कीव यायला लागली. ती जे काही बोलली, त्यात चूक काहीच नव्हतं. तिनं एकही दिवस सुखाचा पाहिला नव्हता. आठ-दहा पोरांचं करता करता ती निव्वळ हाडांचा सापळा उरली होती आणि तिला केवढं मारलं आपण! गुरासारखं बदडून काढलं.

"तूने खायी क्या?"

बायकोनं काही उत्तर न देता रिकाम्या भांड्याकडे पाहिलं.

रहेमानच्या घशात घास अडकला.

"ले मेरे साथ, दो निवाले खा-" त्यानं जर्मनची ताटली पुढे केली.

"खाव ना तुम-"

"तू भी खा."

म्हातारी हा सारा संवाद ऐकत होती. रहेमाला आपल्या बायकोबद्दल वाटलेलं प्रेम पाहून तिला राग आला.

"तू खाले पेटभर. दिनभर काम करना पडता है। वो एक रात नहीं खायेगी तो मरेंगी नहीं।"

"तू चूप बैठ अम्मी। हमारे दोनोंकी बात चल रही है।" रहेमाननं म्हातारीला गप्प बसवलं. तीक्ष्ण डोळ्यांनी रागानं दोघांकडे रोखून बघत तिनं आपलं काम सुरू केलं.

दोघांनी भांडी चाटूनपुसून साफ केली. अर्धपोटी दोघांना झोप येत नव्हती. म्हातारी आणि पोरं खोलीत भिंतीच्या एका कडेनं झोपली होती. दुसऱ्या कडेला रहेमान व समीना झोपली. मध्ये गोणपाटाचा पडदा सरकवून दिला.

रहेमान समीनाच्या अंगावरून हात फिरवत होता. हळुवार.

"बहुत लगा क्या?" त्यानं हळूच विचारलं.

बायकोनं काही न बोलता त्याच्या छातीशी मस्तक आणलं. रहेमान तिच्या दुखऱ्या अंगावरून हात फिरवू लागला.

"क्या करू? कुठं कामधंदा मिलता नहीं. अपने किस्मत का गुस्सा तेरेपे निकलता."

रहेमान बोलू लागला तशी म्हातारीनं कण्हत 'अल्लाऽऽ' म्हणत कूस पालटली. म्हातारीची दोघांच्या बोलण्यावरही जणू पाबंदी होती. काही न बोलता मग रहेमाननं समीनाला घट्ट जवळ ओढलं. बोलण्यापेक्षा स्पर्श अधिक समजावतो, हे त्या आठ बाय दहाच्या खोलीत राहणाऱ्या माणसांना कळालं होतं.

दुसरा दिवस कटकटीनंच उगवला. पावसाची रिपरिप चालू होती. उगाचच सायकलीवरून फिरणारे लोक घरात बसले होते. ज्यांना जरुरी बांधील कामं आहेत, असेच लोक बाहेर पडत होते. सकाळपासून घराबाहेरच्या झाडावर मोठं प्लॅस्टिक घालून रहेमान बसला होता. पण एकही गिऱ्हाइक आलं नव्हतं. रहेमान पावसाच्या झडीनं मात्र ओला झाला होता. घराची स्थितीही तीच होती. अर्धी खोली पावसाच्या पाण्यानं ओली झाली होती. भिंतींना ओल चढली होती. समीनाचा जीव मेटाकुटीला आला होता. कारण मुलं सारखी 'भूक भूक' करत होती.

"जाव, अब्बासे पैसे मांगो-" ती मुलांना रहेमानकडे पिटाळत होती. "अभी खानेका टैम नहीं हुवा" म्हणून रहेमान त्यांना गप्प बसवत होता. पावसामुळे पापड, कणसं विकणंही जमत नव्हतं.

तेवढ्यात त्या मोहल्ल्याचं नशीब उघडल्यासारखं झालं.

दोन-तीन स्कूटर मोहल्ल्याच्या रस्त्यावरून गेल्या. पाठोपाठ कार, जीप, नेहमी मोहल्ल्याच्या पोरांच्या आणि माणसांच्या गजबजाटाची सवय झालेली. एकदमच हे नवे आवाज.

सगळेजण घराबाहेर डोकावले. एका स्कूटरवाल्याला कुणीतरी विचारलंही,

"मेन रोडवर एक घर पडलंय म्हणून ट्रॅफिक इकडून वळवला आहे." त्यानं उत्तर दिलं.

मोहल्ल्यातला चिखल आता आणखी चिवडला जाऊ लागला. नाकावर रुमाल ठेवून कारमधले लोक जात होते.

"कशी राहतात ती माणसं इथे?" आपसात ती कुजबुजतही होती.

"छे, नगरपरिषदेचं काही खरं नाही."

"पण लोकांना अवेअर नको का?"

"अवेअर, हं! दहा दहा मुलं होऊ देणारी माणसं अवेअर!"

मोहल्ल्यातली पोरं ओट्यावर येऊन माकडांसारखी बसली होती. त्याच कुतूहलानं येणाऱ्या-जाणाऱ्या गाड्यांकडे पाहत होती. आतली न भिजलेली स्वच्छ, टापटिपीची माणसं, त्यांच्या चेहऱ्यावरची वैभवाची तुकतुकी, वेगवेगळ्या रंगांच्या मोटारी, नवी मॉडेल्स, सर्वांमधून सुळसुळ धावणारी मोटरसायकल...

"अम्मी, कितने अच्छे लोग हैं। कितनी गाडीयाँ जारी हैं, देख ना।"

गोणपाटाच्या आडून समीनाही उत्सुकतेनं वाकून पाहत होती. स्वप्न पाहिल्यासारखे तिचे डोळे जागेपणी दिसत होते. नव्या नवलाईची ती रहदारी पाहून चेहऱ्यावर लहान मुलासारखा आनंद पसरला.

वाहनांमुळे चिखल उडत होता, कपड्यांवर त्याचे शिंतोडे येत होते. पण मुलांना आणि मोठ्यांनाही त्याची तमा नव्हती. सर्व गाव आज आपल्या मोहल्ल्यातून जातंय ह्याचं अप्रूपच झालं होतं. पण त्या आनंदावर, उत्साहावर सावट होतं भुकेचं. आज रहेमानच्या घरात स्टोव्ह पेटला नव्हता. मुलं उंदरासारखी प्रत्येक डब्यात खुडबुड करत वाकून पाहत होती आणि त्यांची आई असहायपणे हातावर हात ठेवून बसली होती.

"अम्मी, भूख..."

"जा, अब्बासे पैसे ला."

रहेमान आपला रिकामा खिसा शोधत होता.

दोन-तीन रुपये मिळाले तर निदान चहा पिऊन भूक तरी मारता येईल. पण दहा पैशाचं नाणं हाताला येत नव्हत. शेतमजुरी करावी तर एवढ्या पावसात शेताची कामं बंद आहेत.

आजचा दिवस कसा काढायचा?

रहेमानला आपली भुकेली पोरं पाहवत नव्हती. त्यांचे खोल गेलेले आवाज ऐकवत नव्हते.

काय करावं हे सुचत नव्हतं. चोरी करायला मन धजत नव्हतं. ते कौशल्य आपल्यात नाही, हे रहेमान जाणत होता.

संध्याकाळची वेळ. पाऊस धुवांधार पडत होता. चार हातापलीकडचं डोळ्यांना नीट दिसत नव्हतं. मोहल्ल्यात रस्त्यावर लाइट नव्हतेच. रहदारी चालूच होती.

ओट्यावर रहेमान बसला होता. आतड्याभर वळवणाऱ्या भुकेला सहन करण्यास पोट दाबून बसला होता. मुलं म्लान होऊन खेळणं विसरून घरात पडली होती.

तेवढ्यात रहेमानची अम्मी ओट्यावर आली.

"कायकु भीग रहा रे बारिश में?"

रहेमान तिच्याकडे पाहत होता. श्रीमंतांची माणसं सत्तरी गाठली नाही की मरतात. ही म्हातारी ऐंशी वर्षे उलटली आहेत, ऐंशी वर्षांत केवढी तरी उपासमार सहन केली आहे, तरी काटकपणे उभी आहे. घरात आपली तीक्ष्ण नजर कोरून कोरून फिरवत असते. हिच्या नजरेचा धाक एवढा, की आपण समीनाशी मोकळेपणानं बोलूही शकत नाही. त्याचं मन स्वतःच्या आईबद्दलच्या रागानं भरून आलं. खाणारं

एक जास्तीचं तोंड. ह्या उपासमारीनं तिला अधिक शक्ती मिळाली की काय? कधी तरी मौलवी म्हणाले होते, 'माणसं अति खाऊन लवकर मरतात. उपासानं माणूस मरत नाही.' म्हातारीनं खरं करून दाखवलं ते!

आता कोणता तरी मुलगा कळवळून म्हणाला, "अम्मी, भूख!"

त्यावर समीनाचा केवळ एक उसासा. रहेमानचे हात नुसतेच शिवशिवत होते. काय करावं कळत नव्हतं.

"कितना राडा हुवा रे रस्ते में. उसमेंसे आज मोटरे जा रही है" रहेमानची अम्मी उत्सुकतेनं पुढं येत म्हणाली. ती ओट्याच्या अगदी काठावर उभी राहून वाकून बघत बोलत होती. तेवढ्यात एक चांगली मोठी चकचकीत गाडी वेगानं आली. गाडीच्या लाइटमध्ये आकाशातून पडणाऱ्या धारा झगमगून गेल्या. अम्मी पुढे वाकून बघतेय आणि गाडी वेगानं येतेय. रहेमान पटकन पुढे आला.

"अम्मी, गिरेगी-" म्हणत त्यानं तिचा खांदा पकडला आणि एका क्षणात त्याच्या मनात एक विचार चमकून गेला. सर्व अंतर्विश्व ढवळून निघालं आणि त्या क्षणी अत्यंत क्रूर होत सावरलेल्या अम्मीच्या खांद्याला त्यानं पुढे ढकलून दिलं.

अम्मी खाली कोसळली, ती मोटारीपुढेच. ब्रेक लागेपर्यंतही वेळ नव्हता. चाक अम्मीच्या अंगावरून गेलं. अम्मीची किंकाळी त्या पावसात तीव्रपणे कानी आली.

"अम्मी ऽऽऽ" रहेमान ओरडला.

कारवाला थांबला होता. रहेमानच्या किंचाळण्यानं समीना, मुलं घराबाहेर धावून आली.

"अम्मीजान-" सर्वांच्या रडण्याचा गलका झाला. आजूबाजूच्या सर्व घरांचे दरवाजे पटापटा उघडले. माणसं रस्त्यावर धावली.

मोटारवाला पांढराफटक पडला होता.

त्याच्या गळ्यातली सोन्याची चेन, हातातलं भारी घड्याळ, नवी कोरी गाडी-

रहेमाननं सर्व एका क्षणात टिपलं.

"मेरे अम्मी को मार डाला रे-" तो छाती पिटत रडू लागला.

"हे बघा, पावसामुळे मला दिसलं नाही. खरंतर रस्त्यावर कुणी नव्हतं. बाई वरून खाली पडली-" क्षणार्धात काय झालं, ते मोटारवाल्याच्याही लक्षात आलं नव्हतं.

आता बाकीची माणसं पुढे आली.

"कोणी माणूस काय मुद्दाम गाडीपुढे स्वत:ला झोकून देईल का? माजलेत

तुम्ही लोक. पैशाचा धूर तुमच्या डोळ्यांत गेलाय. तुम्हाला आम्ही गरीब माणसं कशी दिसणार?''

तेवढ्यात अम्मी कण्हली,

''अरे, जिंदा है रे...''

''क्या मालूम क्या होता मेरी अम्मी को! आता दवाखान्यात न्यावं लागेल. दवापाणी करावं लागेल.'' रहेमान बोलू लागला.

''ये देखो - मी त्या बाईंसाठी हवे तेवढे पैसे देतो. त्यांना मोठ्या इस्पितळात न्या. पण, पण ह्या माणसांना आवरा.'' गोळा झालेली माणसं आपल्यावर हल्ला करतील की काय, असं मोटारवाल्याला वाटत होतं.

''पैसे से क्या इन्सान की जान वापस आयेगी?'' रहेमान छाती पुढे काढून म्हणाला.

''ती जिवंत आहे ना! मी तुम्हाला पैसे देतो. पंचवीस हजार.''

''क्या खैरात बाट रहो हो? पंचवीस हजारानं काय होणार. तिला मोठ्या अस्पतालमध्ये न्यावं लागेल. फोटो काढावे लागतील. खून द्यावं लागेल. पच्चीस हजार तो डॉक्टरही लेगा..!''

''अच्छा... पचास हजार देता हूं... मेरे पास चेक है.'' माणूस गाडीत वळाला.

''रहेमान, क्या करना?''

कुणीतरी कानाशी कुजबुजलं.

रहेमाननं केवळ त्याचा हात दाबला.

त्या माणसानं चेक फाडला. काही रक्कम रहेमानच्या हाती चेकसोबत ठेवली.

''ये लो... तिला मोठ्या दवाखान्यात न्या. पण आता मला सोडा...''

''तुम्हारा पता दो साब.''

''तुम्हारा नाम बताओ साब.''

''अरे और खर्चा हुवा तो तुमको मिलना पडेगा...'' एकेकजण बोलू लागला.

पण आता रहेमानला घाई झाली होती.

''जाने दोन साले को। पहेले मेरी अम्मी को देखने दो। उसे तुरंत अस्पताल ले जायेंगे-''

रहेमान अम्मीच्या थडथडणाऱ्या शरीराकडे पाहत म्हणाला.

सर्व गर्दी अम्मीकडे वळाली. मोटारवाला हळूच गाडी दामटून निघाला.

रहेमाननं तो चेक आणि हातातलं नोटांचं बंडल आतल्या खिशात सरकावलं.

पोरं घाबरून रडत होती.

"सलीम, अभी आया... बच्चे डर गये हैं.. चलो... अंदर चलो. समीना, तू बच्चोंको सम्भाल. मैं इब्राहिम को, और लोगोंको लेकर अम्मी को सरकारी अस्पतालमें ले जाता हूँ-'' म्हणत रहेमाननं समीनाला घरात आणलं.

खिशातला चेक समीनाजवळ देऊन तो हळूच म्हणाला, ''ये सम्भाल कर रख. पच्चास हजार है ।''

''अम्मीसाठी पैसे लागतील ना!''

''सरकारी इस्पितळात पैसे नाही लागत आणि अम्मी तिथंवरही पोचणार नाही. आता जादा मत बोल-''

तेवढ्यात बाहेरून कुणीतरी ओरडलं,

''चलो, रहेमान भाई- देर मत करो-''

रहेमान बाहेर आला.

''समीना बेहोश हो गयी. उसे बच्चोंके हवाले कर के आया- चलो.''

रहेमाननं घाईनं पाय उचलले.

चिखलात लडबडलेल्या जखमी अम्मीला त्यानं दोन-चार जणांच्या मदतीनं उचललं.

अम्मी शेवटचा श्वास मोजत होती.

रहेमानचं कठोर मनही द्रवलं.

हा कुणाचा जनाजा आपल्या खांद्यावर आहे? अम्मीचा की आपल्या स्वत:चा, हे त्याला समजेनासं झालं.

■